தொல்காப்பியமும் அல்-கிதாப்பும்
تولكابيام و الكتاب

# தொல்காப்பியமும் அல்-கிதாப்பும்

**த. சுந்தரராஜ்** (பி. 1984)

சொந்த ஊர் இராஜபாளையம் அருகில் உள்ள நக்கனேரி கிராமம். புதுதில்லி ஜவஹர்லால் நேரு பல்கலைக்கழகத்தில் (JNU) முனைவர் பட்டம் பெற்றவர். தமிழ், சமஸ்கிருதம், கிரேக்கம், அறபு முதலிய செம்மொழிகளின் மரபிலக்கணங்களில் காணப்படும் ஒலியியல் சிந்தனைகளை ஒப்பாய்வு செய்வதில் ஈடுபாடுடையவர். தமிழ்ப் பேராசிரியராகப் பணி செய்கிறார்.

குடும்பம்: மனைவி உமா பாலா, மகன்கள் மகிழ், கவின்.

மின்னஞ்சல்: sundarasu@gmail.com

த. சுந்தரராஜ்

# தொல்காப்பியமும்
# அல்-கிதாப்பும்

காலச்சுவடு பதிப்பகம்

அன்பார்ந்த வாசகருக்கு,

வணக்கம்.

காலச்சுவடு நூலை வாங்கியமைக்கு நன்றி.

நூலின் உள்ளடக்கம், உருவாக்கம், அட்டைப்படம் இன்ன பிற அம்சங்கள் பற்றிய உங்கள் கருத்துகளையும் ஆலோசனைகளையும் காலச்சுவடு வரவேற்கிறது. தகவல், எழுத்து, வாக்கியப் பிழைகள் தென்பட்டால் கட்டாயம் தெரிவித்து உதவுங்கள். நூல் தயாரிப்பில் கடும் குறைபாடு இருப்பின் மாற்றுப் பிரதி உங்களுக்குக் கிடைக்கக் காலச்சுவடு ஏற்பாடு செய்யும்.

**மின்னஞ்சல்: publisher@kalachuvadu.com**

காலச்சுவடு நாகர்கோவில் தலைமையகத்துக்கும் கடிதம் அனுப்பலாம்.

தங்கள்
**எஸ்.ஆர். சுந்தரம் (கண்ணன்)**
பதிப்பாளர் – நிர்வாக இயக்குநர்

**தொல்காப்பியமும் அல்–கிதாப்பும்** ◆ ஆய்வு நூல் ◆ ஆசிரியர்: த. சுந்தரராஜ் ◆


© த. சுந்தரராஜ்


◆ முதல் பதிப்பு: டிசம்பர் 2021 ◆ வெளியீடு: காலச்சுவடு பப்ளிகேஷன்ஸ் (பி) லிட்., 669, கே.பி. சாலை, நாகர்கோவில் 629001

காலச்சுவடு பதிப்பக வெளியீடு: 1053

**tolkaappiyamum al-kitaappum** ◆ Research ◆ Author: D. Sundararaj ◆


© D. Sundararaj


◆ Language: Tamil ◆ First Edition: December 2021 ◆ Size: Demy 1 x 8 ◆ Paper: 18.6 kg maplitho ◆ Pages: 256

Published by Kalachuvadu Publications Pvt. Ltd., 669 K.P. Road, Nagercoil 629001, India ◆ Phone: 91-4652-278525 ◆ e-mail: publications@kalachuvadu.com ◆ Printed at Clicto Print, Jaleel Towers, 42 KB Dasan Road, Teynampet Chennai 600018

ISBN: 978-93-5523-107-9

12/2021/S.No. 1053, kcp 3295, 18.6 (1) rss

ஆருயிர் நண்பர்
த. நிர்மல் கருணாகரனுக்கு

# பொருளடக்கம்

| | |
|---|---|
| அணிந்துரை | 21 |
| *முன்னுரை* | 25 |
| ஆய்வு முன்னுரை | 31 |
| 1. தொல்காப்பியத்தின் ஒலியியல் விளக்கம் | 37 |
|    1.1 பிறப்பியலின் அமைப்பு | 38 |
|    1.2 ஒலியுறுப்புகள் | 38 |
|       1.2.1 ஒலியுறுப்புகள்: தொல்காப்பியர் – பிற தமிழ் இலக்கணிகள் | 40 |
|       1.2.2 ஒலியுறுப்புகள்: தொல்காப்பியர் – பாணினி | 42 |
|    1.3 பேச்சொலி வகைப்பாடு: தொல்காப்பியரும் பிற தமிழ் இலக்கணிகளும் | 43 |
|       1.3.1 பேச்சொலி வகைப்பாடு: மாத்திரையின் அடிப்படையில் | 44 |
|    1.4 பேச்சொலிகளைத் தொல்காப்பியர் வரிசைப்படுத்தும் முறை | 45 |
|       1.4.1 ஒலியியல் நோக்கில் பேச்சொலிகளின் வரிசை | 45 |
|       1.4.2 ஒலிப்பியல் நோக்கில் பேச்சொலிகளின் வரிசை | 45 |
|    1.5 மூல ஒலி (முதல் எழுத்துக்கள்) | 46 |
|       1.5.1 உயிரொலி விளக்கம் | 46 |
|       1.5.2 உயிரொலி விளக்கக் கொள்கை | 49 |

1.5.3 உயிரொலி வகைப்பாடு 50

1.5.4 உயிரொலி வகைப்பாட்டில் தொல்காப்பியரின் கொள்கை 51

1.5.5 உயிரொலிகளின் ஒலியியல் அட்டவணை 52

1.5.6 மெய்யொலி விளக்கம் 54

1.5.7 மெய்யொலி விளக்கக் கொள்கை 59

1.5.8 மெய்யொலி விளக்கத்தில் தொல்காப்பியர் பின்பற்றும் வரிசை 60

1.5.9 மெய்யொலிகளின் ஒலிப்பிட வரிசை: பிற தமிழ் இலக்கணிகள் 62

1.5.10 மெய்யொலிகளின் ஒலியியல் அட்டவணை 62

1.6 மாற்றொலி (சார்பெழுத்துக்கள்) 64

1.6.1 மாற்றொலி வகைப்பாடு 64

1.6.2 தொல்காப்பியரின் மாற்றொலி விளக்கக் கொள்கை 65

2. அல்-கிதாப்பின் ஒலியியல் விளக்கம் 67

2.1 பிறப்பியலின் அமைப்பு 67

2.2 ஒலிப்பிடத்தின் அடிப்படையில் பிறப்பியல் விளக்கம் 70

2.2.1 இருபத்தொன்பது அறபு ஒலிகளின் பெயரும் வரிசையும் 70

2.2.2 மாற்றொலிகள் 76

2.2.3 மெய்யொலிகளின் ஒலிப்பிடங்கள் 80

2.3 ஒலிப்புமுறையின் அடிப்படையில் பிறப்பியல் விளக்கம் 88

2.3.1 குரல்நாள அதிர்வு ஒலிகள் – குரல்நாள அதிர்வில்லா ஒலிகள் 89

2.3.2 இறுக்கமான ஒலிகள் – இறுக்கமற்ற ஒலிகள் 92

2.3.3 மூடிய நிலையில் தோன்றும் ஒலிகள் – திறந்த நிலையில் தோன்றும் ஒலிகள் 94

2.3.4 தனித்தொகுதி 96

| | |
|---|---|
| 2.3.5 உயிரொலிகள் | 98 |
| 2.4 ஸ்வைவஹியின் ஒலியியல் அட்டவணையில் அறபு மெய்களும் உயிர்களும் | 101 |

# 3. ஒலியியல் விளக்கத்தில் இரு இலக்கணங்களுக்கும் உள்ள ஒற்றுமை — 103

| | |
|---|---|
| 3.1 பேச்சொலி வகைப்பாடு | 104 |
| 3.2 உயிர்க்கும் மெய்க்கும் உள்ள ஒலிப்பியல் வேறுபாடு | 105 |
| 3.3 உயிரொலி விளக்கம் | 106 |
|    3.3.1 உயிரொலிகளின் ஒலிப்பிடம் | 106 |
|    3.3.2 குரல்வளை மடல்களின் நிலை | 106 |
| 3.4 மெய்யொலி விளக்கம் | 108 |
|    3.4.1 இயங்கும் ஒலியெழுப்பி – இயங்கா ஒலியெழுப்பி | 108 |
|    3.4.2 ஒரே ஒலிப்பிடத்தில் பல்வேறு இன ஒலிகள் | 113 |
|    3.4.3 இறுதி ஒலிப்பிடம் | 114 |
|    3.4.4 நெடுங்கணக்கு (அகரவரிசை) – ஒலிப்பிட வரிசை | 116 |
| 3.5 கலைச்சொல்: பேச்சொலி | 119 |
| 3.6 மேற்கோள் | 120 |

# 4. ஒலியியல் விளக்கத்தில் இரு இலக்கணங்களுக்கும் உள்ள வேறுபாடு — 125

| | |
|---|---|
| 4.1 பேச்சொலிகளைக் கணக்கிடும் முறை | 125 |
| 4.2 வைப்புமுறை: ஒலிகளும் எண்ணிக்கையும் | 126 |
| 4.3 ஒலிப்புக்காலம்/மாத்திரை | 126 |
| 4.4 குற்றுயிர் – நெட்டுயிர் விளக்குமுறை | 127 |
| 4.5 [I] என்னும் முன்னுயிரின் பிறப்பு | 127 |
| 4.6 மெய்யொலிகளின் ஒலிப்பிடமும் ஒலிப்புமுறையும் | 128 |
| 4.7 மாற்றொலி விளக்கம் | 129 |

| | |
|---|---|
| 4.8 மாற்றொலி – வரையறை | 132 |
| 4.9 மாற்றொலியின் மூல ஒலி | 132 |
| 4.10 மாற்றொலிக்கு ஆதாரமாக விளங்கும் கூறுகள் | 133 |
| 4.11 மாற்றொலி வகைப்பாடு | 133 |
| 4.12 மாற்றொலியின் ஒலிப்பிடம் | 134 |
| 4.13 மாற்றொலி விளக்கத்தில் கலைச்சொற்கள் | 135 |
| 4.14 மாற்றொலி – (மூல) ஒலி | 135 |
| 4.15 நெடுங்கணக்கு வரிசை – ஒலிப்பிட வரிசை | 135 |
| 4.16 சுருங்கசூறி விளங்கவைக்கும் உத்தி | 136 |
| 4.17 ஒலிகளைத் தொகைப்படுத்தும் முறை | 136 |
| 4.18 கருவி மொழிக்கு இலக்கணம் செய்தல் | 141 |
| 4.19 பிறப்பியலின் அமைப்பியல் வேறுபாடு | 141 |
| 4.20 குறில் – நெடில் பகுப்பு | 143 |
| 5. இரு இலக்கணங்களின் கோட்பாடும் பகுப்பாய்வு முறையும் | 145 |
| 5.1 இலக்கணகோட்பாடுகள் | 145 |
|   5.1.1 பொதுக்கோட்பாடு | 145 |
|     5.1.1.1 பேச்சொலிக் கோட்பாடு | 146 |
|     5.1.1.2 பிறப்பியல் கோட்பாடு | 146 |
|     5.1.1.2.1 உயிரொலிகளின் பிறப்பு | 146 |
|     5.1.2.1.2 மெய்யொலிகளின் பிறப்பு | 148 |
|     5.1.2.1.3 மாற்றொலிக் கோட்பாடு | 149 |
|     5.1.1.3 ஈரிணைத் தொகுப்பு முறை | 150 |
|     5.1.1.4 சிறப்புக்கூற்றுப்பின்னல் முறை | 150 |
|     5.1.1.4.1 உயிரொலிக்கூறுகள் | 151 |
|     5.1.1.4.2 மெய்யொலிக்கூறுகள் | 154 |
|   5.1.2 சிறப்புக்கோட்பாடு | 159 |
|     5.1.2.1 உயிரொலிக் கோட்பாடு | 159 |

| | | |
|---|---|---|
| 5.2 பகுப்பாய்வு முறை | | 159 |
|   5.2.1 பேச்சொலிப் பகுப்பு | | 159 |
|     5.2.1.1 தொல்காப்பியரின் பேச்சொலிப் பகுப்பு | | 159 |
|     5.2.1.2 ஸீபவைஹியின் பேச்சொலிப் பகுப்பு | | 160 |
|   5.2.2 ஒலியுறுப்புகளைப் பகுக்கும் முறை | | 161 |
|     5.2.2.1 ஒலியுறுப்புகளைத் தொல்காப்பியர் பகுக்கும் முறை | | 161 |
|     5.2.2.2 ஒலியுறுப்புகளை ஸீபவைஹி பகுக்கும் முறை | | 162 |

ஆய்வு முடிவுரை     163

ஆய்வுக்கு பயன்பட்ட தரவுகள்     170

பார்வை நூல்கள் – ஆய்வேடுகள் – கட்டுரைகள்     172

*பின்னிணைப்புகள்*     187

1. தொல்காப்பியம், அல்–கிதாப்பின் பிறப்பியல் பகுதிகள்     187
2. அல்–கிதாப்பின் பிறப்பியல் பகுதி: கையெழுத்துப்படி     195
3. அல்–கிதாப்பின் பிறப்பியல்: தமிழ் ஒலிபெயர்ப்பும் மொழிபெயர்ப்பும்     201
4. தொல்காப்பியரும் ஸீபவைஹியும் கையாளும் ஒலியியல் கலைச்சொற்கள்     247
5. ஒலியியல் அறிஞர்கள்     253

**I. மாதிரிப்படம்**

  1.1 மாத்திரையின் அடிப்படையில் தொல்காப்பியர் வகைப்படுத்தும் பேச்சொலிகள்

**II. விளக்க வரைபடங்களின் பட்டியல்**

  1.1 காற்றறைகளைத் தொல்காப்பியர் வரிசைப்படுத்தும் முறை

  1.2 காற்றறைகளைப் பாணினி வரிசைப்படுத்தும் முறை

  1.3 ஒலியெழுப்பிகளைத் தொல்காப்பியர் வரிசைப்படுத்தும் முறை

1.4 ஒலியெழுப்பிகளைப் பாணினி
வரிசைப்படுத்தும் முறை

1.6 நாவின் நிலை, இதழின் அமைப்பு முதலியவற்றைத் தற்கால ஒலியியல் அறிஞர்கள் பகுக்கும் முறை

1.7 தமிழ்மெய்யொலிகளுக்குத் தொல்காப்பியர் வரையறுக்கும் ஒலிப்பிடங்கள்

2.1 மூல அறபு ஒலிகளுக்கு ஸீபவைஹி வரையறுக்கும் பதினாறு ஒலிப்பிடங்கள்

2.2 தொண்டைப்பகுதியை ஸீபவைஹி பகுக்கும் முறை

2.3 அறபு உயிரொலிகள்

3.1 குரல்வளை மடல்களில் நிகழும் மாற்றம்

3.2 நாவின் நிலையில் குற்றுயிர்க்கும் நெட்டுயிர்க்கும் உள்ள வேறுபாடு

5.1 தொல்காப்பியரும் ஸீபவைஹியும் சுட்டும் நடு உயிரின் [a,ā]பிறப்பிடம்

5.2 [i,ī,e,ē,ai] ஆகிய ஐந்து உயிர்களின் ஒலிப்புமுறையாகத் தொல்காப்பியர் குறிப்பிடும் நாவின் நிலை

5.3 [ī] என்னும் உயிரொலியின் பிறப்பிடமாக ஸீபவைஹி சுட்டும் நாவின் உயரம்

5.4 [u,ū,o,ō,au] ஆகிய உயிரொலிகளின் பிறப்பிடமாகத் தொல்காப்பியரும் ஸீபவைஹியும் குறிப்பிடும் இதழ் அமைப்பு

5.5 தொல்காப்பியரின் பேச்சொலிப் பகுப்பு

5.6 ஸீபவைஹியின் பேச்சொலிப் பகுப்பு

5.7 ஒலியுறுப்புகளைத் தொல்காப்பியர் பகுக்கும் முறை

5.8 ஒலியுறுப்புகளை ஸீபவைஹி பகுக்கும் முறை

## III. விளக்க அட்டவணைகளின் பட்டியல்

1.1 தமிழ் இலக்கணிகள் குறிப்பிடும் ஒலியுறுப்புகள்

1.2 மூல ஒலிகள்/முதல் எழுத்துக்கள்

1.3 தொல்காப்பியரின் உயிரொலி வகைப்பாடு

1.4 தொல்காப்பியரின் ஒலிப்பியல் அட்டவணையில் தமிழ் உயிரொலிகள்

1.5 தொல்காப்பியரின் ஒலிப்பிட அட்டவணை

1.6 செம்மையான தமிழ் அகர வரிசைக்கும் தொல்காப்பியரின் ஒலிப்பிட வரிசைக்கும் இடையிலான வேறுபாடு

1.7 தொல்காப்பியரின் மெய்யொலி அட்டவணை

1.8 தமிழ் இலக்கணிகள் குறிப்பிடும் மாற்றொலிகள்

2.1 இருபத்தொன்பது அறபு ஒலிகளை, ஒலிப்பிடத்தின் அடிப்படையில் ஸீபவைஹி வரிசைப்படுத்தும் முறை

2.2 அறபு ஒலிகளை அல்-க்ஹலீல் வரிசைப்படுத்தும் முறை

2.3 அறபு ஒலிகளை ஸீபவைஹி வரிசைப்படுத்தும் முறை

2.4 ஸீபவைஹின் ஒலிப்பிட அட்டவணை

2.5 அறபு உயிரொலிகளை (நெட்டுயிரை) ஸீபவைஹி வகைப்படுத்தும் முறை

2.6 ஸீபவைஹியின் ஒலியியல் அட்டவணையில் அறபு மெய்யொலிகள்

2.7 ஸீபவைஹியின் ஒலியியல் அட்டவணையில் அறபு உயிரொலிகள்

3.1 தொல்காப்பியர் குறிப்பிடும் ஒலியெழுப்பிகளின் இயக்கம்

3.2 ஸீபவைஹி குறிப்பிடும் ஒலியெழுப்பிகளின் இயக்கம்

3.3 வேறுபாடு: நெடுங்கணக்கு (அகரவரிசை) – ஒலிப்பிட வரிசை

4.1 தொல்காப்பியர் ஒலிகளைத் தொகைப்படுத்துமிடங்களும் தொகைப்படுத்தாத இடங்களும்

4.2 ஸீபவைஹி ஒலிகளைத் தொகைப்படுத்துமிடங்களும் தொகைப்படுத்தாத இடங்களும்

4.3 பிறப்பியலின் அமைப்பில் தொல்காப்பியத்திற்கும் அல்–கிதாப்பிற்கும் உள்ள வேறுபாடு

5.1 தொல்காப்பியர் கூறும் மெய்யொலிக்கூறுகள்

5.2 ஸீபவைஹி கூறும் மெய்யொலிக்கூறுகள்

## IV. சுருக்கக் குறியீடுகள்

| | | |
|---|---|---|
| இல.வி. | – | இலக்கணவிளக்கம் |
| தொல்.எழு. | – | தொல்காப்பியம் எழுத்ததிகாரம் |
| தொன்.வி. | – | தொன்னூல் விளக்கம் |
| நன். | – | நன்னூல் |
| நேமி. | – | நேமிநாதம் |
| முத்து. | – | முத்துவீரியம் |
| வீர. | – | வீரசோழியம் |
| ஹா.ப.,தொ.4 | – | அல்-கிதாப்பின் ஹாறூன் பதிப்பு, தொகுதி-4 |
| Cf. | – | Compare (*Comfare* in Latin) |

## VIII. ஒலிபெயர்ப்பு அட்டவணைகள் (Transcription tables)

1. ஒலிபெயர்ப்பு அட்டவணை: தமிழ் – அறபு – ரோமன் – IPA

| வ.எண் | தமிழ் எழுத்து | அறபு ஒலிபெயர்ப்பு | | ரோமன் ஒலிபெயர்ப்பு | IPA இணை | ஒலிப்புமுறை |
|---|---|---|---|---|---|---|
| உயிரொலிகள் | | | | | | |
| 1 | அ | اَ+ | اَ✦ | a | a | ஒலிப்புடைய நடு உயிர் |
| 2 | ஆ | آ | آ | ā | a: | ஒலிப்புடைய நடு உயிர் |
| 3 | இ | اِ | اِ | i | i | ஒலிப்புடைய முன் உயிர் |
| 4 | ஈ | اِي | اِي | ī | i: | ஒலிப்புடைய முன் உயிர் |
| 5 | உ | اُ | اُ | u | u | ஒலிப்புடைய பின் உயிர் |

| | | | | | | |
|---|---|---|---|---|---|---|
| 6 | <u>ஊ</u> | اوُ | اوُ | ū | u: | ஒலிப்புடைய பின் உயிர் |
| 7 | எ | اِ | يٚ | e | e | ஒலிப்புடைய முன் இடை உயிர் |
| 8 | ஏ | يِ | يٚيْ | ē | e: | ஒலிப்புடைய முன் இடை உயிர் |
| 9 | ஐ | ىَ | اَيْ | ai | ai | ஒலிப்புடைய முன் இடை உயிர் |
| 10 | ஒ | اٗ | اٗ | o | o | ஒலிப்புடைய பின் இடை உயிர் |
| 11 | ஓ | اٗو | اٗو | ō | o: | ஒலிப்புடைய பின் இடைஉயிர் |
| 12 | ஔ | وَ | وَ | au | au | ஒலிப்புடைய பின் இடைஉயிர் |
| **மெய்யொலிகள்** | | | | | | |
| 13 | க் | كْ | كْ | k | k | ஒலிப்பில்லா கடைநா கடையண்ண அடைப்பொலி |
| 14 | ங் | ڠ | ڽْ | ṅ | ŋ | ஒலிப்புடைய கடைநா கடையண்ண மூக்கொலி |
| 15 | ச் | چْ | سْ | c | c | ஒலிப்பில்லா இடைநா இடையண்ண அடைப்பொலி |
| 16 | ஞ் | ڽْ | ڽْ | ñ | ɲ | ஒலிப்புடைய இடைநா இடையண்ண மூக்கொலி |
| 17 | ட் | ڊْ | ڊْ | ṭ | ʈ | ஒலிப்பில்லா முதல்நா முதல்அண்ண அடைப்பொலி |
| 18 | ண் | ڽْ | ن | ṇ | ɳ | ஒலிப்புடைய முதல்நா முதல்அண்ண மூக்கொலி |
| 19 | த் | تْ | تْ | t | t̪ | ஒலிப்பில்லா அண்பல் அடைப்பொலி |
| 20 | ந் | نْ | نْ | n | n̪ | ஒலிப்புடைய அண்பல் மூக்கொலி |
| 21 | ப் | ڢْ | پْ | p | p | ஒலிப்புடைய பல்முகட்டு அடைப்பொலி |
| 22 | ம் | مْ | مْ | m | m | ஒலிப்புடைய பல்முகட்டு மூக்கொலி |
| 23 | ய் | ىْ | يْ | y | j | ஒலிப்புடைய அண்பல் மருங்கொலி |
| 24 | ர் | ڔْ | ز | r | r | ஒலிப்புடைய இடையண்ண வருடொலி |
| 25 | ல் | لْ | لْ | l | l | ஒலிப்புடைய அண்பல் மருங்கொலி |
| 26 | வ் | وْ | وْ | v | v | ஒலிப்புடைய அண்பல் வருடொலி |

| | | | | | | |
|---|---|---|---|---|---|---|
| 27 | ழ் | ڞ | ضْ | l̲ | ɻ | ஒலிப்புடைய ஈரிதழ் அடைப்பொலி |
| 28 | ள் | ڝ | لْ | ! | ɭ | ஒலிப்புடைய ஈரிதழ் மூக்கொலி |
| 29 | ற் | رْ | ڔ | r̲ | t | ஒலிப்புடைய பல்லிதழ் உரசொலி |
| 30 | ன் | نْ | نْ | ṉ | n | ஒலிப்புடைய இடையண்ண வழுக்கொலி |

✦ அறபுத்தமிழ் இலக்கியங்களில், அறபுத்தமிழ் அறிஞர்கள் பயன்படுத்தும் தமிழ் ஒலிகளுக்கு நிகரான அறபு எழுத்துக்கள்.

✦ *திருக்குறள்:அறபு மொழிபெயர்ப்பில்*, பேராசிரியர் பஷீர் அஹ்மது பயன்படுத்தும் தமிழ்–அறபு ஒலிபெயர்ப்பு முறை.

2. ஒலிபெயர்ப்பு அட்டவணை: அறபு – தமிழ் – ரோமன் – IPA இணை

| வ.எண் | அறபு எழுத்து | தமிழ் ஒலிபெயர்ப்பு | ரோமன் ஒலிபெயர்ப்பு | மிறிகி இணை | ஒலிப்புமுறை |
|---|---|---|---|---|---|
| **மெய்யொலிகள்** | | | | | |
| 1 | ب | ப$^{3}$ | b | b | ஒலிப்புடைய அழுத்தமுடைஈரிதல் அடைப்பொலி |
| 2 | ت | த | t | t | ஒலிப்பில்லா அழுத்தமுடைநுனியண்ண அடைப்பொலி |
| 3 | ث | ஃத | ṯ | θ | ஒலிப்பில்லா அழுத்தமில்லாநுனிப்பல் உரசொலி |
| 4 | ج | ஜ | j | dʒ | ஒலிப்புடைய அழுத்தமுடை இடையண்ண அடைப்பொலி |
| 5 | ح | ஹ$^{2}$ | ḥ | ħ | ஒலிப்பில்லா அழுத்தமில்லாமுன்தொண்டை உரசொலி |
| 6 | خ | க்ஹ | ẖ | x | ஒலிப்பில்லா அழுத்தமில்லாமுன்கடையண்ண உரசொலி |
| 7 | د | த$^{3}$ | d | d | ஒலிப்புடைய அழுத்தமுடைநுனியண்ண அடைப்பொலி |

| | | | | | |
|---|---|---|---|---|---|
| 8 | ذ | ஃத$^{3}$ | ḏ | ð | ஒலிப்புடைய அழுத்தமில்லாநுனிப்பல் உரசொலி |
| 9 | ر | ற | r | r | ஒலிப்புடைய அழுத்தமுடைநுனியண்ண வருடொலி |
| 10 | ز | ஃஜ$^{1}$ | z | sˤ | ஒலிப்பில்லா அழுத்தமில்லாமுதலண்ண உரசொலி |
| 11 | س | ஸ | s | s | ஒலிப்பில்லா அழுத்தமில்லாமுதலண்ண உரசொலி |
| 12 | ش | ஷ$^{1}$ | š | ʃ | ஒலிப்பில்லா அழுத்தமில்லாஇடையண்ண உரசொலி |
| 13 | ص | ஷ$^{2}$ | ṣ | z | ஒலிப்புடைய அழுத்தமில்லாமுதலண்ண உரசொலி |
| 14 | ض | ஃட$^{3}$ | ḍ | dˤ | ஒலிப்புடைய அழுத்தமில்லாநுனியண்ண உரசொலி |
| 15 | ط | ட | ṭ | tˤ | ஒலிப்புடைய அழுத்தமுடைநுனியண்ண அடைப்பொலி |
| 16 | ظ | ஃஜ$^{2}$ | ẓ | ðˤ | ஒலிப்புடைய அழுத்தமில்லாநுனிப்பல் உரசொலி |
| 17 | ع | அய் | ay | ʕ | ஒலிப்புடைய அழுத்தமுடைமுன்தொண்டை உரசொலி |
| 18 | غ | க$^{3}$ | ġ | ʁ / ɣ | ஒலிப்புடைய அழுத்தமில்லாபின்தொண்டை உரசொலி |
| 19 | ف | ஃப | f | f | ஒலிப்பில்லா அழுத்தமில்லாபல்லிதழ் உரசொலி |
| 20 | ق | க$^{5}$ | q | G / q | ஒலிப்புடைய அழுத்தமுடைபின்கடையண்ண அடைப்பொலி |
| 21 | ك | க | k | k | ஒலிப்பில்லா அழுத்தமுடைபின்கடையண்ண அடைப்பொலி |
| 22 | ل | ல | l | l | ஒலிப்புடைய அழுத்தமில்லாமுதலண்ண மருங்கொலி |
| 23 | م | ம | m | m | ஒலிப்புடைய ஈரிதழ் மூக்கொலி |
| 24 | ن | ன | n | n | ஒலிப்புடைய நுனியண்ண மூக்கொலி |
| 25 | ه | ஹ | h | h | ஒலிப்பில்லா அழுத்தமுடை குரல்வளை உரசொலி |

| | | | | | |
|---|---|---|---|---|---|
| 26 | و | வ | w | w | ஒலிப்புடைய ஈரிதழ் வழுக்கொலி |
| 27 | ی | ய | y | j | ஒலிப்புடைய அழுத்தமில்லா இடையண்ண வழுக்கொலி |
| **உயிரொலிகள்** | | | | | |
| 1 | َ | அ | a | a | ஒலிப்புடைய நடு உயிர் |
| 2 | ُ | உ | u | u | ஒலிப்புடைய பின் உயிர் |
| 3 | ِ | இ | i | i | ஒலிப்புடைய முன் உயிர் |
| 4 | ◌َا | ஆ | ā | a: | ஒலிப்புடைய நடு உயிர் |
| 5 | ◌ُو | ஊ | ū | u: | ஒலிப்புடைய பின் உயிர் |
| 6 | ◌ِی | ஈ | ī | i: | ஒலிப்புடைய முன் உயிர் |

# அணிந்துரை

ஒரு மொழியின் இலக்கணத்தை இன்னொரு மொழியின் இலக்கணத்தோடு ஒப்பிட்டுக் காணும்போது மட்டுமே இரு மொழிகளின் தனித் தன்மையையும், அவை புலப்படுத்தும் மொழிப் பொதுமைச் சிறப்பையும் அறிவியல்பூர்வமாக நிறுவ முடியும். குறிப்பாக, வெவ்வேறு மொழிக்குடும்பத்தைச் சார்ந்த மொழிகளிடையே மேற்கொள்ளப்படும் விளக்கமுறை ஒப்பாய்வு *(descriptive comparison)* தனித்துவம் மிக்கது. இவ்வாய்வில் எட்டப்படும் தீர்வுகள், வரலாற்று ஒப்புமை மொழியாய்வில் குறிப்பிட்ட மொழி சார்ந்த சில இலக்கண முடிவுகளுக்கு அகச்சான்றுகளாகும் வாய்ப்பு அரிதல்ல. த. சுந்தரராஜ் உலகச் செவ்வியல் மொழிகளான தமிழ் மொழியின் தொல்காப்பியத்தையும் அறபு மொழியின் அல்–கிதாப்பையும் ஒப்பிட்டு, இவற்றிடையே நிலவும் பல மொழியியல் ஒற்றுமைகளை வரலாற்று ஒப்புமை மொழியாய்வில் நிலைநாட்ட உதவுகின்ற இலக்கண அகச்சான்றுகளாகக் கண்டடைகிறார். இவ்வகச்சான்றுகள் அறபு மொழி சார்ந்த செமிட்டிக் மொழிக்குடும்பத்திற்கும் தமிழ் மொழி சார்ந்த திராவிட மொழிக்குடும்பத்திற்கும் இடையேயுள்ள மொழி உறவை வலுப்படுத்தியுள்ளன. இருமொழிப் புலமையும் ஆழமான இலக்கண அறிவும் இன்றி இம்முயற்சி சாத்தியமன்று. ‘தொல்காப்பியமும் அல்–கிதாப்பும்’ என்னும் நூலைத் தமிழ் இலக்கண உலகிற்குத் தந்துள்ள த. சுந்தரராஜுக்கு முதற்கண் பாராட்டுக்கள்.

தமிழில் நமக்குக் கிடைக்கும் முதலாவது இலக்கணம் தொல்காப்பியம். அதைப்போலவே அறபு மொழியின் முதலாவது இலக்கணம் ஸீபவைஹி என்பார் இயற்றிய அல்–கிதாப்பு. தொல்காப்பியம் கி.பி. இரண்டாம் நூற்றாண்டுக்கு முந்தையது. கிட்டத்தட்ட ஆயிரம் ஆண்டுகளுக்குப் பிந்தையது அல்–கிதாப்பு. இரு இலக்கணங்களுமே மிகத் தொன்மையான மொழிமரபு உடையன. தமிழ் இலக்கண ஆய்வில் தொல்காப்பியம் முதன்மை இடத்தைப் பெறுவது போலவே அறபு இலக்கண ஆய்வில் முதன்மை இடம்பெறுகிறது அல்–கிதாப்பு. எழுத்து, சொல், பொருள். யாப்பு, அணி என்னும் ஐந்திலக்கண மரபு சார்ந்தது தொல்காப்பியம். அல்–கிதாப்பு தொடரனியல், உருபனியல், ஒலியியல் என்னும் முப்பிரிவு உடையது. இவ்விரு இலக்கணங்களிலும் காணும் ஒலியியலை மட்டும் தற்கால மொழியியல் நோக்கில் ஆழமான ஒப்பாய்வுக்கு உட்படுத்தியுள்ளார் த. சுந்தரராஜ்.

இந்திய இலக்கண மரபைப் பெரிதும் போற்றும் இருபதாம் நூற்றாண்டைச் சார்ந்த அறபு மொழியியலறிஞர்கள் சமஸ்கிருத இலக்கண மரபிற்கும் அறபு இலக்கண மரபிற்குமுள்ள பல ஒற்றுமைகளைக் கண்டறிந்தனர். இவற்றுள் அறபு ஒலியியல் விளக்கத்தின்மீது சமஸ்கிருத ஒலியியல் விளக்கத்தின் தாக்கம் சுட்டிக்காட்டத்தக்கது. ஒலியியலைப் பொறுத்தவரையில் தமிழ் இலக்கணமரபும் சமஸ்கிருத இலக்கண மரபோடு நெருங்கிய தொடர்புடையது. எனவே, இவற்றிடையே காணும் ஒற்றுமை தமிழ் – அறபு உறவைக் காணும் முயற்சிக்கு ஒரு மொழியியல் ஆய்வாளரைத் தூண்டுவது வியப்பன்று. மொழிகளிடையே காணும் ஒற்றுமை வேற்றுமைகளுக்கு அப்பால் இலக்கண உருவாக்கத்தில் மரபிலக்கணிகளின் அணுகுமுறைகளுக்கு இடையேயுள்ள ஒற்றுமை வேற்றுமைகளும் இத்தகைய ஆய்வுகளின்போது இனங்காணத் தக்கனவாகும். தொல்காப்பியரின் அணுகுமுறைக்கும் அல்–கிதாப்பின் நூலாசிரியரான ஸீபவைஹியின் அணுகுமுறைக்கும் இடையேயுள்ள ஒற்றுமை இலக்கண உருவாக்கத்தில் இரு இலக்கணிகளின் ஒருமித்த சிந்தனைப்போக்கை உணர்த்துவதாக த.சுந்தரராஜ் குறிப்பிடுகிறார். இப்போக்கிலேயே தொல்காப்பியத்திற்கும் அல்–கிதாப்பிற்கும் இடையேயுள்ள ஒற்றுமை வேற்றுமைகளை விவரிக்கிறார். இவ்வாய்வு நெறிமுறையில் இருமொழி இலக்கணங்களிலும் ஒலியியலை ஒப்பிட்டுக்காட்டும் விளக்கமுறை ஒப்புமை இலக்கணவியலாய்வுக்குப் புதிது.

மொழியியலார் வரையறுத்துள்ள கிரேக்கம், இலத்தீன், ஹீப்ரூ, அறபு, சீனம், சமஸ்கிருதம், தமிழ் என்னும் ஏழு

செவ்வியல் இலக்கண மரபுகளுள் சமஸ்கிருத இலக்கண மரபோடு கூடிய தமிழ் இலக்கண ஒப்பாய்வுக்குப்பின் பிறிதொரு செவ்வியல் இலக்கண மரபோடு ஒப்பிட்டு ஆயும் முதலாவது நூல் என்ற பெருமை 'தொல்காப்பியமும் அல்–கிதாப்பும்' என்னும் இந்நூலுக்கு உண்டு. மத்திய அரசு நிறுவியுள்ள செவ்வியல் மொழி நிறுவனங்கள் இது போன்ற விளக்கமுறை ஒப்பாய்வுகளை ஊக்குவிக்க வேண்டும். இதற்கு அடிப்படையாகத் தத்தம் மொழியல்லாத பிற செவ்வியல் மொழிகளைக் கற்கும்/கற்பிக்கும் வாய்ப்பையும் வசதியையும் இந்நிறுவனங்கள் கொண்டிருக்க வேண்டும். அதன்வழித் தமிழ் இலக்கண மரபை மொழிப் பொதுமைக் கோட்பாடுகளின் *(universal theories)* அடிப்படையில் நோக்கும் ஆய்வுநெறிமுறை சார்ந்த முயற்சிகள் முதன்மை பெற வேண்டும். த. சுந்தரராஜ், இக்கோட்பாட்டாய்வுக்கு இந்நூலில் முக்கியத்துவம் தருகிறார். இதன்மூலம் தொல்காப்பியத்திற்கும் அல்-கிதாப்பிற்கும் பொதுவான பொதுமைக்கூறுகள் தமிழ் – அறபு இலக்கண உறவை வலுப்படுத்தியுள்ளன என்னும் அவரது கணிப்பு, விளக்கமுறை இலக்கண ஒப்பாய்விற்குப் புதிய ஒளி பாய்ச்சியுள்ளது குறிப்பிடத்தக்கது.

"தொல்காப்பியத்தைவிட ஏறத்தாழ ஆயிரம் ஆண்டுகள் பிற்பட்டது அல்–கிதாப்பு. தமிழ் இலக்கிய, இலக்கணச் சிந்தனைகள் அறபு நாடுகளுக்கும் பரவியிருக்கலாம் என்னும் கருத்தை அறுதியிட்டுக் கூறுவதற்குத் தொல்பொருள், கல்வெட்டு, இலக்கியம் சார்ந்த ஆதாரங்கள் மிகச் சிறிய அளவில் கிடைத்துக் கொண்டிருக்கும் சூழலில், இவ்வொற்றுமைகளை அறபுக்கும் தமிழுக்கும் இடையிலான இலக்கண- மொழியியல் உறவிற்கு இலக்கண நூல்களிலிருந்து கிடைக்கும் அகச்சான்றுகளாகக் கருதலாம்"

எனத் தமிழ் – அறபு என்னும் இரு செவ்வியல் மொழிகளிடையே காணும் உறவை அறிவியல் நோக்கில் நிறுவும் இந்நூல், இவற்றின் வரலாற்று ஒப்புமை ஆய்வுக்குக் கணிசமாகப் பங்களித்துள்ளது.

தமிழ் சார்ந்த திராவிட மொழிக்குடும்பத்திற்கும் அறபு மொழி சார்ந்த செமிட்டிக் மொழிக்குடும்பத்திற்கும் இடையேயுள்ள இலக்கண உறவை மேலோட்டமாகச் சுட்டிக்காட்டும் வரலாற்று ஒப்பாய்வுக்கு இந்நூல் தக்க சான்றுகளுடன் கூடுதல் வளம் சேர்த்திருக்கிறது என்றால் மிகையில்லை. ஒலியியலுடன் தொடங்கியுள்ள இவ்வாய்வு பிற இலக்கணக் கூறுகளுக்கும் விரிவடைந்து முழுமைபெறும்போது இருபெரும் மொழிக்குடும்பங்களிடையே காணும் உறவில் தமிழின்

தொன்மையை அறிவியல்பூர்வமாக நிலைநாட்டும் வாய்ப்புப் பெருகும். முக்கியமாகப் பழந்தமிழ் நாகரிகத்திற்கும் சுமேரிய நாகரிகத்திற்குமுள்ள உறவை இவ்விருமொழி ஒப்பாய்வு வழி உறுதிசெய்ய முடியும்.

தமிழ் வேறு; சமஸ்கிருதம் வேறு, தமிழ் வேறு; கிரேக்கம் வேறு, தமிழ் வேறு; சீனம் வேறு எனத் தமிழுக்கும் பிற மொழிகளுக்கும் உள்ள உறவுகளை முற்றிலுமாக மறுக்கும் தனித்தமிழ் மனப்பாங்கு மாற வேண்டும். இந்நூல், தமிழுக்கும் செமிட்டிக் மொழிக்குடும்பத்தைச் சேர்ந்த அறபுக்கும் இடையிலான மொழி உறவு சுமேரிய மொழிக்கும் தமிழுக்குமான உறவை உறுதிப்படுத்தித் தமிழின் தொன்மையை நிறுவியுள்ளது. விளக்கமுறை அடிப்படையிலான இத்தகைய மரபிலக்கண ஒப்பாய்வுகள் தமிழும் சீனமும், தமிழும் ஹீப்ரூவும், தமிழும் இலத்தீனுமாக இனி விரிவடைய வேண்டும்.

தமிழ் இலக்கணவியல் ஆய்வு வரலாற்றில் சில முக்கியமான மாற்றங்கள் நிகழ்ந்திருக்கின்றன. இம்மாற்றங்களில் புதுதில்லி ஜவஹர்லால் நேரு பல்கலைக்கழகத் தமிழ்த்துறை ஆய்வாளர்களுக்கு முக்கியப் பங்கு உண்டு. தமிழ் இலக்கணத்தைப் பிற செவ்வியல் இலக்கணங்களுடன் ஒப்பிட்டு ஆயும் ஆய்வுகள் பல மேற்கொள்ளப்பட்டு வருகின்றன. இவ்வரிசையில் தமிழ் இலக்கணமரபோடு பிற செவ்வியல் இலக்கணமரபுகளை ஒப்பிட்டுக் காணும் ஆய்வுநெறிமுறைக்கு த. சுந்தரராஜின் இவ்வொப்பாய்வு முன்மாதிரியாக அமைந்துள்ளது. இம்மாதிரியில் இன்னும் பல ஆய்வுகள் பல்கி நூலாக்கம் பெற வேண்டும். இவ்வாய்வுகள் மூலம் உலகளாவிய நிலையில் பல்வேறு இலக்கணச் சிந்தனைப்பள்ளிகளின் வரலாறும், கோட்பாட்டு வளர்ச்சி பற்றிய முழுமையான அறிவும் பெறத்தக்க ஆய்வுச்சூழல் பல்கலைக்கழகங்களில் முதலிடம் பெறுமானால் அதுவே இந்நூலின் முழு வெற்றியாகும்.

**சு. இராசாராம்**

# முன்னுரை

இருபதாம் நூற்றாண்டில் வளர்ச்சியடைந்த வரலாற்று மொழியியல், ஒப்பியல் மொழியியல் ஆகிய இரு துறைகளால் உலக மொழிகளில் உள்ள மரபார்ந்த மொழியியல் சிந்தனைகள் புத்துயிர் பெற்றன. வரலாற்று நோக்கிலும், மொழியியல் நோக்கிலும் ஒரே மொழிக்குடும்பத்தைச் சார்ந்த மொழிகளையும், வெவ்வேறு மொழிக் குடும்பத்தைச் சார்ந்த மொழிகளையும் ஒப்பிட்டுப் பல்வேறு ஆய்வுகள் வெளிவந்துகொண்டிருக்கின்றன. மொழியைத் தத்துவ ரீதியில் அணுகுவது கிரேக்க மொழியியல் மரபு; எழுத்து, சொல்லோடு பொருளையும் இணைத்துக் கூறுவது தமிழ் மொழியியல் மரபு, ஒலியியலை முதன்மையாகக் கொண்டது சமஸ்கிருத மொழியியல் மரபு, தொடரணியியலை முதன்மையாகக் கருதுவது அறபு மொழியியல் மரபு என உலகச் செம்மொழிகளின் தனித்துவமான மொழியியல் மரபுகளை இனம் கண்டது ஒப்பியல் மொழியியல்தான்.

புதுதில்லி ஜவஹர்லால் நேரு பல்கலைக்கழகத்தில் தமிழ்த்துறை தொடங்கப்பட்டபோது, அத்துறை முன்னெடுத்த முதன்மையான மரபிலக்கண ஒப்பாய்வுகள் இரண்டு. ஒன்று, தொல்காப்பியத்தை அதன் சமகாலத்தில் கிரேக்க மொழியில் தோன்றிய தெக்கனே கிராமத்திகாவுடன் ஒப்பிடுவது (ஆய்வாளர்: தனசேகரன்). மற்றொன்று, தொல்காப்பியத்தைவிட ஆயிரம் ஆண்டுகளுக்குப் பிற்பட்ட அறபுமொழியின் முதல் இலக்கணமான அல்-கிதாப்பைத் தொல்காப்பியத்துடன் ஒப்பிடுவது. இரண்டாவது ஆய்வுதான் தங்கள் கைகளில் தவழும்

இந்நூல். தொல்காப்பியம், அல்–கிதாப்பு ஆகிய இருபெரும் இலக்கண நூல்களையும் முழுவதுமாக ஒப்பிடவில்லை. ‘ஒலியியல்’ என்னும் சிறு மொழியியல் கூறின் வழி இவ்விரு இலக்கணங்களையும் ஒப்பீடு செய்கிறது இந்நூல்.

தொல்காப்பியமும் அல்–கிதாப்பும் தமிழ், அறபு ஆகிய இரு செம்மொழிகளில் இன்று கிடைக்கும் முதல் இலக்கணங்கள் ஆகும். இவ்விரு மரபிலக்கணங்களும் தத்தம் மொழியில் கிடைக்கும் முதல் இலக்கணங்கள் என்பதையும் தாண்டி முதன்மையான இலக்கணங்களாகவும் திகழ்கின்றன. தொல்காப்பியம் தமிழின் மிகச் சிறந்த முழுமுதல் இலக்கணமாகத் திகழ்வதோடு பிற்காலத் தமிழ் இலக்கணங்களுக்கு மூலமாகவும் விளங்குகிறது. அதே சிறப்புகளுக்குரிய அறபு இலக்கணம் தான் அல்-கிதாப்பு. இது போன்ற சில ஒப்புமைப் பண்புகளை அடிப்படையாகக் கொண்டு தொல்காப்பியமும் அல்–கிதாப்பும் ஒப்பீடு செய்யப்படுகிறது.

இந்த ஆய்வு முனைவர் பட்டத்திற்காகச் சமர்ப்பிக்கப்பட்ட ஆய்வேட்டிலிருந்து மேம்படுத்தப்பட்டு நூல்வடிவம் பெறுகிறது. ஆய்வேடாகச் சமர்பித்துப் பட்டம் பெற்ற பின், ஓராண்டு உழைப்பை உள்வாங்கி இவ்வுருவம் தரித்திருக்கிறது.

முனைவர் பட்ட ஆய்வாளராக இருந்தபோது அறபு மொழி மீதும், அல்–கிதாப்பின் மீதும் எனக்கு இருந்த ஆர்வத்தைக் கண்ட ஜேன்யு–வின் அறபுப் பேராசிரியர் பஷிர் அஹமது அவர்கள், 900 பக்கங்களில் ஐந்து பெருந்தொகுதிகளாக அமைந்துள்ள அல்–கிதாப்பை எகிப்திலிருந்து வரவழைத்து எனக்கு அன்பளிப்பு செய்தார். அப்போதுதான் நான் முதன்முதலாக அல்–கிதாப்பைப் பார்த்தேன். ஆய்வுக்காலத்தில் அறபு இலக்கண மரபு குறித்து எழுந்த எனது ஐயங்களைக் கனிவோடும் நேர்த்தியாகவும் தீர்த்து வைத்தவர் எனது ஆய்வு நெறியாளர் பேராசிரியர் பஷீர் அஹமது அவர்கள். மாணவர்களிடத்திலும் மாணவர்களுக்கிடையிலும் சமத்துவத்தைப் பேணுதல், அவர்களது முன்னேற்றத்தில் உண்மையான அக்கறை கொள்தல் என ஜேஎன்யு–வின் உன்னத அடையாளமாக விளங்கும் பேராசிரியர் பஷீர் அஹமதுவுக்கு என்றென்றும் கடமைப்பட்டிருக்கிறேன். மேலும், இவ்வாய்விற்குத் தமிழியல் அறிவு சார்ந்து உதவிய பேரா. கி. நாச்சிமுத்து, அலுவல் சார்ந்து உதவிய பேரா. நா. சந்திரசேகரன் ஆகிய இரு தமிழ்ப்பேராசிரியர்களுக்கும் நன்றி.

அறபு இலக்கணமான ‘அல்–கிதாப்பு’ பற்றி இந்நூல் குறிப்பிடும் கருத்துகளை நான்கு அறபுப் பேராசிரியர்கள் மெய்ப்புப் பார்த்திருக்கிறார்கள் என்பது எனக்கு ஒருவகையில்

திருப்தியளிக்கிறது. இவ்வாய்வின் முதன்மை வழிகாட்டியாக இருந்தவர் தில்லி ஜவஹர்லால் நேரு பல்கலைக்கழகத்தின் அறபுப் பேராசிரியர் பஷீர் அஹமது அவர்கள். ஆய்வேட்டின் புறநிலைத்தேர்வராக இருந்து மெய்ப்புப்பார்த்ததோடு எனது முனைவர் பட்ட வாய்மொழித்தேர்வையும் நடத்தியவர் சென்னை புதுக்கல்லூரியின் முன்னாள் முதல்வரும் அறபுப் பேராசிரியருமான அப்துல் மாலிக் அவர்கள். 'அல்–கிதாப்பின் ஒலியியல் விளக்கம்' என்னும் இரண்டாவது இயலை, *'The treatment of Articulatory phonetics in the first grammatical work of Arabic (Al-Kitāb, CE.800): A detailed study'* என்னும் தலைப்பில் ஆங்கிலத்தில் ஆய்வுக்கட்டுரையாக எழுதினேன். அக்கட்டுரையை மெய்ப்புப் பார்த்ததோடு அமெரிக்காவின் மிக்சிகன் பல்கலைக்கழகத்திலிருந்து வெளிவரும் *International Journal of Arabic Linguistic Tradition*–இல் வெளியிட்டவர் அப்பல்கலைக்கழகத்தின் அறபுப் பேராசிரியர் முஹமது அல்வி அவர்கள். இறுதியாக, காலச்சுவடு பதிப்பகத்தின் ஏற்பாட்டில் மெய்ப்புப் பார்த்தவர் திருச்சி ஜமால் முஹமது கல்லூரியின் அறபுப் பேராசிரியர் அப்துல் காதர் அவர்கள். வெவ்வேறு சூழல்களில் மெய்ப்புப் பார்த்து உதவிய அந்நான்கு அறபுப் பேராசிரியர்களையும் இங்கு நன்றியுடன் நினைவுகூர்கிறேன்.

காலச்சுவடு பதிப்பகத்தின் வழி இந்நூலை மெய்ப்புப் பார்த்தவர் பேராசிரியர் சு. இராசாராம் அவர்கள். எனது வேண்டுதலின்படி, இந்நூலுக்கு அணிந்துரை வழங்கியிருக்கிறார். அவருக்கு என் அன்பும் நன்றியும் உரித்தாகுக.

நான்கு ஆண்டுகள் தொடர்ந்த இவ்வாய்விற்கு ஓராண்டு *(2010)* மட்டும் உதவித்தொகை *(JRF)* வழங்கிய செம்மொழித் தமிழாய்வு நிறுவனத்திற்கு மகிழ்ச்சி கலந்த நன்றி. மிகச்சிறந்த மைய நூலகம், இந்திய மொழிகள் மையம், சுதந்திர உணர்வளிக்கும் விடுதி, உதவித்தொகை என அற்புதமான சூழலை வழங்கி, ஆய்வை ஊக்குவித்த ஜவஹர்லால் நேரு பல்கலைக்கழகம் நன்றியுடைய மனதில் என்றும் நிழலாடும்.

'அறபும் தமிழும்' நூலைத் தொடர்ந்து அறபு எழுத்துக்களும், சொற்களும், தொடர்களும் அதிகம் விரவிவரும் இந்நூலையும் கடுஞ்சிரத்தையுடன் வடிவமைத்த ஜி.ஆர். மணிகண்டன், பா. கலா, காலச்சுவடு பதிப்பக நண்பர்கள் அனைவருக்கும் என் நெஞ்சம் நிறைந்த நன்றி.

மே, *2020.*
கோவில்பட்டி

**த. சுந்தரராஜ்**

தொல்காப்பியமும் அல்-கிதாப்பும்

# ஆய்வு முன்னுரை

மொழியியலின் ஒரு பிரிவான இலக்கண ஒப்பாய்வை (*Comparative grammar*) தமிழ் மரபிலக்கண வரலாற்றில் இருநிலைகளில் காணலாம். மக்களின் வழக்கில் உள்ள ஒரு மொழிக்கு இலக்கணம் வகுக்கும் ஓர் இலக்கணி, தன்னுடைய விளக்குமுறை இலக்கணத்தில் அதே நிலத்தில் வழங்கும் மற்றொரு மொழியை ஒப்பிட்டு விளக்குவது முதல் வகை. இதற்கு சிறந்த உதாரணம் தமிழ் மொழிக்கு இலக்கணம் வகுத்த தொல்காப்பியர். அவர் தன்னுடைய விளக்குமுறையில் தமிழ் மொழியை சமஸ்கிருத மொழியோடு ஒப்பிட்டு, இரு மொழியியல் மரபுகளும் வெவ்வேறானவை என வேறுபடுத்திக் காட்டும் இடங்கள் நிறைய உண்டு. இது மொழியின் இலக்கண அமைப்பை அடிப்படையாகக் கொண்ட ஒப்பாய்வு.

இரண்டாவது வகை இலக்கண விளக்கத்தை ஒப்பாய்வு செய்வதாகும். இந்தச் சிந்தனையைத் தமிழில் தொடங்கி வைத்தவர்கள் இலக்கண உரையாசிரியர்களே, குறிப்பாக பிற்கால இலக்கண உரையாசிரியர்களே ஆவர். கி.பி. பதின்மூன்றாம் நூற்றாண்ண்டைச் சார்ந்த நன்னூலுக்கு உரை வகுத்த மயிலைநாதர், சங்கர நமச்சிவாயர், சிவஞான முனிவர் ஆகியோரின் உரைகள் நன்னூலைத் தொல்காப்பியத்தோடு ஒப்பிட்டு, தமிழ் மொழியின் இலக்கணத்தை விளக்கும்

முறையில் தொல்காப்பியருக்கும், பவணந்தி முனிவருக்கும் உள்ள ஒற்றுமைகளையும் வேறுபாடுகளையும் சுட்டிக்காட்டின. அதன் தொடர்ச்சியாக 1858இல் சாமுவேல்பிள்ளை 'தொல்காப்பிய நன்னூல்' என்றொரு ஒப்பியல் பதிப்பை வெளியிடுகிறார். அதில் தொல்காப்பியம், நன்னூல் ஆகிய இரு இலக்கணங்களின் பாயிரம், எழுத்து, சொல் என்னும் முறையில் மூலத்தை மட்டும் பதிப்பிக்கிறார். தொல்காப்பியத்துக்கு முதல் மூலப்பதிப்பாக அமைந்த இப்பதிப்பு முதல் இலக்கண ஒப்பியல் நூலாகவும் திகழ்கிறது.[1] இந்த விளக்குமுறை ஒப்பாய்வுகள் நன்னூலைத் தொல்காப்பியத்தின் வழிநூலாக அடையாளப்படுத்தின. தமிழ் இலக்கண ஆசிரியர்களில் தமிழ்நூல்வழித் தமிழாசிரியர், வடநூல்வழித் தமிழாசிரியர் என்னும் இரு மரபினரில் முதல் மரபினரான தொல்காப்பியர், பவணந்தி ஆகிய இருவரின் தமிழ் மொழி விளக்கத்தை ஒப்பிடுவதிலிருந்தே, தமிழில் இலக்கண விளக்கங்களை அல்லது இலக்கண நூல்களை ஒப்பிடும் முறை தோன்றியது. 1875இல் ஏ.சி. பர்னல் தொல்காப்பியர் கையாளும் கலைச்சொற்களை சமஸ்கிருத இலக்கணங்களான காதந்திரம், அஷ்டாத்தியாயி, பாலி இலக்கணமான கச்சாயணம் முதலியவற்றுடன் ஒப்பிட்டுத் தொல்காப்பியம் ஐந்திர மரபைச் சார்ந்தது எனக் குறிப்பிட்டார். இவ்வாறு பத்தொன்பதாம் நூற்றாண்டில் தமிழில் தொடங்கிய இலக்கண ஒப்பாய்வு இருபதாம் நூற்றாண்டில் வளர்ச்சியடைந்தது. பி.சா. சுப்பிரமணிய சாஸ்திரி, க. பாலசுப்பிரமணியம், க. முருகையன், கு. மீனாட்சி முதலியோர் தொல்காப்பியத்தை சமஸ்கிருத இலக்கணங்களோடும், ஒலியியல் நூல்களோடும் ஒப்பிட்டார்கள். ச.வே. சுப்பிரமணியன் (1967), க.ப. அறவாணன் (1975) ஆகியோர் தொல்காப்பிய மூலத்துடன் பிற தமிழ் இலக்கணங்களின் மூலத்தை ஒப்பிட்டு ஒப்பியல் பதிப்புகளைக் கொண்டுவந்தார்கள். அது தொல்காப்பியத்தைப் பிற தமிழ் இலக்கணங்களோடு ஒப்பிடும் இலக்கண ஒப்பாய்விற்கு வழிவகுத்தது. மற்றொருபுறம், பிற திராவிட மொழி இலக்கணங்களான 'லீலாதிலகம்', 'கேரளப்பாணினியம்' (மலையாளம்), 'கவிராஜமார்க்கம்' (கன்னடம்), 'ஆந்திர ஸப்தசிந்தாமணி', 'பாலவியாகரணமு' (தெலுங்கு) முதலியவற்றோடும், 'கச்சாயணம்' (பாலி), 'பிராகிருத பிரகாசிகா' (பிராகிருதம்), 'சித்தத்சங்கரவா' (சிங்களம்) முதலிய பிற மொழிக்குடும்பத்தைச் சார்ந்த மரபிலக்கணங்களோடும் தொல்காப்பியத்தை ஒப்பிட்டு இலக்கண ஒப்பாய்வு வளர்ந்தது. இந்த இருபத்தோராம் நூற்றாண்டில் இலக்கண ஒப்பாய்வை

1. கோ. கிருட்டிணமூர்த்தி (1990:45)

அடுத்த நிலைக்குக் கொண்டுசெல்லும் வகையில், உலகின் பழமையான மொழிகளாகவும், நீண்ட இலக்கிய – இலக்கண வளமுடைய மொழிகளாகவும் திகழும் கிரேக்கம், லத்தின், சீனம், அறபு, ஹீப்ரு முதலிய செம்மொழிகளின் மரபிலக்கணங்களைத் தொல்காப்பியத்தோடு ஒப்பிட்டு ஆராய்வது முக்கியமானதாகும். அந்தவகையில் உலகச் செம்மொழிகளில் ஒன்றான அறபு மொழியின் முதல் இலக்கணமாகத் திகழும் 'அல்-கிதாப்'புடன் தொல்காப்பியத்தை ஒப்பீடு செய்யும் முதல் ஆய்வாக இது அமைகிறது. செம்மொழிகளின் மரபிலக்கண ஒப்பாய்வுகள் அனைத்தும் இதற்கு முன்னாய்வுகளாக அமைகின்றன. அவற்றுள் குறிப்பிடத்தக்க சில ஆய்வுகள் கீழே தரப்பட்டுள்ளன.

- கார்த்திகேயன், ஆ. 2011. "பிராகிருத இலக்கணமும் தொல்காப்பியமும்: உயிர் எழுத்துக்கள்", *தொல்காப்பிய இலக்கணக்கோட்பாடும் பிற திராவிட, வடமொழி இலக்கணக் கோட்பாடுகளும்,* செம்மொழித் தமிழாய்வு மத்திய நிறுவனம் & பெரியார் பல்கலை.

- பாலசுப்பிரமணியம், க. 1987. 'தொல்காப்பியமும் பாணினீயமும் ஓர் ஒப்பாய்வு', *மொழியியல்,* தொகுதி–10, பக்.41–75.

- ஜெயபிரகாஷ், ந. 2011. *கச்சாயாணா – பாலி இலக்கணம்: மொழிபெயர்ப்பும் தொல்காப்பிய ஒப்பீடும்.* செம்மொழித் தமிழாய்வு மத்திய நிறுவன குறுந்திட்ட ஆய்வு.

- Ananthanarayana, H.S.1982,*Tolkāppiyam and Astādhyāyī-A study*, Tamil University.

- Boologarambai, A. 2009. "Tolkaappiyam-Kaviraajamaarga: A Brief Note of Comparison", *Language in India* 9:8 August.

- Burnell, A.C. 1875. *On the Aindra school of Sanskrit grammarians, their place in the Sanskrit and subordinate literatures,* Bharat-Bharati, Varanasi.

- Danecki, Janusz.1985. 'Indian phonetical theory and the Arab grammarians', *Rocznik Orientalistyczny*, vol.44, pp.127-134.

- Law, Vivien. 1990. 'Indian Influence on Early Arab Phonetics - or Coincidence?', *Studies in the History of Arabic Grammar-II,* Kees Versteegh & Michael G.Carter(eds.), John Benjamins publication, pp.215-228.

- Meenakshi, K.1984.'Grammatical method in Astādhyāyī and Tolkāppiyam', *IJDL*, vol.8, no.1, pp.1-16.
- ____________.1997. T*olkāppiyam and Astādhyāyī*, IITS.
- Murugaiyan, K.1987. 'Tolkappiya Pirappiyal and Paninia Siksa - A Comparative Study', *IJDL*, vol.XVI, no.1, pp.126-132.
- ____________.'Did Tolkappiyar translate Paniniya Siksa?', *Ayvukkovai*,vol.5,pp.599-606.
- Nachimuthu, K. 2009. 'Negotiating Tamil-Sanskrit Contacts: Engagements by Tamil Grammarians', *Workshop on Bilingual Discourse and Cross-cultural Fertilisation: Sanskrit and Tamil in Mediaeval India*. 22 and 23 May, 2009 at Cambridge, Wolfson College.
- Rajam, V.S. 1981. *A Comparative study of two Ancient Indian Grammatical Traditions: The Tamil Tolkappiyam Compared with the Sanskrit Rk-Pratisakhya, Taittiriya-Pratisakhya, Apisali Siksa, And the Astadhyayi.*
- Staal, Frits. 2006.'Artificial languages across science and civilizations', *Journal of Indian Philosophy*, No.34, pp.87-139.
- Subrahmanya Sastri, P.S. 1934. *History of Grammatical Theories in Tamil and their relation to the Grammatical Literature in Sanskrit*, The Kuppuswami Sastri Research Institute, pp.XXX + 250.


தமிழும், அறபும் தமக்கென நீண்ட இலக்கிய – இலக்கணப் பாரம்பரியம் கொண்ட மொழிகள். உலக மொழியியல் வரலாற்றில் பண்டைக்காலத்தைச் சார்ந்த தமிழ் இலக்கணமரபும், இடைக்காலத்தைச் சார்ந்த அறபு இலக்கணமரபும் முக்கியப் பங்கு வகிக்கின்றன. தென்திராவிட மொழிக்குடும்பத்தைச் சார்ந்த தமிழ் இலக்கணமரபு கி.மு. 300லிருந்தும், மேற்குச்செமிட்டிக் மொழிக்குடும்பத்தைச் சார்ந்த அறபு இலக்கணமரபு கி.பி. 800லிருந்தும் தொடங்குகின்றன. தமிழ், அறபு இலக்கணமரபுகளின் தொடக்கம் கி.மு. 300, கி.பி. 800 என்பது, அவ்விரு இலக்கண மரபுகளிலும், இன்று முழுமையாகக் கிடைக்கும் முதல் இலக்கணங்களின் காலத்தை அடிப்படையாகக் கொண்டவை. கி.மு. 300க்கு முன்பே தமிழ்

இலக்கண மரபு சிறப்போடு விளங்கியதற்கான ஆதாரங்கள் (என்ப, என்மனார் புலவர்...) தொல்காப்பியத்தில் உண்டு. அதே போன்று, அறபியின் முதல் இலக்கணமான அல்-கிதாப்பிற்கு முன்பே அறபு இலக்கணச் சிந்தனை தோன்றியதற்கான சான்றுகள் (அவர் சொன்னார், அவரிடம் கேட்டேன்) அல்-கிதாப்பிலும் உண்டு. இன்று தமிழிலும் அறபியிலும் கிடைக்கின்ற முதல் மரபிலக்கணங்கள் என்ற முறையில் தொல்காப்பியமும் அல்-கிதாப்பும் இங்கு முதன்மை பெறுகின்றன.

வெவ்வேறு மொழிக்குடும்பத்தைச் சார்ந்த இவ்விரு மரபிலக்கணங்களை ஒப்பாய்வு செய்வதன் அடிப்படை நோக்கம், ஒரு மொழிக்கு இலக்கணம் செய்யும் முறையில் மரபிலக்கணிகளுக்கு இடையில் உள்ள ஒற்றுமைகள், வேற்றுமைகள், சிறப்பியல்புகள் முதலியவற்றை இனம்காண்பதாகும்.

மொழியின் முதன்மையான கூறுகளான ஒலியனியல், உருபொலியனியல் பற்றி எழுத்ததிகாரத்தின் ஒன்பது இயல்களில் பேசுகிறது தொல்காப்பியம். அதேபோன்று, அல்-கிதாப்பு இறுதி ஏழு இயல்களில் (இயல்: 565–571) பேசுகிறது. ஒலியனியல் ➔ ஒலியியல் ➔ ஒலிப்பியல் என உள்நோக்கிப் பிரிந்துசெல்லும் மொழியியல் கூறுகளில் முதன்மையானதாக விளங்குவது 'ஒலிப்பியல்' அல்லது 'பிறப்பியல்'. 'பிறப்பியல்' தொல்காப்பியத்திலும் அல்-கிதாப்பிலும் தனி இயலாக இடம் பெற்றுள்ளது. தொல்காப்பியம் எழுத்ததிகாரத்தின் மூன்றாவது இயலிலும், அல்-கிதாப்பு 565-வது இயலிலும் ஒலிகளின் பிறப்பை மிகச் சுருக்கமாகவும், தெளிவாகவும் விவரிக்கின்றன.

ஒலிப்பிடத்தையும் ஒலிப்புமுறையையும் அடிப்படையாகக் கொண்டு ஒலிகள் பிறக்கின்றன. ஒலிகளின் அவ்விரு ஒலிப்பியல் கூறுகளையும் அதனோடு தொடர்புடைய பிற ஒலியியல் கூறுகளையும் உள்ளடக்கியதே 'ஒலியியல்'. தொல்காப்பியம், அல்-கிதாப்பு ஆகிய இரு நூல்களின் ஒலியியல் கொள்கையை முழுமையாகப் புரிந்துகொள்ள வேண்டுமென்றால், ஒலியியல் கூறுகளான 'ஒலிப்புமுறை ஒலியியல்' (Articulatory Phonetics), 'இயங்குமுறை ஒலியியல்' (Acoustic Phonetics), 'கேட்புமுறை ஒலியியல்' (Auditory Phonetics) ஆகிய மூன்றின் வழியாக அணுக வேண்டும். இந்நூல் தொல்காப்பியம், அல்-கிதாப்பு ஆகியவற்றில் இடம்பெற்றுள்ள பிறப்பியலை அடிப்படையாகக் கொண்டு, தொல்காப்பியர் ஸீபவைஹி (அல்-கிதாப்பின் ஆசிரியர்) ஆகிய இரு மரபிலக்கணிகளின் ஒலியியல் கொள்கையை

விளக்குகிறது. நூலின் முதல்பகுதி இரு இலக்கணங்களின் ஒலியியல் கருத்துக்களைத் தனித்தனியே விவரிக்கிறது. அதனைத் தொடர்ந்து வரும் பின்பகுதி, இரு இலக்கணங்களின் ஒலியியல் கருத்துக்களை (இலக்கணக்கோட்பாடு, பகுப்பாய்வுமுறை முதலியன) ஒப்பிட்டு அவற்றிற்குள் உள்ள ஒற்றுமை, வேற்றுமை, சிறப்பியல்பு முதலியவற்றை இனம் காண்கிறது. நூலின் இறுதிப்பகுதி தமிழ் இலக்கண மரபிற்கும் அறபு இலக்கண மரபிற்கும் உள்ள தொடர்பு பற்றி விவாதிக்கிறது.

# 1

# தொல்காப்பியத்தின் ஒலியியல் விளக்கம்

தொல்காப்பியம் தமிழ் மொழியை விளக்கமுறை மொழியியல் நோக்கில் ஆராய்கின்றது. எழுத்து, சொல், பொருள் என மூன்று பிரிவுகளில் தமிழ் மொழியின் அமைப்பை மட்டுமன்றி, தமிழ் இலக்கியக் கொள்கைகளையும் விரிவாக விளக்குகின்றது. தமிழ் மொழியின் அமைப்பை ஒலியனியல் (ஒலியியல், ஒலிப்பியல்), உருபனியல், தொடரனியல் என்னும் முறையில் முதலிரண்டு அதிகாரங்களில் விவரிக்கின்றது. முதல் அதிகாரமான எழுத்ததிகாரம் ஒலியியல் (எழுத்தியல்), ஒலிப்பியல் (பிறப்பியல்), சந்தி (புணரியல்) ஆகிய மூன்று கூறுகளைப் பற்றிப் பேசுகிறது. இவ்வதிகாரத்தில் மொத்தம் ஒன்பது இயல்கள் உள்ளன. அவை: *நூன்மரபு* (தொல்.எழு.1–33), *மொழிமரபு* (தொல்.எழு.34), *பிறப்பியல்* (தொல்.எழு.83–102), *புணரியல்* (தொல்.எழு.103–142), *தொகைமரபு* (தொல்.எழு.143–172), *உருபியல்* (தொல்.எழு.173–202), *உயிர்மயங்கியல்* (தொல்.எழு.203–295), *புள்ளிமயங்கியல்* (தொல்.எழு.296–405), *குற்றியலுகரப் புணரியல்* (தொல்.எழு.406–483).

தமிழ் மொழியின் ஒலியியல் கூறுகள் பற்றித் தொல்காப்பியத்தின் முதல் மூன்று இயல்களான நூன்மரபு, மொழிமரபு, பிறப்பியல் ஆகியன விரிவாக விவரிக்கின்றன. தமிழ் ஒலிகளின் பிறப்பை ஒலிப்பியல்/ஒலிப்புமுறை ஒலியியல் (Articulatory Phonetics) நோக்கில் ஆய்வதை முதன்மையாகக் கொண்டிருந்தாலும், ஒலியியலின் பிற வகைகளான இயங்குமுறை ஒலியியல் (Acoustic Phonetics), கேட்புமுறை ஒலியியல் (Auditory Phonetics)

ஆகியவற்றின் மூலமும் தொல்காப்பியரின் ஒலியியல் விளக்கத்தை ஆராய்வது அவசியம். அப்போதுதான் அவரது ஒலியியல் கொள்கையை முழுமையாக அறியமுடியும். எனவே இவ்வாய்வு பிறப்பியலை மையப்படுத்தி அமைந்தாலும் நூன்மரபு, மொழிமரபு முதலியவற்றில் தொல்காப்பியர் கூறும் ஒலியியல் கருத்துக்களையும் இணைத்துத் தொல்காப்பியரின் ஒலியியல் சிந்தனையை முழுமையாக விளக்குகிறது.

## 1.1 பிறப்பியலின் அமைப்பு

தமிழ் ஒலிகளின் இயங்குமுறை *(Acoustic)*, கேட்புமுறை *(Auditory)* கூறுகளை முதல் இரண்டு இயல்களில் சுருக்கமாகப் பேசும் தொல்காப்பியர் அவ்வொலிகளின் ஒலிப்பியல் முறையைப் பிறப்பியலாக பின்வருமாறு அமைக்கிறார்.

**பொதுப்பிறப்பிடங்கள்:**

எட்டு ஒலியுறுப்புகள் *(speech organs)* (தொல்.83)

I. மூன்று காற்றறைகள் *(Air chambers)*: (1) தலை, (2) தொண்டை, (3) நெஞ்சு.

II. ஐந்து ஒலியெழுப்பிகள் *(Articulators)*

   a. மூன்று இயங்கும் ஒலியெழுப்பிகள் *(Active articulators)*: (4) பல், (5) இதழ், (6) நா

   b. இரண்டு இயங்கா ஒலியெழுப்பிகள் *(Passive articulators)*: (7) மூக்கு, (8) அண்ணம்

**சிறப்புப்பிறப்பிடங்கள்:**

ஒலிகளின் ஒலிப்பிடமும் ஒலிப்புமுறையும் *(points and manners of articulation)* (தொல்.84–101)

I. மூல ஒலி/முதல் எழுத்துக்கள் *(Primary sound)* (தொல்.84–100)

   a. பன்னிரெண்டு உயிரொலிகள் *(Vowels)* (தொல்.84–88)

   b. பதினெட்டு மெய்யொலிகள் *(Consonants)* (தொல்.89–100)

II. மாற்றொலி/சார்பெழுத்துக்கள் *(Secondary sounds/ allophones)* (தொல்.101)

   a. மூன்று மாற்றொலிகள் / *(Allophones)*

## 1.2 ஒலியுறுப்புகள்

தொல்காப்பியர் பிறப்பியலின் முதல் நூற்பாவில், பேச்சொலிகளின் பொதுக்கூறுகளாக விளங்கும் மூச்சோட்ட இயக்கம் *(air-stream)*, வாயறை *(oral cavity)*, மூக்கறை *(nasal cavity)*,

*இயங்கும் ஒலியெழுப்பி, இயங்கா ஒலியெழுப்பி முதலியவற்றைக் குறிப்பிடுகின்றார்.*

> உந்தி முதலா முந்துவளி தோன்றித்
> தலையினும் மிடற்றினும் நெஞ்சினும் நிலைஇப்
> பல்லும் இதழும் நாவும் மூக்கும்
> அண்ணமும் உளப்பட எண்முறை நிலையான்
> உறுப்புற் றமைய நெறிப்பட நாடி
> எல்லா வெழுத்துஞ் சொல்லுங் காலைப்
> பிறப்பின் ஆக்கம் வேறுவே றியல
> திறப்படத் தெரியுங் காட்சி யான — தொல்.எழு.83

*இந்நூற்பாவின் தொடக்கத்தில், பேச்சொலிகளைத் தோற்றுவிப்பதில் அடிப்படைக் கூறாக விளங்கும் மூச்சோட்ட இயக்கம் பற்றித் தொல்காப்பியர் குறிப்பிடுகின்றார். மூச்சுக் காற்றைத் தோற்றுவிக்கும் உந்துசவ்வை (உந்தி) முதலாகக் கொண்டு "உந்தி முதலா முந்துவளி தோன்றி" எனத் தொடங்குகின்றார். இளம்பூரணர் (கி.பி. 1100), நச்சினார்க்கினியர் (கி.பி. 1400) ஆகிய இரு உரையாசிரியர்களும் உந்தி என்பதை "கொப்பூழ்" எனப் பொருள் கொள்கின்றனர். வயிற்றறையின் மேற்பகுதியில் அமைந்து மேலும் கீழும் உந்தும் உதரவிதானமே (Diaphragm) "உந்தி" எனக் காரணப் பெயராயிற்று என முருகையன்,[1] செ.வை. சண்முகம்[2] முதலியோர் குறிப்பிடுகின்றார்கள். உந்தியில் தோன்றும் மூச்சுக்காற்று தலை, மிடறு, நெஞ்சு ஆகிய இடங்களில் நிலைபெற்றுப் பல், இதழ், நா, மூக்கு, அண்ணம் ஆகிய ஒலி உறுப்புக்களோடு பொருந்தி, பல்வேறு வகையான ஒலிகளைத் தோற்றுவிக்கிறது. இந்த எட்டு ஒலியுறுப்புகளைத் தொல்காப்பியர் இரு வகையாகப் பகுக்கின்றார். அவை: 1. காற்றறைகள், 2. ஒலியெழுப்பிகள். இங்கு தொல்காப்பியர், தலை, தொண்டை, நெஞ்சு ஆகிய மூன்று காற்றறைகளையும், பல், இதழ், நா, மூக்கு, அண்ணம் ஆகிய ஐந்து ஒலியெழுப்பிகளையும் ஒலியுறுப்புகளாக வரையறுக்கின்றார். ஒலியெழுப்பிகளை வரிசைப்படுத்தும்போது முதலில் இயங்கும் ஒலியெழுப்பிகளையும் (பல், இதழ், நா) பின்பு இயங்கா ஒலியெழுப்பிகளையும் (மூக்கு, அண்ணம்) குறிப்பிடுகின்றார். தொல்காப்பியரின் இப்பகுப்புகள், தற்கால ஒலிப்பியல் கோட்பாட்டிற்கு முன்னோடியாகும் அளவிற்கு பொருந்தி நிற்கின்றன. பேச்சொலிகளைத் தோற்றுவிப்பதில் ஒலியெழுப்பிகள் முதன்மைக் கூறுகளாகவும், காற்றறைகள் துணைக்கூறுகளாகவும் விளங்குகின்றன.*

*தொல்காப்பியர் ஒலியுறுப்புகளின் மொத்த எண்ணிக்கை எட்டு என்று குறிப்பிடுகின்றார். இவற்றுள், காற்றறைகளின்*

---

1. க. முருகையன் (1972 : 5)
2. செ.வை. சண்முகம் (1980 : 48)

எண்ணிக்கை குறித்தோ, ஒலி எழுப்பிகளின் எண்ணிக்கை குறித்தோ தனியே ஏதும் கூறவில்லை. பதினேழாம் நூற்றண்டைச் சார்ந்த இலக்கணியான வீரமாமுனிவர் தொல்காப்பியர் கூறும் எட்டு ஒலியுறுப்புகளையும் அப்படியே குறிப்பிடுகின்றார். அவற்றை இரு வகையாகப் பகுத்து மூன்று காற்றறைகளை "முதல் இடம்" என்றும் ஐந்து ஒலியெழுப்பிகளை "துணை இடம்" என்றும் வகைப்படுத்துகின்றார். மேலும், அவற்றுள் (ஒலியுறுப்புகள்) ஒலியெழுப்பிகளின் எண்ணிக்கையை மட்டும் ஐந்து எனக் குறிப்பிடுகின்றார். காற்றறைகளின் எண்ணிக்கையைக் கூறவில்லை. பிற தமிழ் இலக்கணிகள் எவரும் ஒலியுறுப்புகளின் எண்ணிக்கை பற்றிப் பேசவில்லை.

### 1.2.1 ஒலியுறுப்புகள்: தொல்காப்பியர் – பிற தமிழ் இலக்கணிகள்

தொல்காப்பியர் பின்வரும் வரிசை முறையில் காற்றறைகளையும் ஒலியெழுப்பிகளையும் குறிப்பிடுகின்றார். காற்றறைகள்: தலை, மிடறு (தொண்டை), நெஞ்சு. ஒலியெழுப்பிகள்: பல், இதழ், நா, மூக்கு, அண்ணம். தொல்காப்பியரைத் தொடர்ந்து புத்தமித்திரனார் (கி.பி. 1100), குணவீரபண்டிதர் (கி.பி. 1200), பவணந்தி முனிவர் (கி.பி.1300), வைத்தியநாத தேசிகர் (கி.பி. 1700), வீரமாமுனிவர் (கி.பி. 1700) முதலிய பிற்காலத் தமிழ் இலக்கணிகள் மேற்கண்ட எட்டு ஒலியுறுப்புகளையும் குறிப்பிட்டு, அவற்றைக் காற்றறைகள், ஒலியெழுப்பிகள் என இரு வகைகளாகப் பகுக்கின்றார்கள். அவர்கள் அனைவருமே முதலில் காற்றறைகளையும் பின்பு ஒலியெழுப்பிகளையும் குறிப்பிடுகிறார்கள். தொல்காப்பியர், குணவீரபண்டிதர், வீரமாமுனிவர் ஆகிய மூவரும் குறிப்பிடும் ஒலியுறுப்புகளில், காற்றறைகள் மூன்றும் ஒலியெழுப்பிகள் ஐந்தும் அடங்கும். அவர்கள் மூக்கை ஒலியெழுப்பியாக வகைப்படுத்துகின்றார்கள். மூக்கொலி (மெல்லினம்) அனைத்தும் மூக்கில் பலம் பெறுவதால், தொல்காப்பியர் மூக்கை ஓர் ஒலியெழுப்பியாகக் குறிப்பிடுகின்றார்.[3] புத்தமித்திரனார், பவணந்திமுனிவர், வைத்தியநாத தேசிகர் முதலியோர் நான்கு காற்றறைகள், நான்கு ஒலியெழுப்பிகள் என எட்டு ஒலியுறுப்புகளையும் வகைப்படுத்துகின்றனர். இவர்கள் மூக்கைக் காற்றறையாகச் சுட்டுகின்றனர். ஆயினும், ஒலியுறுப்புகளின் மொத்த எண்ணிக்கைஎட்டு (8) என்னும் கருத்தில் தமிழ் இலக்கணிகளுக்குள் மாற்றுக் கருத்து இல்லை. தமிழ் இலக்கணிகள் குறிப்பிடும் ஒலியுறுப்புகளை அட்டவணை 1.1 விளக்குகின்றது.

---

3. செ.வை.சண்முகம் (1980:52)

விளக்க அட்டவணை 1.1 தமிழ் இலக்கணிகள் குறிப்பிடும் ஒலியுறுப்புகள்

| காலம் | இலக்கணி | இலக்கணம் | நூற்பா எண் | காற்றறைகளின் வரிசை | காற்றறைகளின் மொத்த எண்ணிக்கை | ஒலியெழுப்பிகளின் வரிசை | ஒலியெழுப்பிகளின் மொத்த எண்ணிக்கை | ஒலியுறுப்புகளின் மொத்த எண்ணிக்கை |
|---|---|---|---|---|---|---|---|---|
| கி.மு. 300 | தொல்காப்பியர் | தொல்காப்பியம் | 83 | தலை, தொண்டை, நெஞ்சு | 3 | பல், இதழ், நா, மூக்கு, அண்ணம் | 5 | 8 |
| கி.பி. 1100 | புத்தமித்திரனார் | வீரசோழியம் | 6 | நெஞ்சு, தலை, தொண்டை, மூக்கு | 4 | அண்ணம், பல், இதழ், நா | 4 | 8 |
| கி.பி. 1200 | குணவீர பண்டிதர் | நேமிநாதம் | 6 | நெஞ்சு, தலை, தொண்டை | 3 | பல், நா, அண்ணம், இதழ், மூக்கு | 5 | 8 |
| கி.பி. 1300 | பவணந்தி முனிவர் | நன்னூல் | 74 | நெஞ்சு, தொண்டை, உச்சி, மூக்கு | 4 | இதழ், நா, பல், அண்ணம் | 4 | 8 |
| கி.பி. 1700 | வைத்தியநாத தேசிகர் | இலக்கண விளக்கம் | 9 | உச்சி, தொண்டை, நெஞ்சு, மூக்கு | 4 | இதழ், நா, பல், அண்ணம் | 4 | 8 |
| கி.பி. 1700 | வீரமாமுனிவர் | தொன்னூல் விளக்கம் | 3 | தொண்டை, நெஞ்சு, உச்சி | 3 | இதழ், மூக்கு, அண்ணம், பல், நா | 5 | 8 |

### 1.2.2 ஒலியுறுப்புகள்: தொல்காப்பியர் – பாணினி

ஒலியுறுப்புகள் எட்டு என்னும் கருத்தில் தொல்காப்பியரும், தொல்காப்பியரைப் போன்று சமஸ்கிருதத்தின் முதல் இலக்கணியாக விளங்கும் பாணினியும் (கி.மு.400) ஒன்றுபடுகிறார்கள். தொல்காப்பியர் குறிப்பிடும் எட்டு ஒலியுறுப்புகளும் *பாணினிய சிக்ஷாவில்* (Pāṇiniya Śikṣa) உள்ளன.[4] ஒலியுறுப்புகளைக் காற்றறைகள், ஒலியெழுப்பிகள் என இரு வகையாகப் பகுக்கும் முறை பாணினி, தொல்காப்பியர் ஆகிய இருவரிடமும் உண்டு.[5] ஒலியுறுப்புகளை விளக்கும் போது, முதலில் காற்றறைகள், பின் ஒலியெழுப்பிகள் என்ற வரிசையில் இருவரும் குறிப்பிடுகின்றனர். இந்திய ஒலியியல் மரபின் பொதுக்கூறாக விளங்கும் இவ்வகைப்பாட்டைத் தற்கால ஒலியியல் அறிஞர்கள் தனிக் கோட்பாடாக வளர்த்தனர். ஆனால் ஒலியுறுப்புகளான மூன்று காற்றறைகளையும், ஐந்து ஒலியெழுப்பிகளையும் வரிசைப்படுத்தும் முறையில் தொல்காப்பியரும் பாணினியும் வேறுபடுகின்றார்கள். இதனைப் பின்வரும் விளக்க வரைபடங்கள் (1.1 –1.4) விவரிக்கின்றன.

விளக்க வரைபடம் 1.1
காற்றறைகளைத் தொல்காப்பியர் வரிசைப்படுத்தும்முறை

விளக்க வரைபடம் 1.2
காற்றறைகளைப் பாணினி வரிசைப்படுத்தும் முறை

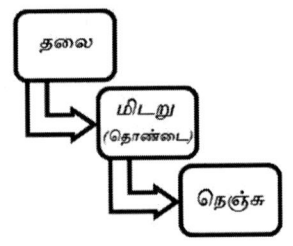
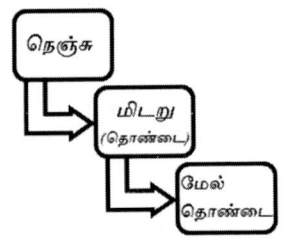

விளக்க வரைபடம் 1.3 ஒலியெழுப்பிகளைத் தொல்காப்பியர் வரிசைப்படுத்தும் முறை

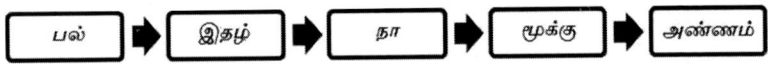

விளக்க வரைபடம் 1.4 ஒலியெழுப்பிகளைப் பாணினி வரிசைப்படுத்தும் முறை

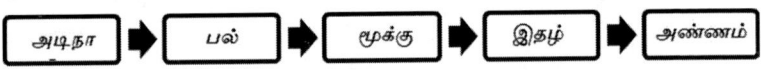

4. பாணினிய சிக்ஷா 6–18
5. P.S.Subrahmanya Sastri (1934: 6) & K.Murugaiyan (1987: 127)

பாணினி காற்றறைகளைக் குறிப்பிடும்போது கீழிருந்து மேல் நோக்கிச் செல்லும் முறையைக் கையாள்கின்றார். அவர் குறிப்பிடும் காற்றறைகள் பின்வரும் முறையில் அமைகின்றன: நெஞ்சு, நடுத்தொண்டை, மேற்தொண்டை. தொல்காப்பியர் காற்றறைகளை மேலிருந்து கீழ் நோக்கி வரிசைப்படுத்துகின்றார். அவை: தலை, தொண்டை, நெஞ்சு. பாணினி, தலையை ஒரு காற்றறையாகக் கூறவில்லை. ஆனால், தொண்டையை நடுத்தொண்டை, மேற்தொண்டை என இருவகையாகப் பகுக்கின்றார். பாணினியும் தொல்காப்பியரும் ஐந்து ஒலியெழுப்பிகளைக் குறிப்பிடுகின்றார்கள். அவை: இதழ், பல், நா, அண்ணம், மூக்கு. இவற்றை வரிசைப்படுத்தும் முறையில் இருவரும் வேறுபடுகின்றனர். ஆனால் இருவரும் மூக்கை ஓர் ஒலியெழுப்பியாகக் கருதுகின்றனர். பாணினி நாவினைக் குறிக்க "ஜிஹ்வாமூல" (jihvāmūla) என்னும் சொல்லைப் பயன்படுத்து கின்றார். இச்சொல்லின் பொருள் "அடிநா" என்பதாகும். பேச்சொலியைப் பிறப்பிக்க உதவும் நாவின் பிற பகுதிகளான நுனி (tip), விளிம்பு (edge), நடு (middle part) முதலியவற்றை அவர் குறிப்பிடவில்லை. தொல்காப்பியர் மிக நுணுக்கமாக ஆராய்ந்து நாவின் நுனி, விளிம்பு, நடு, அடி என அனைத்துப் பகுதிகளையும் உள்ளடக்கும் வகையில் "நா" என்னும் சொல்லைக் கையாள்கின்றார். தற்கால ஒலியியல் அறிஞர்கள், "நா" பற்றிய தொல்காப்பியரின் பார்வையோடு ஒத்துப் போகிறார்கள். ஆனால், தற்கால ஒலியியல் அறிஞர்கள் மூக்கை ஒலியெழுப்பியாக அன்றி ஒரு காற்றறையாகக் கருதுகிறார்கள்.

## 1.3 பேச்சொலி வகைப்பாடு: தொல்காப்பியரும் பிற தமிழ் இலக்கணிகளும்

தமிழ் இலக்கணிகள் அனைவரும் பேச்சொலிகளை முதலெழுத்துக்கள், சார்பெழுத்துக்கள் என இருவகையாகப் பகுக்கின்றனர் (தொல்.எழு.1; நன்.58; தொன்.வி.5; மு.வீ.4). ஆனால், முதலெழுத்துக்கும் சார்பெழுத்துக்கும் இடையிலான வேறுபாட்டை வரையறுப்பதில் அவர்களுக்குள் சில முரண்கள் நிலவுகின்றன. தொல்காப்பியரின் சார்பெழுத்துக் கோட்பாட்டைப் பிற்காலத்தில் வந்த இலக்கணிகள் சரியாகப் புரிந்துகொள்ளாததால் இவ்வகையான முரண்கள் தோன்றின.[6] தொல்காப்பியர் முப்பது முதலெழுத்துக்களையும் மூன்று சார்பெழுத்துக்களையும் குறிப்பிடுகின்றார் (தொல்.எழு.1). புத்தமித்திரனார் முதலெழுத்துக்கள் முப்பத்தொன்று என்றும், சார்பெழுத்துக்கள் பதினொன்று என்றும் வரையறுக்கின்றார்

---

6. செ.வை.சண்முகம் (1980: 5)

(வீர.1, 2, 3, 5). இவர் ஆய்தத்தைச் சார்பெழுத்தாகக் கருதுகிறார். குணவீரபண்டிதர் முப்பத்தொன்று முதலெழுத்துக்களையும் இருநூற்று நாற்பத்து நான்கு சார்பெழுத்துக்களையும் கூறுகின்றார் (நேமி.1, 3, 4). பவணந்தி முனிவர் முப்பது முதலெழுத்துக்களையும் பத்து சார்பெழுத்துக்களையும் விவரிக்கின்றார் (நன்.59, 60). வீரமாமுனிவர் முதலெழுத்துக்கள் முப்பது, சார்பெழுத்துக்கள் ஒன்பது எனக் கூறுகின்றார் (தொன்.வி.5). முத்துவீர உபாத்தியாயர் முப்பது முதலெழுத்துக்களையும் இரு சார்பெழுத்துக்களையும் குறிப்பிடுகின்றார் (முத்து.22). மேற்கண்ட இலக்கணிகள் அனைவரும் முதலெழுத்து, சார்பெழுத்து ஆகிய இரண்டிற்கும் ஒலிப்பிடங்களை வரையறுக்கிறார்கள்.

### 1.3.1 பேச்சொலி வகைப்பாடு: மாத்திரையின் அடிப்படையில்

தொல்காப்பியர் மாத்திரையின் (ஒலிப்புக்காலம்) அடிப்படையில் ஒலிகளை ஆறு வகையாகப் பகுக்கின்றார். அவை: குற்றுயிர் (தொல்.எழு.3), நெட்டுயிர் (தொல்.எழு.4), இணையுயிர் (தொல்.எழு.54), மெய்(தொல்.எழு.11), மாற்றொலி (தொல்.எழு.12), உயிர்மெய் (தொல்.எழு.10). ஒலிகளின் மாத்திரை அளபு பற்றிய தொல்காப்பியரின் குறிப்புகள் மொழியை விளக்கும் முறையில் சமஸ்கிருதத்திற்கும் தமிழுக்கும் உள்ள தொடர்பை இனம் காட்டுவதாக சில அறிஞர்கள் கருதுகின்றனர். அதாவது 5, 33, 83, 102, 103 முதலிய தொல்காப்பிய நூற்பாக்கள், சமஸ்கிருதத்தில் உள்ள வேதங்களையும் இசை நூல்களையும் (ஸிக்ஷா, பிரதிசாக்கியா) தொல்காப்பியர் படித்திருக்கிறார் என்பதற்கு ஆதாரமாக விளங்குகின்றன என்கின்றனர்.[7]

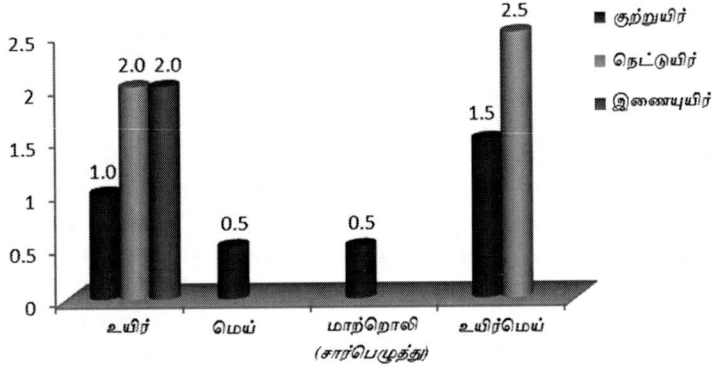

**மாதிரிப்படம் (Chart)1.1 ஒலிப்புக்காலத்தின் (மாத்திரை) அடிப்படையில் தொல்காப்பியர் வகைப்படுத்தும் பேச்சொலிகள்**

7. P.S.Subrahmanya Sastri (1934: 10) & Krishnaswamy Nachimuthu (2009: 3)

## 1.4 பேச்சொலிகளைத் தொல்காப்பியர் வரிசைப்படுத்தும் முறை

பேச்சொலிகளை ஒலியியல் நோக்கில் விளக்கும்போது ஒரு வரிசையையும், ஒலிப்பியல் நோக்கில் விளக்கும்போது பிறிதொரு வரிசையையும் தொல்காப்பியர் பின்பற்றுகின்றார்.

### 1.4.1 ஒலியியல் நோக்கில் பேச்சொலிகளின் வரிசை

தொல்காப்பியர் முதலில், பேச்சொலிகளை முதலெழுத்து, சார்பெழுத்து என இரு வகையாகப் பகுக்கின்றார்(தொல்.எழு.1). இவற்றுள் முதலில் சார்பெழுத்துக்களின் எண்ணிகையையும் அவற்றின் வகையையும் குறிப்பிடுகின்றார்(தொல்.எழு.1, 2). பின் உயிரொலிகளை மாத்திரையின் அடிப்படையில் குறில், நெடில் என இரண்டாக வகைப்படுத்துகின்றார் (தொல்.எழு.3, 4). அதனைத்தொடர்ந்து மாத்திரைக்குப் பொது விதி அமைக்கின்றார். அதனைத் தொடர்ந்து முதலெழுத்துக்களின் எண்ணிக்கையைப் பட்டியலிடுகின்றார். அவற்றுள் முதலில் உயிரொலிகளின் எண்ணிக்கையையும், பின்பு மெய்யொலிகளின் எண்ணிக்கையையும் குறிப்பிடுகின்றார். இறுதியில், உயிர்மெய், மெய், மாற்றொலி முதலியவற்றிற்கு மாத்திரை அளவை வரையறுக்கின்றார்.

### 1.4.2 ஒலிப்பியல் நோக்கில் பேச்சொலிகளின் வரிசை

பேச்சொலிகளின் ஒலிப்பிடங்களை (பிறப்பியலில்) விவரிக்கும்போது, முதலில் பேச்சொலிகளின் பிறப்பிடங்களை இரு வகையாகப் பகுக்கின்றார். அவை: 1. பொதுப் பிறப்பிடங்கள், 2. சிறப்புப் பிறப்பிடங்கள். பொதுப்பிறப்பிடங்களை விளக்கும் போது அதனை, மெய்யொலிகளின் பொதுப்பிறப்பிடங்கள் (தொல்.எழு.83), உயிரொலிகளின் பொதுப் பிறப்பிடங்கள் (தொல்.எழு.84) என இரண்டாக வகைப்படுத்துகின்றார். பேச்சொலிகளின் சிறப்புப் பிறப்பிடங்கள் பற்றி விளக்கும்போது, உயிரொலி, மெய்யொலி, மாற்றொலி என்னும் வரிசையைப் பின்பற்றுகின்றார். முதலில், பன்னிரெண்டு உயிரொலிகளை மூன்று வகையான ஒலிப்புமுறையில் வரையறுக்கின்றார் (தொல்.எழு.85–88). அதனைத் தொடர்ந்து பதினெட்டு மெய்யொலிகளை பத்து ஒலிப்பிடங்களில் சுட்டுகின்றார் (தொல்.89–100). இறுதியில் மூன்று மாற்றொலிகளின் பிறப்பிடத்தைக் குறிப்பிடுகின்றார் (தொல்.101). Cf: ஸீபவைஹி, அறபு ஒலிகளை ஒலிப்பியல் நோக்கில் மெய்யொலி, மாற்றொலி, உயிரொலி என்னும் வரிசையில் விளக்குகின்றார்.

## 1.5 மூல ஒலி (முதல் எழுத்துக்கள்) (Phones / Primary sounds)

தொல்காப்பியர் பேச்சொலியைக் (phone) குறிக்க "எழுத்து" என்னும் சொல்லைக் கையாள்கின்றார். இச்சொல் தொல்காப்பியத்திற்குள், பேச்சொலியை மட்டுமன்றி "ஒலியன்" (phoneme), "ஒலியின் வரிவடிவம்" (grapheme) முதலியவற்றையும் குறிப்பதாக அமைந்துள்ளது. "எழுத்து" என்னும் சொல்லைப் பெரும்பாலும் "ஒலியன்" என்ற பொருளிலேயே தொல்காப்பியர் கையாள்கின்றார்.[8] தொல்காப்பியர் முப்பது முதலெழுத்துக்களைக் குறிப்பிடுகின்றார். அவற்றை உயிர், மெய் என இருவகையாகப் பகுக்கின்றார் (தொல்.எழு.8, 9). உயிரொலிகள் பன்னிரெண்டு என்றும் மெய்யொலிகள் பதினெட்டு என்றும் கூறுகின்றார். அவற்றை அட்டவணை 1.2 விவரிக்கின்றது.

### விளக்க அட்டவணை 1.2 முதல் எழுத்துக்கள்

உயிரொலிகள்

| அ | ஆ | இ | ஈ | உ | ஊ | எ | ஏ | ஐ | ஒ | ஓ | ஔ |
|---|---|---|---|---|---|---|---|---|---|---|---|
| a | ā | i | ī | u | ū | e | ē | ai | o | ō | au |

மெய்யொலிகள்

| க் | ங் | ச் | ஞ் | ட் | ண் | த் | ந் | ப் | ம் | ய் | ர் | ல் | வ் | ழ் | ள் | ற் | ன் |
|---|---|---|---|---|---|---|---|---|---|---|---|---|---|---|---|---|---|
| k | ṅ | c | ñ | ṭ | ṇ | t | n | p | m | y | r | l | V | ḻ | ḷ | r̲ | n̲ |

### 1.5.1 உயிரொலி விளக்கம்

தொல்காப்பியர் உயிரொலிகள் பற்றி எழுத்ததிகாரத்திற்குள் பின்வரும் வரிசை முறையில் விளக்குகின்றார்:

மாத்திரை அடிப்படையில் உயிரொலி வகைப்பாடு: குற்றெழுத்து (குற்றுயிர்), நெட்டெழுத்து (நெட்டுயிர்) (தொல்.எழு.3, 4)

உயிரொலிகளின் பட்டியல் (தொல்.எழு.8)

உயிரொலிகளின் ஒலிப்பிடம் (தொல்.எழு.84)

உயிரொலிகளின் ஒலிப்புமுறை (தொல்.எழு.85–87)

தொல்காப்பியர், தமிழில் உள்ள 12 உயிரொலிகளை குற்றுயிர்கள், நெட்டுயிர்கள் என இருவகையாகப் பகுக்கின்றார். அ, இ, உ, எ, ஒ (a, i, u, e, o) ஆகிய ஐந்து ஒலிகளை குற்றெழுத்து (தொல்.எழு.3) (குற்றுயிர்கள்) என்றும் ஆ, ஈ, ஊ, ஏ, ஐ, ஓ, ஔ (ā, ī, ū, ē, ai, ō, au) முதலிய ஏழு ஒலிகளை நெட்டெழுத்து

---

8. வ.சுப. மாணிக்கம் (1961: 365) & க. முருகையன் (1972 : 33)

(தொல்.எழு.4) (நெட்டுயிர்கள்) என்றும் குறிக்கின்றார். அவர் குறிப்பிடும் ஏழு நெட்டுயிர்களில் ஐ(ai), ஔ(au) ஆகிய இரண்டும் இணையுயிர்களாகும் (diphthongs).[9] அவ்விரண்டு உயிரொலிகளும் "இணையுயிர்கள்" என்பதை, "அகர இகரம் ஐகாரம் ஆகும்" (தொல்.எழு.54) "அகரம் உகரம் ஔகாரம் ஆகும்" (தொல்.எழு.55) என்று குறிப்பிடுகின்றார். அதனைத் தொடர்ந்து, உயிரொலிகளின் மொத்த எண்ணிக்கையைக் குறிப்பிடுகின்றார். முதல் நூற்பாவில், "அகரம் முதல்" என ஆரம்பித்தாலும் அதில் உயிரொலியோடு மெய்யொலியையும் சேர்த்துத் தமிழின் முதலெழுத்துக்கள் முப்பது எனப் பட்டியலிடுவதால் இங்கு, உயிரொலிகளை மட்டும் தனியாகப் பிரித்து அவற்றின் எண்ணிக்கை பன்னிரெண்டு எனப் பட்டியலிடுகின்றார். அதைத் தொடர்ந்து உயிரொலிகளின் ஒலிப்பிடத்தை மிடற்றெழும் வளியிசையில் சுட்டுகின்றார். இறுதியாக உயிரொலிகளை மூன்று ஒலிப்புமுறையில் வகைப்படுத்துகின்றார். உயிரொலிகள் பற்றிய தொல்காப்பியரின் முழு விளக்கம் (எண்ணிக்கை, வகை, மாத்திரை, ஒலிப்பிடம், ஒலிப்புமுறை) ஏழு நூற்பாக்களில் (தொல்.எழு.3, 4, 8, 84–87) அமைகின்றது.

**விளக்க வரைபடம் 1.5 தமிழ் உயிரொலிகள்**

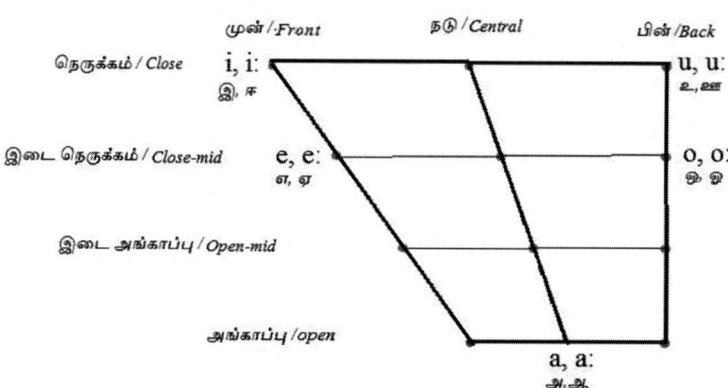

தொல்காப்பியர் எல்லா உயிரொலிகளும் மிடற்றின் (தொண்டை) வழியே வெளியேறும் மூச்சுக்காற்றில் தோன்று கின்றன என்கின்றார். இந்த மூச்சுக்காற்று உந்தியிலிருந்து மேல்நோக்கி வருகின்றது. அவ்வாறு பிறக்கும் உயிரொலிகளை அவற்றின் ஒலிப்புமுறைப்படி மூன்று வகையாகப் பகுக்கின்றார். அவை:

---
9. க. முருகையன் (1972 : 34)

*1. அங்காப்பு (நடு உயிர்)*

*2. அண்பல் முதல் நா விளிம்புறல் (முன்னுயிர்)*

*3. இதழ் குவிவு (பின்னுயிர்)*

***1. அங்காப்பு*** *(நடு உயிர்)*

*அ, ஆ ஆகிய இரு நடுயுயிர்களின் ஒலிப்புமுறையை "அங்காத்தல்" என தொல்காப்பியர் வரையறுக்கின்றார்.*

*அ ஆ ஆயிரண் டங்காந் தியலும் – தொல்.எழு.85*

***2. அண்பல் முதல் நா விளிம்புறல்*** *(முன்னுயிர்)*

*தொல்காப்பியர், "அண்பல் முதல் நா விளிம்புறல்" என்னும் ஒலிப்புமுறையில் இ, ஈ, எ, ஏ, ஐ என்னும் ஐந்து உயிர்களை வரையறுக்கின்றார். இவ்வைந்து ஒலிகளில் இரண்டு குறில்: [இ, ஏ]; இரண்டு நெடில்: [ஈ, ஏ]; ஒரு இணையுயிர்: [ஐ] முதலியன அடங்கும்.*

*இ ஈ எ ஏ ஐ யென இசைக்கும்*

*அப்பால் ஐந்தும் அவற்றோ ரன்ன*

*அவைதாம்,*

*அண்பல் முதல்நா விளிம்புறல் உடைய – தொல்.எழு.86*

***3. இதழ் குவிவு*** *(பின்னுயிர்)*

*"இதழ் குவிவு" என்னும் ஒலிப்பு முறையில் தொல்காப்பியர் ஐந்து உயிர்களைக் குறிப்பிடுகின்றார். அவை: குற்றுயிர்கள்: [உ, ஒ]; நெட்டுயிர்கள்: [ஊ, ஓ]; இணையுயிர்: [ஔ].*

*உ ஊ ஒ ஓ ஔ என இசைக்கும்*

*அப்பால் ஐந்தும் இதழ்குவிந் தியலும் – தொல்.எழு.87*

*தொல்காப்பியரின் இவ்வுயிரொலி வகைப்பாட்டையும் வைப்புமுறையையும் அவருக்குப் பின்வந்த தமிழ் இலக்கணிகள் பலரும் பின்பற்றுகின்றனர்.*

*உயிரொலிகளை விளக்கும் முறையில் நா, இதழ் முதலிய ஒலியுறுப்புகளின் இயக்கத்தை (ஒலிப்புமுறை) (manner of articulation) முதன்மையாகவும், ஒலிப்பிடத்தை (points of articulation) இரண்டாம் நிலையிலும் தொல்காப்பியர் சுட்டுகின்றார். உயிரொலிகளை விளக்கும் முறையில் முதன்மையானதாக விளங்கும் ஒலிப்பு முறையை அவர் விரிவாகப் பேசுகின்றார். தற்கால ஒலியியல் அறிஞர்களின் உயிரொலி வரையறைகள் தொல்காப்பியரின் உயிரொலிக் கொள்கையோடு பொருந்துகின்றன.*

பவணந்தி முனிவர், வைத்தியநாத தேசிகர், முத்துவீர உபாத்தியாயர் முதலிய பிற்கால இலக்கணிகள் தொல்காப்பியரின் உயிரொலி விளக்கத்தை அப்படியே பின்பற்றுகின்றார்கள். உயிரொலிகளின் ஒலிப்புமுறையை வரையறுக்கத் தொல்காப்பியர் கையாளும் அதே சொற்களை இவர்களும் எடுத்தாள்கின்றனர்.

*அங்காப்பு* [அ, ஆ]: தொல்.எழு.85; நன்.76; இல.வி.11; மு.வீ.44.

*அண்பல் முதல் நா விளிம்புறல்* [இ, ஈ, எ, ஏ, ஐ]: தொல்.எழு.86; நன்.77; இல.வி.11;மு.வீ.45.

*இதழ் குவிவு* [உ, ஊ, ஒ, ஓ, ஔ]: தொல்.எழு.87; நன்.78; இல.வி.11; மு.வீ.46.

### 1.5.2 உயிரொலி விளக்கக் கொள்கை

உயிரொலிகளை விளக்கும்போது தொல்காப்பியர் கையாளும் உத்திகளை அடிப்படையாகக் கொண்டு அவரது உயிரொலி விளக்கக் கொள்கையை மூன்றாக வகைப்படுத்தலாம்.

1. உயிரொலி வகைப்பாடு
2. உயிரொலிகளின் பட்டியல்
3. ஒலிப்புமுறை

***1. உயிரொலி வகைப்பாடு*** (தொல்.எழு.3, 4)

ஒலிகளின் பெயர்கள் *(அ இ உ எ ஒ / ஆ ஈ ஊ ஏ ஐ ஓ ஔ)*

ஒலிகளின் எண்ணிக்கை *(ஐந்தும் / ஏழும்)*

ஒலிப்புக்காலம் (மாத்திரை) *(ஓரளபு / ஈரளபு)*

ஒலியின் வகை *(குற்றெழுத்து / நெட்டெழுத்து)*

மேற்கோள் *(என்ப)*

தொல்காப்பியர் உயிரொலிகளை வகைப்படுத்தும்போது, முதலில் ஒலிகளைக் குறிப்பிடுகின்றார், பின் அவ்வொலிகளின் கூட்டுத்தொகையைக் கூறுகின்றார், அதனைத் தொடர்ந்து அவற்றின் ஒலிப்புக்காலத்தை(மாத்திரை) வரையறுக்கின்றார், அதன்பின் உயிரொலி வகைப்பாட்டில் அவ்வொலிகள் எவ்வகையின என்பதைக் குறிக்கின்றார். இறுதியாக, "என்ப" என்னும் மேற்கோளோடு முடிக்கின்றார். இங்கு "என்ப" என்னும் மேற்கோள், ஒலிகளின் எண்ணிக்கை *(ஐந்தும் / ஏழும்)*, ஒலிப்புக்காலம் (மாத்திரை) *(ஓரளபு / ஈரளபு)*, ஒலியின் வகை *(குற்றெழுத்து / நெட்டெழுத்து)* ஆகிய மூன்றிற்கும் பொதுவானதா அல்லது ஏதேனும் ஒன்றை மட்டும் சுட்டுவதற்கா என்னும் கேள்வி

எழுகின்றது. இளம்பூரணரும் நச்சினார்க்கினியரும் ஒலிப்புக் காலத்தையும் (மாத்திரை), ஒலி வகையையும் (குறி) கூறுகின்றது என்கின்றனர். அப்படியானால் இவ்வகைப்பாடும், குற்றெழுத்து, நெட்டெழுத்து முதலிய கலைச்சொற்களும் தொல்காப்பியர் காலத்திற்கு முன்பிருந்தே வழக்கில் இருக்கின்றன என்பதை உய்த்துணரலாம்.

***2. உயிரொலிகளின் பட்டியல்*** *(தொல்.எழு.8)*

இறுதி ஒலியைச் (ஔ) சுட்டி உயிரொலிப் பட்டியலை உணர்த்துதல் *(ஔகார)*

உயிரொலிகளின் மொத்த எண்ணிக்கை *(பன்னீரெழுத்தும்)*

ஒலியின் வகை *(உயிரென)*

மேற்கோள் *(மொழிப)*

மேற்கண்ட வரிசை முறையில் ஒலிகளின் பட்டியலை விவரிக்கும் முறையைத் தொல்காப்பியர் உயிரொலி மட்டுமன்றி மெய்யொலிகளின் பட்டியலைக் குறிப்பிடும் போதும் பின்பற்றுகின்றார். "மொழிப" என மேற்கோள் காட்டுவதன் மூலம் ஏற்கனவே தமிழில் உள்ள அகர வரிசையைத் தொல்காப்பியர் பின்பற்றுகின்றார் என்பதை உணரலாம்.

***3. ஒலிப்புமுறை*** *(தொல்.எழு.84–88)*

ஒலிகளின் பெயர் (அ, ஆ / இ, ஈ, எ, ஏ, ஐ / உ, ஊ , ஒ, ஓ, ஔ)

எண்ணிக்கை (ஆயிரண்டு / ஐந்தும்)

ஒலிப்புமுறை (அங்காந்து / அண்பல் முதல் நா விளிம்புறல்/ இதழ் குவிந்து)

உயிரொலிகளின் ஒலிப்புக்காலம் (மாத்திரை), வகைப்பாடு முதலியன தொல்காப்பியர் காலத்திற்கு முன்பே இருந்தன என்பதை அவரது மேற்கோள்கள் உணர்த்துகின்றன. தொல்காப்பியர் அவற்றை முறையாகத் தொகுத்து, பகுத்து, விரித்துக் கூறுகின்றார். மேலும், ஒலிகளை எண்களில் கணக்கிடுதல், உயிரொலிகளுக்கு ஒலிப்பிடமும் ஒலிப்புமுறையும் வரையறுத்தல் முதலியவற்றை இங்குத் தொல்காப்பியரே செய்கின்றார்.

### 1.5.3 உயிரொலி வகைப்பாடு

தொல்காப்பியரின் சார்பெழுத்துப் பட்டியலில் உள்ள மூன்று ஒலிகளில் குற்றியலிகரம், குற்றியலுகரம் ஆகிய இரண்டும்

துணை (குற்றுயிர்கள்) உயிர்களாகும் *(Secondary vowels)*. மூல உயிர்களைக் குறில், நெடில், இணையுயிர் என அவற்றின் ஒலிப்புக்காலத்தின் அடிப்படையில் மூன்றாகப் பகுக்கின்றார். ஆனால், உயிர்களை மூல உயிர்கள் துணை உயிர்கள் என வெளிப்படையாகப் பகுக்கவில்லை. ஆயினும், தொல்காப்பியர் கையாளும் குற்றியலிகரம், குற்றியலுகரம் ஆகிய கலைச்சொற்கள் அவ்வொலிகள் சார்புயிர்கள்/அரை உயிர்கள் (தனக்குரிய மாத்திரை அளவிலிருந்து குறைந்து ஒலிக்கும் உயிர்கள்) என்பதை உணர்த்துகின்றன.

**விளக்க அட்டவணை 1.3 தொல்காப்பியரின் உயிரொலி வகைப்பாடு**

| உட்கிடையான வகைப்பாடு | வெளிப்படையான வகைப்பாடு | ஒலிகள் | மொத்த ஒலிகள் |
|---|---|---|---|
| மூல(முழு) உயிர்கள் | குறில் | அ, இ, உ, எ, ஒ | 5 |
| | நெடில் | ஆ, ஈ, ஊ, ஏ, ஓ | 5 |
| | இணையுயிர் | ஐ, ஔ | 2 |
| அரை உயிர்கள் | *குற்றியலிகரம்*<br>*குற்றியலுகரம்* | | 2 |

## 1.5.4 உயிரொலி வகைப்பாட்டில் தொல்காப்பியரின் கொள்கை

தொல்காப்பியர் ஒலிப்புக்காலத்தின் (மாத்திரை) அடிப்படையில் உயிரொலிகளை வகைப்படுத்தும்போது குற்றுயிர்களையே அடிப்படையாகக் கொள்கின்றார். குற்றுயிர்க்கு ஓர்அளபு (தொல்.எழு.*3*) என்றும் நெட்டுயிர்க்கு ஈர்அளபு (தொல்.எழு.*4*) என்றும் உயிரொலிகளின் ஒலிப்புக்காலத்தை வரையறுக்கும்போது, குற்றுயிரின் ஒலிப்புக்காலத்தை அடிப்படையாக வைத்து, நெட்டுயிர்க்கு ஈரளபு எனக் குறிப்பிடுகின்றார். தொல்காப்பியரின் இணையுயிர் விளக்கம் இக்கருத்தைத் தெளிவுபடுத்தும். “ஐ” என்னும் இணையுயிரை வரையறுக்கும்போது “அகரம் இகரம் ஐகாரமாகும்” (தொல்.எழு.*54*) என்கின்றார். அ, இ ஆகிய இரு குற்றுயிர்களும் இணைந்து ஐகாரம் என்னும் இணையுயிராகின்றன. அவ்வாறே மற்றொரு இணையுயிரான “ஔ”வும் வரும். மேலும், மெய்யொலிக்கும் மாற்றொலிக்கும் (சார்பெழுத்து) அரையளபு என வரையறுப்ப தற்கும் குற்றுயிரே அடிப்படையாக இருக்கின்றது. *Cf:* ஸீபவைஹி நெட்டுயிரை அடிப்படையாகக் கொண்டு உயிரொலிகளை

வகைப்படுத்துகின்றார். நெட்டுயிரின் ஒரு பகுதியே குற்றுயிர் என்பது அவரது கொள்கையாகும்.

### 1.5.5 உயிரொலிகளின் ஒலியியல் அட்டவணை

தொல்காப்பியர் தமிழ் உயிர்களின் பிறப்பை விளக்கும்போது, உயிரொலியின் பண்புகளை முழுமையாகக் குறிப்பிடவில்லை. தொல்காப்பியர் அ, ஆ, உ, ஊ, ஒ, ஓ, ஔ முதலிய ஏழு உயிர்களின் ஒலிப்புமுறையைச் சுட்டும்போது இதழின் அமைப்பை (அங்காப்பு, இதழ் குவிவு) முதன்மையாகக் கொள்கின்றார். நாவின் நிலையைத் துணைப் பண்பாகக் கருதி அதனை விளக்கவில்லை. இ, ஈ, எ, ஏ, ஐ முதலிய ஐந்து உயிர்களின் ஒலிப்புமுறையை வரையறுக்கும் போது, நாவின் நிலையை முதன்மையாகக் கொள்கின்றார் (அண்பல் முதல்நா விளிம்புறல்), இதழின் அமைப்பைத் துணை நிலை ஒலிப்புமுறையாகக் கருதி அதை விளக்கவில்லை. *Cf:* ஸீபவைஹியும் அறபு உயிரொலிகளை விளக்கும்போது இதே உத்தியைக் கையாள்கின்றார். உயிரொலிகளின் ஒலிப்புமுறையை விளக்கும்போது தொல்காப்பியர் கையாளும் உத்தியை பின்வருமாறு வரையறுக்கலாம்.

உயிரொலிகளை எழுப்பும்போது ஒலியுறுப்புகளின் *(இதழ், நா)* வெளிப்படையான தோற்ற வேறுபாடுகளை முதன்மையாகவும், நுட்பமான வேறுபாடுகளை இரண்டாம் நிலையிலும் கொள்ளுதல். அவற்றுள், முதன்மையானதாக விளங்கும் வெளிப்படையான தோற்ற வேறுபாடுகளை (அங்காத்தல், அண்பல் முதல்நா விளிம்புறல், இதழ் குவிவு) மட்டும் குறிப்பிடுதல். நுட்பமான வேறுபாடுகளைச் சுருக்கமாகப் புறனடையில் (தத்தந் திரிபே சிறிய வென்ப) குறித்தல்.

**விளக்க அட்டவணை 1.4 தமிழ் உயிரொலிகளின் ஒலிப்பியல் அட்டவணை**

| வ.எண் | தமிழ் எழுத்துக்கள் | IPA இணை | ஒலி மதிப்பு | நாவின் நிலை | | | | | | இதழின் நிலை | | | மாத்திரை | | இணையுயிர் |
|---|---|---|---|---|---|---|---|---|---|---|---|---|---|---|---|
| | | | | முன் | பின் | கீழ் | மேல் | தளர்வு | விறைப்பு | அங்காப்பு | விரி | குவிவு | குறில் | நெடில் | |
| 1 | அ | a | a | – | – | + | – | + | – | + | – | – | + | – | – |
| 2 | ஆ | a: | ā | – | – | + | – | + | – | + | – | – | – | + | – |

| 3 | இ | i | i | + | – | – | + | – | – | – | + | – | + | – | – |
| 4 | ஈ | i: | ī | + | – | – | + | – | – | – | + | – | – | + | – |
| 5 | உ | u | u | – | + | – | – | – | + | – | – | + | + | – | – |
| 6 | ஊ | u: | ū | – | + | – | – | – | + | – | – | + | – | + | – |
| 7 | எ | e | e | – | – | – | + | – | – | – | + | – | + | – | – |
| 8 | ஏ | e: | ē | – | – | – | + | – | – | – | + | – | – | + | – |
| 9 | ஐ | ai | ai | – | – | – | – | – | – | – | + | – | – | + | + |
| 10 | ஒ | o | o | – | – | – | – | + | – | – | + | + | – | – |
| 11 | ஓ | o: | ō | – | – | – | – | + | – | – | + | – | + | – |
| 12 | ஔ | au | au | – | – | – | – | + | – | – | + | – | + | + |

▨ தொல்காப்பியர் குறிப்பிடாத உயிரொலிப் பண்புகள் (ஒலிப்புமுறை)

குற்றுயிர்க்கும் நெட்டுயிர்க்கும் இடையிலான வேறுபாட்டைச் சுட்டும்போது ஒலிப்புக் கால அளவை (மாத்திரை) மட்டும் தொல்காப்பியர் குறிக்கின்றார், ஒலிப்பு முறையில் (நாவின் நிலை, இதழ் அமைப்பு) அவற்றிற்கு இடையிலான வேறுபாடு பற்றி அவர் வெளிப்படையாகக் கூறவில்லை. எனவே, குற்றுயிர், நெட்டுயிர் ஆகிய இரண்டையும் ஒரே ஒலிப்பு முறையில் சுட்டுகின்றார் (தொல்.எழு.85–87). தற்கால ஒலியியல் அறிஞர்கள் ஒலிப்புமுறையில் (நாவின் நிலை, இதழின் அமைப்பு) குற்றுயிரும் நெட்டுயிரும் வேறுபடுகின்றன என்கின்றனர்.

விளக்க வரைபடம் 1.6 நாவின் நிலை, இதழின் அமைப்பு முதலியவற்றைத் தற்கால ஒலியியல் அறிஞர்கள் பகுக்கும் முறை

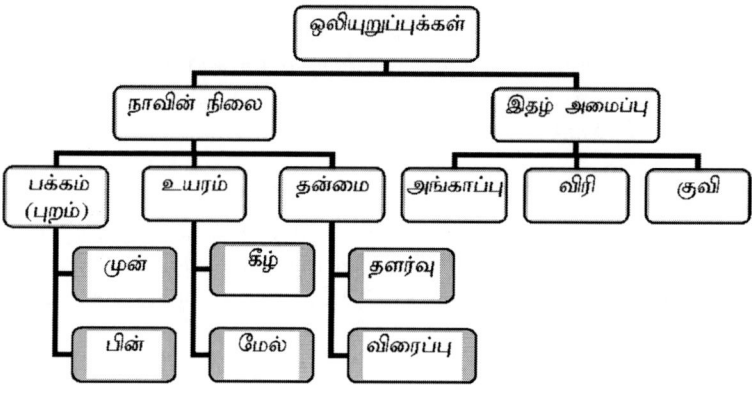

தற்கால ஒலியியல் அறிஞர்களின் இப்பகுப்புகள் அனைத்தும் "தத்தந் திரிபே சிறிய வென்ப" (தொல்.எழு.88) என்னும் தொல்காப்பியரின் புறனடை நூற்பாவிற்குள் அடங்கும். அப்புறனடை நூற்பாவிற்கு உரை எழுதும் இளம்பூரணரும் நச்சினார்க்கினியரும் "இந்நூற்பா முன் கூறிய உயிர்க்கும் மேற்கூறும் மெய்க்கும் ஓர் புறனடை கூறுதல் நுதலிற்று" என உயிர்க்கும் மெய்க்கும் பொதுவானதாக அந்நூற்பாவைச் சுட்டுகின்றனர். நச்சினார்க்கினியரின் விளக்கம் பெரும்பாலும் மெய்யொலிகளின் ஒலிப்புமுறையை (எடுத்தல், படுத்தல், நலிதல், விலங்கல், தலைவளி, நெஞ்சுவளி, மிடற்றுவளி, மூக்குவளி) மையப்படுத்தியே அமைகின்றது. புறனடை நூற்பா என்றால் "விதித்தவற்றுள் அடங்காதனவற்றைக் அமைத்துக்காட்டும் பொதுநூற்பா" என்று சென்னைப் பல்கலையின் தமிழ்ப்பேரகராதி குறிப்பிடுகின்றது. ஏற்கனவே குறிப்பிட்டவற்றுள் அடங்காததும் அதனுடன் தொடர்புடையதுமான கருத்தைத் தனி நூற்பாவில் அமைத்துக்கூறுவதே புறனடை நூற்பாவாகும். புறனடை நூற்பாவை, முன்கூறிய கருத்தின் தொடர்ச்சியாகவோ அல்லது அதே இயலின் இறுதியிலோ அல்லது பிறிதொரு இயலின் இறுதியிலோ வைப்பது தான் தொல்காப்பியரின் வழக்கம். புறநடை நூற்பா என்பது முன்னர் கூறிய கருத்தின் தொடர்ச்சியாக அமைவது, இனிமேல் கூற வரும் கருத்துக் குறித்ததல்ல. தொல்.எழு.3–13வரையான நூற்பாக்களில், ஒலிகளின் ஒலிப்புக்காலம் (மாத்திரை) பற்றித் தொல்காப்பியர் விவரிக்கின்றார். அதில் விடுபட்டுப்போன கருத்தைப் புறனடை யாக 102வது நூற்பாவில் (பிறப்பியலின் இறுதி நூற்பா), "இங்கு, எழுந்து புறத்திசைக்கும் ஓசைக்கே அளபு கூறுகின்றேன், அகத்தெழு வளியிசைக்குக் கூறவில்லை, அகத்தெழு வளியிசைக்கு அளபு கூறும் மரபு அந்தணர் மறையில் உண்டு" (தொல்.எழு.102) என்கின்றார். எனவே, "தத்தம் திரிபே சிறியவென்ப" என்னும் தொல்காப்பியரின் புறனடை நூற்பா உயிரொலிகளின் ஒலிப்புமுறையில் தோன்றும் சிறுசிறு மாற்றங்களை மட்டுமே குறிக்கும். அடுத்து வரும் மெய்யொலிகளின் விளக்கத்திற்கான புறனடை நூற்பாவல்ல.

### 1.5.6 மெய்யொலி விளக்கம்

"னகர இருவாய்ப் பன்னீரெழுத்தும் மெய்யென மொழிப" (தொல்.எழு.9) எனத் தொல்காப்பியர் பதினெட்டு மெய்யொலிகளைப் பட்டியலிடுகின்றார். அப்பதினெட்டு மெய்யொலிகளைப் பின்வரும் பத்து ஒலிப்பிடங்களில் வரையறுக்கின்றார்.

## விளக்க வரைபடம் 1.7 தமிழ் மெய்யொலிகளுக்கு தொல்காப்பியர் வரையறுக்கும் ஒலிப்பிடங்கள்

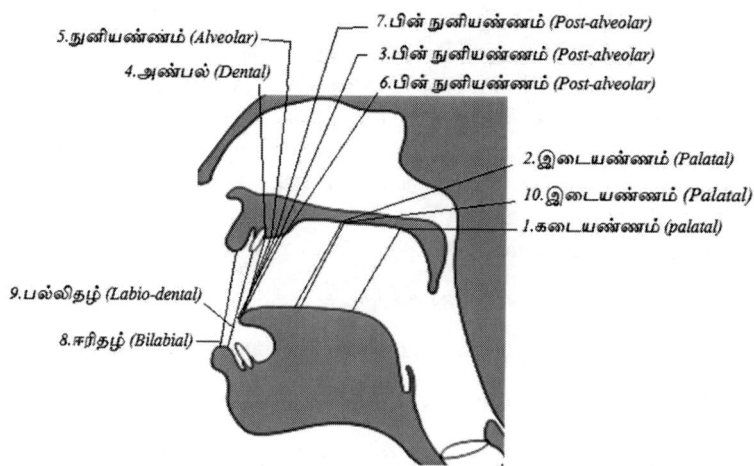

1. முதல் நா முதல் அண்ணத்தோடு பொருந்தும்போது க, ங [k, ṅ] ஆகிய இரு மெய்களும் பிறக்கின்றன.

   "ககார ஙகாரம் முதல்நா அண்ணம்" – தொல்.எழு.89

2. இடை நா இடையண்ணத்தோடு பொருந்தும்போது ச, ஞ [c, ñ] ஆகிய இரு மெய்களும் பிறக்கின்றன (Palatal).

   "சகார ஞகாரம் இடைநா அண்ணம்" – தொல்.எழு.90

3. நுனிநா நுனியண்ணத்தோடு பொருந்தும்போது ட, ண [ṭ, ṇ] ஆகிய இரு மெய்களும் பிறக்கின்றன. (velarized alveolar)

   "டகார ணகாரம் நுனிநா அண்ணம்" – தொல்.எழு.91

க, ங, ச, ஞ, ட, ண ஆகிய ஆறு ஒலிகளை விளக்கும் போது ஒலிப்பிடத்தை மட்டும் (நுனிநா – அண்ணம் / இடைநா – அண்ணம் / நுனிநா – அண்ணம்) குறிப்பிடுகிறார். அவற்றின் ஒலிப்பு முறை பற்றி அவர் கூறவில்லை. ஸீபவைஹியும் அறபு ஒலிகளின் பிறப்பு பற்றி விளக்கும்போது முதல் மூன்று ஒலிப்பிடங்களில் வகைப்படுத்திய ஒலிகளின் ஒலிப்பிடங்களை மட்டும் கூறுகின்றார். ஒலிப்புமுறை பற்றி ஏதும் கூறவில்லை. தொல்காப்பியர் ஒலிப்பிட எல்லையை (perimeter) மேல் எல்லை (அண்ணம்) கீழ் எல்லை (நா) எனப் பகுக்கின்றார். முதலில் கீழ் எல்லையையும் பின்

மேல் எல்லையையும் வரையறுக்கின்றார். மேல் எல்லையை (அண்ணம்), முதல் அண்ணம், இடையண்ணம், நுனியண்ணம் என வெளிப்படையாகப் பகுக்கவில்லை. நாவோடு சேர்த்து முதல்நா அண்ணம், இடைநா அண்ணம், நுனிநா அண்ணம் என்று குறிப்பிடுகின்றார். இளம்பூரணரும் நச்சினார்க்கினியரும் முதல், இடை, நுனி என்பது நா, அண்ணம் ஆகிய இரண்டிற்கும் பொதுவானவை என்கின்றனர். பவணந்தி முனிவர், வைத்தியநாத தேசிகர் ஆகிய இருவரும் தொல்காப்பியர் போன்றே அந்த ஆறு ஒலிகளுக்கும் ஒலிப்பிடத்தை மட்டும் வரையறுக்கின்றனர். ஆனால், முத்துவீர உபாத்தியாயர் மட்டும் ஒலிப்பிடத்தோடு ஒலிப்பு முறையையும் குறிப்பிடுகின்றார்.

i. அடிநா அடியண்ணத்தை அழுத்த க, ங [k, ṅ] பிறக்கும்

“அடிநா வடியண மழுத்தக் கங வரும்” – முத்து.47

ii. இடைநா இடையண்ணத்தை இறுக்க ச, ஞ [c, ñ] பிறக்கும்

“இடைநா விடையண மிறுக்கச் சஞவெழும்” – முத்து.48

iii. நுனிநா நுனியண்ணத்தை நோக்க ட, ண [ṭ, ṇ] பிறக்கும்

“நுனிநா நுனியண நோக்க டணவரும்” – முத்து.49

தமிழ் இலக்கணிகள் அனைவரும் நாவின் அடிப்பகுதியை “கடைநா” எனக் குறிப்பிடுகின்றனர். முத்துவீர உபாத்தியாயர் மட்டும் “அடிநா” என்னும் சொல்லைக் கையாள்கின்றார்.

4. முதல்நா பரந்து அண்பல்லை ஒற்ற த, ந [t, n] ஆகிய இரு மெய்களும் தோன்றும்.

“அண்ணம் நண்ணிய பல்முதல் மருங்கின்
நாநுனி பரந்து மெய்யுற வொற்றத்
தாமினிது பிறக்குந் தகார நகாரம்” – தொல்.எழு.93

5. நுனிநா அணரி அண்ணத்தை ஒற்றும் போது ற, ன [ṟ, ṉ] முதலிய இரு மெய்களும் பிறக்கும்

“அணரி நுனிநா அண்ணம் ஒற்ற
றஃகான் னஃகான் ஆயிரண்டும் பிறக்கும்” – தொல்.எழு.94

6. நுனிநா அணரி அண்ணத்தை வருடும் போது ர, ழ [r, ḻ] முதலிய இரு மெய்களும் பிறக்கும்.

“நுனிநா அணரி அண்ணம் வருட
ரகார ழகாரம் ஆயிரண்டும் பிறக்கும்” – தொல்.எழு.95

7. நா விளிம்பு வீங்கி அண்ணத்தை ஒற்றும் போது ல [l]வும், வருடும் போது ள [ḷ]வும் பிறக்கும்.

"நா விளிம்பு வீங்கி யண்பல் முதலுற
ஆவயின் அண்ணம் ஒற்றவும் வருடவும்
லகார ளகாரம் ஆயிரண்டும் பிறக்கும்" – தொல்.எழு.96

8. இரு இதழ்களும் இயைய ப, ம [p, m] ஆகிய இரு மெய்களும் பிறக்கும்.

"இதழியைந்து பிறக்கும் பகார மகாரம்" – தொல்.எழு.97

9. கீழ்பற்களும் மேலிதழும் இயைய வ [v] என்னும் மெய் தோன்றும்.

"பல்லிதழ் இயைய வகாரம் பிறக்கும்" – தொல்.எழு.98

10. பின் இடைநாபின் இடையண்ணத்தைப் பொருந்தும் இடத்திலிருந்து தோன்றும் மூச்சுகாற்றின் அழுத்தத்தில் ய [y] என்னும் மெய் தோன்றும்.

"அண்ணம் சேர்ந்த மிடற்றெழு வளியிசை
கண்ணுற் றடைய யகாரம் பிறக்கும்" – தொல்.எழு.99

தொல்காப்பியர் மெய்யொலிகளின் ஒலிப்பிடத்தையும் *(Points of articulation)* ஒலிப்புமுறையையும் *(Manner of articulation)* ஒரே நூற்பாவில் விளக்குகின்றார். "நுனிநா அணரி அண்ணம் வருட ரகார ழகாரம் ஆயிரண்டும் பிறக்கும்" என்பதில், முதலில் நுனிநா, அண்ணம் முதலிய ஒலிப்பிடத்தையும் பின்னர், இயங்கும் ஒலியெழுப்பியான நாவில் தோன்றும் அணர்தல், நாவால் உருவாகும் வருடல் முதலிய ஒலிப்பு முறையையும் கூறுகின்றார். மேலும், தொல்காப்பியர் வேறுபட்ட இரு ஒலிகளை ஒரே ஒலிப்பிடத்தில் சுட்டுகின்றார். குறிப்பாக அடைப்பொலியையும் மூக்கொலியையும் ஒரே ஒலிப்பிடத்தில் வரையறுக்கின்றார். முதலில் அடைப்பொலியையும், பின்பு மூக்கொலியையும் குறிப்பிடுகின்றார். அடைப்பொலியையும் மூக்கொலியையும் ஒரே ஒலிப்பிடத்தில் சுட்டும் முறையைத் தமிழ் இலக்கணிகள் அனைவரும் பின்பற்றுகின்றனர். ஒலிப்புமுறையில் தான் இவ்விரு இன ஒலிகளும் வேறுபடுகின்றன என்னும் கொள்கை தமிழ் இலக்கணமரபில் ஆழமாக வேரூன்றியிருக்கிறது. தொல்காப்பியரே இதற்கு வித்திட்டார். *Cf:* ஸீபவைஹியும் தொல்காப்பியர் போன்றே வெவ்வேறு இன ஒலிகளை ஒரே ஒலிப்பிடத்தில் சுட்டுகின்றார்.

## விளக்க அட்டவணை 1.5 தொல்காப்பியரின் ஒலிப்பிடஅட்டவணை

| ஒலிப்பிடத்தின் வரிசை எண் | கீழ் எல்லை (Lower perimeters) | தமிழ்க் குறியீடு | IPA இணை | ஒலிபெயர்ப்பு | மேல் எல்லை (Upper perimeters) |
|---|---|---|---|---|---|
| 1 | நாக்கு: கடை நா (Tongue: lower than) | க், ங் | k, ŋ | k, ṅ | அண்ணம்: கடையண்ணம் (Palate: pre -farthest section) |
| 2 | நாக்கு: இடை நா (Tongue: mid -section) | ச், ஞ் | c, ɲ | c, ñ | அண்ணம்: இடையண்ணம் (Palate: mid -section) |
| 3 | நாக்கு: நுனி நா (Tongue: tip) | ட், ண் | ʈ, n | ṭ, ṇ | அண்ணம்: முதல் அண்ணம் (Palate: front section) |
| 4 | நாக்கு: முதல் நா (Tongue: expansion of back section) | த், ந் | t̪, n̪ | t, n | அண்ணம்: அண்பல் (Palate: above the incisors) |
| 5 | நாக்கு: முதல் நா (Tongue: back section) | ற், ன் | d, ɳ | ṟ, ṉ | அண்ணம்: நுனியண்ணம் (Palate: front section) |
| 6 | நாக்கு: முதல் நா (Tongue: stroking of tip) | ர், ழ் | r, ɻ | r, ḻ | அண்ணம்: முதல் அண்ணம் (Palate: front section) |
| 7 | நாக்கு: நாவிளிம்பு (Tongue: blade) | ல், ள் | l, ɭ | l, ḷ | அண்ணம்: முதல் அண்ணம் (Palate: front section) |
| 8 | இதழ்: கீழ் இதழ் (Lip: lower) | ப், ம் | p, m | p, m | இதழ்: மேல் இதழ் Lip: upper |
| 9 | இதழ்: கீழ் இதழ் (Lip: lower) | வ் | v | v | உளிப்பல் (மேல் வாய்ப்பல்): நுனி (Incisor: tip) |
| 10 | நாக்கு: இடை நா Tongue: mid -section | ய் | y | y | அண்ணம்: இடையண்ணம் (Palate: mid -section) |

தொல்காப்பியர் மெய்யொலிகளின் ஒலிப்பிடங்களைக் கடையண்ணத்திலிருந்து இதழ் வரை வரிசைப்படுத்துகின்றார்.

அவர் ஒலிப்பிடங்களைச் சீராக அமைக்கவில்லை. முதலில் கடையண்ணத்தில் (மெல்லண்ணம்) தொடங்கி (க, ங), இடையண்ணம் (ச, ஞ), வல்லண்ணம் (ட, ண), அண்பல் (த, ந) என்ற முறையில் முன்னோக்கி (மேல் நோக்கி) வரும்போதே, நுனியண்ணம் (ற, ன), முதல் அண்ணம் (ர, ழ) எனப் பின்நோக்கிச் (கீழ் நோக்கிச்) செல்கின்றார். பின்னர், மீண்டும் நுனியண்ண விளிம்பு (ல, ள), இதழ் (ப, ம), பல்லிதழ் (வ) என முன்னோக்கி (மேல்நோக்கி) வருகின்றார். இறுதியில் "ய" வின் ஒலிப்பிடத்தை மிடற்றிலிருந்து தோன்றும் மூச்சுக்காற்றில் சுட்டுகின்றார். *Cf:* அறபியின் முதல் நிகண்டு ஆசிரியரான அல்–க்ஹலீலும் (ஸீபவைஹியின் ஆசிரியர்) அறபு ஒலியான 'ய' [ى]வின் ஒலிப்பிடத்தைத் தொல்காப்பியர் போன்று காற்றறையில் சுட்டுகின்றார்.

தொல்காப்பியர் பத்து ஒலிப்பிடங்களில் பதினெட்டு மெய்யொலிகளின் ஒலிப்பிடத்தை வரையறுக்கின்றார். ஒரு ஒலிப்பிடத்திற்கு ஒரு நூற்பா வீதம் பத்து நூற்பாக்களில் (தொல்.எழு.89–99) மெய்யொலிகளின் ஒலிப்பிடத்தையும் ஒலிப்புமுறையும் விளக்குகின்றார். இப்பதினெட்டு மெய்யொலி களின் ஒலிப்பிடங்களைப் பவணந்தி முனிவர் எட்டு நூற்பாக்களிலும் (நன்.79–86), வைத்தியநாத தேசிகர் ஒரு நூற்பாவிலும் (இ.வி.12), முத்துவீர உபாத்தியாயர் பதினாறு நூற்பாக்களிலும் (மு.வீ.42–57) விவரிக்கின்றனர். முத்துவீர உபாத்தியாயரின் ஒலிப்பிட விளக்கம் தொல்காப்பியரை அடியொற்றி அமைக்கின்றது. 'ள'விற்குத் தனி ஒலிப்பிடம் கூறுவதில் மட்டும் தொல்காப்பியரிடமிருந்து வேறுபடுகின்றார்.

### 1.5.7 மெய்யொலி விளக்கக் கொள்கை

தொல்காப்பியரின் மெய்யொலி விளக்கத்தை மூன்றுவகை யாகப் பகுக்கலாம். அவை:

I. மெய்யொலிகளின் பட்டியல்

II. மெய்யொலி வகைப்பாடு

III. மெய்யொலிகளின் ஒலிப்பியல்

I. **மெய்யொலிகளின் பட்டியல்** (தொல்.எழு.9)

மெய்யொலி வரிசையின் இறுதி ஒலியை (ன) சுட்டுதல் (னகார)

*மெய்யொலிகளின் மொத்த எண்ணிக்கை (பதினெண் எழுத்தும்)*

*ஒலியின் வகை (மெய்யென)*

*மேற்கோள் (மொழிப)*

II. **மெய்யொலி வகைப்பாடு** *(தொல்.எழு.19.20.21)*

*ஒலிகளின் வகைப்பாடு (வல்லெழுத்து / மெல்லெழுத்து / இடையெழுத்து)*

*ஒலியின் பெயர் (க, ச, ட, த, ப, ற / ங, ஞ, ண, ந, ம, ன / ய, ர, ல, வ, ழ, ள)*

*தொல்காப்பியர் மெய்யொலிகளை உயிர்மெய் வடிவத்தில் க, ச... எனச் சுட்டுகின்றார். ஆயினும் அவற்றை மெய்யாகவே கருத வேண்டும் என நச்சினார்க்கினியர் கூறுகின்றார்.*

III. **மெய்யொலிகளின் ஒலிப்பியல் விளக்கம்** *(தொல்.எழு.89–100)*

*அடைப்பொலியையும் மூக்கொலியையும் ஒரே ஒலிப்பிடத்தில் சுட்டுதல் (க, ங / ச, ஞ / ட, ண / த, ன / ற, ன / ப, ம).*

*ஒலியுறுப்புகள்: முதலில் இயங்கும் ஒலியுறுப்பையும்(நா) பின் இயங்கா ஒலியுறுப்பையும் (அண்ணம்) கூறல் (முதல்நா அண்ணம் இடைநா அண்ணம் / நுனிநா அண்ணம்)*

*ஒலிப்பிட வரிசை: மெல்லண்ணத்திலிருந்து இதழ் வரை*

*ஒலிப்பிட அகர வரிசை: க முதல் ய வரை.*

### 1.5.8 மெய்யொலி விளக்கத்தில் தொல்காப்பியர் பின்பற்றும் வரிசை

*உயிரொலிகள் பற்றிய விளக்கத்தில் எல்லா இடங்களிலும் ஒரே அகர வரிசையை தொல்காப்பியர் பின்பற்றுகின்றார். அது, அ–ஔ என்னும் செம்மையான அகரவரிசை. ஆனால், மெய்யொலிகள் பற்றி விளக்கும்போது இரு வகையான அகரவரிசையைப் பின்பற்றுகின்றார். அவை:*

1. *செம்மையான அகரவரிசை [Standard alphabet order] (தமிழ் மரபில் ஏற்கனவே உள்ளது)*
2. *ஒலிப்பிட வரிசை [Phonetic order] (மெல்லண்ணத்திலிருந்து இதழ் வரையான ஒலிப்பிடங்களின் அடிப்படையில் ஒலிகளை வரிசைப்படுத்தும் முறை)*

## *1. செம்மையான அகரவரிசை*

தொல்காப்பியர் பெரும்பாலும் செம்மையான அகரவரிசையைப் பின்பற்றுகின்றார். எழுத்ததிகாரத்தில் இந்த அகரவரிசையைப் பின்பற்றி மெய்யொலிகளை விளக்கும் இடங்கள்: தொல்.எழு.*9, 24–30, 48, 49, 61, 70, 143, 144, 146, 149, 150, 152, 170, 182, 203, 205, 206, 297, 478, 481.*

## *2. ஒலிப்பிட வரிசை*

தொல்காப்பியர் பிறப்பியலில் மெய்யொலிகளின் ஒலிப்பிடம், ஒலிப்புமுறை பற்றி விளக்கும் போது ஒலிப்பிட வரிசையைப் பின்பற்றுகின்றார் (தொல்.எழு.*89–91, 93–99, 51*). ஒலிகளின் ஒலிப்பிடங்களை மெல்லண்ணத்திலிருந்து இதழ் வரை வரையறுக்கும் போது ஒலிப்பிடத்தின் அடிப்படையிலேயே ஒலிகளையும் வரிசைப்பட விவரிக்கின்றார். தொல்காப்பியரின் இவ்வொலிப்பிட வரிசை 'க' வில் தொடங்கி 'ய' வில் முடிகின்றது. *Cf:* ஸீபவைஹியும் ஒலிப்பிடத்தின் அடிப்படையில் ஒலிப்பிட வரிசையை உருவாக்கி அதன்படியே பிறப்பியலில் (இயல்–*565*) அறபு ஒலிகளை வரிசைப்படுத்துகின்றார்.

**விளக்க அட்டவணை 1.6 செம்மையான தமிழ் அகர வரிசைக்கும் தொல்காப்பியரின் ஒலிப்பிட வரிசைக்கும் உள்ள வேறுபாடு**

| வ. எண் | செம்மையான அகர வரிசை | | | தொல்காப்பியரின் ஒலிப்பிட (அகர) வரிசை | |
|---|---|---|---|---|---|
| 1 | க் | k | | க் | k |
| 2 | ங் | ṅ | | ங் | ṅ |
| 3 | ச் | c | | ச் | c |
| 4 | ஞ் | ñ | | ஞ் | ñ |
| 5 | ட் | ṭ | | ட் | ṭ |
| 6 | ண் | ṇ | | ண் | ṇ |
| 7 | த் | t | | த் | t |
| 8 | ந் | n | | ந் | n |
| 9 | ப் | p | | ற் | ṟ |
| 10 | ம் | m | | ன் | ṉ |

| வ. எண் | செம்மையான அகர வரிசை | | தொல்காப்பியரின் ஒலிப்பிட (அகர) வரிசை | |
|---|---|---|---|---|
| 11 | ய் | y | ர் | r |
| 12 | ர் | r | ள் | l̲ |
| 13 | ல் | l | ல் | l |
| 14 | வ் | v | ழ் | ! |
| 15 | ள் | l̲ | ப் | p |
| 16 | ழ் | ! | ம் | m |
| 17 | ற் | r̲ | வ் | v |
| 18 | ன் | n̲ | ய் | y |

◇ அகரவரிசைக்கும் ஒலிப்பிடவரிசைக்கும் இடையிலான வேறுபாடு

### 1.5.9 மெய்யொலிகளின் ஒலிப்பிட வரிசை: பிற தமிழ் இலக்கணிகள்

*மெய்யொலிகளின் ஒலிப்பிடங்களை விவரிக்கும்போது தமிழ் இலக்கணிகள் அனைவரும் செம்மையான அகரவரிசையைப் பின்பற்றுகின்றனர். பவணந்திமுனிவர், வைத்தியநாத தேசிகர், முத்துவீர உபாத்தியாயர் முதலிய இலக்கணிகளும் செம்மையான அகரவரிசையைப் பின்பற்று கின்றனர். ஆனால், ல, வ, ழ, ள ஆகிய ஒலிகளின் வரிசையை மட்டும் மாற்றுகின்றனர். அவர்கள் பின்வரும் வரிசையில் அவ்வொலிகளின் ஒலிப்பிடத்தைக் குறிப்பிடுகின்றனர் (நன்.83, 84, 85; இல.வி.12; முத்து.53, 54, 55, 56): ழ, ல, ள, வ. இவற்றுள், ழ, ல, ள என்னும் வரிசை தொல்காப்பியரின் ஒலிப்பிட வரிசையோடு ஒத்திருக்கிறது. தொல்காப்பியரைத் தவிர்த்துப் பிற இலக்கணிகள் அனைவரும் [ற, ன] ஆகிய ஒலிகளின் ஒலிப்பிடங்களை (செம்மையான அகரவரிசைப்படி) இறுதியில் தான் சுட்டுகின்றனர். தொல்காப்பியர் மட்டுமே [ற, ன] ஆகிய இரு ஒலிகளை [த, ந] விற்குப் பின் குறிப்பிடுகின்றார்.*

### 1.5.10 மெய்யொலிகளின் ஒலியியல் அட்டவணை

*தொல்காப்பியரின் பிறப்பியல் விளக்கத்தை அடிப்படையாகக் கொண்டு விளக்க அட்டவணை 1.7 அமைகின்றது*

## விளக்க அட்டவணை 1.7 தொல்காப்பியரின் மெய்யொலி அட்டவணை

| ஒலிப்பிடம் **Place** → / ஒலிப்புமுறை ↓ **Manner** | ஈரிதழ் **Bilabial** | | பல்லிதழ் **Labiodental** | | பல் அண்பல் **Dental** | | அண்பல் **Alveolar** | | பின் அண்பல் **Post alveolar** | | வளைநா **Retroflex** | | அண்ணம் **Palatal** | | பின் அண்ணம் **Velar** | | உள்நா **Uvular** | | மேல்தொண்டை **Pharyngeal** | | குரல்வளை **Glottal** | |
|---|---|---|---|---|---|---|---|---|---|---|---|---|---|---|---|---|---|---|---|---|---|---|
| அடைப்பொலி Stop | p | | | | t̪ | | t | | | | ʈ | | c | | k | | | | | | | |
| மூக்கொலி Nasal | | m | | | | n̪ | | n | | | | ɳ | | ɲ | | ŋ | | | | | | |
| அதிர்வொலி Trill | | | | | | | | r | | | | | | | | | | | | | | |
| வருடொலி Flap | | | | | | | | | | | | | | | | | | | | | | |
| உரசொலி Fricative | | | | v | | | | | | | | | | | | | | | | | | |
| மருங்குரசொலி Lateral Fricative | | | | | | | | | | | | | | | | | | | | | | |
| உயிர்போலி Approximant | | | | | | | | | | | | ɻ | | | | j | | | | | | |
| மருங்கு உயிர்போலி Lateral approximant | | | | | | | | l | | | | ɭ | | | | | | | | | | |
| குரல்நாள அதிர்வில்லா ஒலி (Unvoiced) | | | | | | | | | | | குரல்நாள அதிர்வு ஒலி (Voiced) | | | | | | | | | | | |

## 1.6 மாற்றொலி (சார்பெழுத்துக்கள்) (Allophones / Secondary sounds)

*தொல்காப்பியர் மாற்றொலிகள் குறித்துத் தனியாக ஏதும் விளக்கவில்லை. மாற்றொலிகளைச் சுட்ட அவர் கையாளும் கலைச்சொற்களே மாற்றொலி பற்றிய தொல்காப்பியரின் எண்ணத்தை நமக்குத் தெளிவாக உணர்த்துகின்றன. மாற்றொலிகள் குறித்துப் பேசும்போது, "சார்ந்துவரல்", "எழுத்தோரன்ன" ஆகிய இரு கலைச்சொற்களைத் தொல்காப்பியர் கையாள்கின்றார். Cf: மாற்றொலிகளின் ஒலிப்பிடம் பற்றி ஸீபவைஹியைப் போன்று தொல்காப்பியர் விரிவாக விளக்கவில்லை. மாற்றொலிகள் தான் சார்ந்துள்ள முதல் எழுத்துக்களின் ஒலிப்பிடத்தைத் தன் ஒலிப்பிடமாகக் கொண்டு வரும் என்கின்றார் தொல்காப்பியர் (தொல்.எழு.101). மாற்றொலிகளுக்கெனத் தனி ஒலிப்பிடம் இல்லாததால் அம்மூன்று ஒலிகளை முதலெழுத்துக்கள் முப்பதோடு சேர்க்காமல், மூன்றலங்கடையை (தொல்.எழு.1) எனத் தனியாகப் பிரிக்கின்றார்.*

### 1.6.1 மாற்றொலி வகைப்பாடு

*தொல்காப்பியர் மூன்று வகை மாற்றொலிகளைக் குறிப்பிடுகின்றார். அவை: குற்றியலிகரம், குற்றியலுகரம், ஆய்தம் (தொல்.2). தொல்காப்பியரின் மாற்றொலிக் கொள்கையைப் பிற்காலத்தில் வந்த தமிழ் இலக்கணிகள் புரிந்து கொள்ளவில்லை. எனவே, தொல்காப்பியர் மூன்று மாற்றொலிகளைக் கூற, பிற்காலத்தில் வந்த இலக்கணிகள் முன்னூறுக்கும் மேற்பட்ட மாற்றொலிகளைக் கூறுகின்றனர். மேலும், தொல்காப்பியர் மாற்றொலிகளைக் குற்றியலிகரம், குற்றியலுகரம், ஆய்தம் என மூன்று வகையாகப் பகுக்கின்றார். பிற்கால இலக்கணிகளோ, உயிர்மெய், ஆய்தம், உயிரளபு, ஒற்றளபு, குற்றியலுகரம், குற்றியலிகரம், ஐகாரக்குறுக்கம், ஔகாரக் குறுக்கம், மகரக்குறுக்கம், ஆய்தக் குறுக்கம் எனப் பத்து வகையாகப் பகுக்கின்றனர். அவற்றை அட்டவணை 1.8 விவரிக்கின்றது.*

விளக்க அட்டவணை 1.8 தமிழ் இலக்கணிகள் குறிப்பிடும் மாற்றொலிகள்

| காலம் | இலக்கணி | சார்பெழுத்துக்களின் வகைகள் | | | | | | | | | | |
|---|---|---|---|---|---|---|---|---|---|---|---|---|
| | | உயிர்மெய் | ஆய்தம் | உயிரளபு | ஒற்றளபு | குற்றியலுகரம் | குற்றியலிகரம் | ஐகாரக்குறுக்கம் | ஔகாரக் குறுக்கம் | மகரக்குறுக்கம் | ஆய்தக்குறுக்கம் | மொத்தம் |
| கி.மு. 300 | தொல்காப்பியர் | | 1 | | | 1 | 1 | | | | | 3 |
| கி.பி. 1100 | புத்தமித்திரனார் | | | 7 | | 1 | 1 | 1 | 1 | | | 11 |
| கி.பி. 1200 | குணவீர பண்டிதர் | 216 | | 7 | 11 | 1 | 1 | 1 | 1 | 1 | 1 | 239 |
| கி.பி. 1300 | பவணந்தி முனிவர் | 216 | 8 | 21 | 42 | 37 | 36 | 3 | 1 | 3 | 2 | 369 |
| கி.பி. 1700 | வைத்தியநாத தேசிகர் | 216 | 1 | 7 | 11 | 1 | 1 | 1 | 1 | 1 | 1 | 241 |
| கி.பி. 1700 | வீரமா முனிவர் | 216 | 8 | 21 | 42 | 37 | 36 | 3 | 1 | 3 | | 367 |
| கி.பி. 1900 | முத்துவீர உபாத்தியாயர் | 216 | 1 | | | | | | | | | 217 |

### 1.6.2 தொல்காப்பியரின் மாற்றொலி விளக்கக் கொள்கை

*மாறொலிகள் குறித்துத் தொல்காப்பியர் நான்கு நூற்பாக்களில் (தொல்.எழு.1,2, 12,101) பேசுகின்றார். முதலில் மாற்றொலிகளின் எண்ணிக்கை பற்றி மூன்றலங்கடையே (மூன்று) என்று கூறுகின்றார் (தொல்.எழு.1). பின், மாற்றொலிகள் எவை என்பதைச் சுட்டுகின்றார் (தொல்.எழு.2). அதனைத் தொடர்ந்து, மாற்றொலிகளின் ஒலிப்புக்காலத்தை (மாத்திரை) வரையறுக்கின்றார் (தொல்.எழு.12).*

இறுதியில் மாற்றொலிகளின் ஒலிப்பிடத்தைக் குறிப்பிடுகின்றார் (தொல்.எழு.101).

உயிரொலிகள், மெய்யொலிகள் ஆகிய மூல ஒலிகளை விளக்கும்போது முதலில் ஒலிகளைச் சுட்டிய பின்பு, அவற்றின் எண்ணிக்கையைக் கூறுகின்றார். ஆனால், மாற்றொலிகளைப் பற்றிப் பேசுகையில் முதலில் எண்ணிக்கையையும் பின் அடுத்த நூற்பாவில் அவ்வொலிகளையும் குறிப்பிடுகின்றார் (தொல்.எழு.1,2). இவ்வாறு தன் விளக்குமுறையில் ஒலியையும் மாற்றொலியையும் வேறுபடுத்திக் காட்டுகிறார்.

தொல்காப்பியர் தமிழ்ப்பேச்சொலிகளை வரிசைப்படத் தெளிவாக விவரிக்கின்றார். 'எழுத்தெனப்படுப' எனத்தொடங்கி தமிழ் ஒலிகளின் அமைப்பை பின்வருமாறு விளக்குகின்றார். ஒலி, மாற்றொலி, குற்றுயிர், நெட்டுயிர், மெய், மாத்திரை, மெய்யொலிகளின் வகைகள் என முறைபட விளக்குகின்றார். உயிரொலிகளை ஒலியியல் நோக்கில் விளக்கும்போது அவற்றின் ஒலிப்பிடத்தை மிடற்றில் தோன்றும் காற்றில் சுட்டுகின்றார். பிற்காலத் தமிழ் இலக்கணிகள் யாரும் உயிரொலிகளுக்கு பிறப்பிடம் சுட்டவில்லை. ஒலிகளின் ஒலிப்பிடத்தை வரையறுக்கும் போது முறையே உயிர், மெய், மாற்றொலி என்ற வரிசையைப் பின்பற்றுகின்றார். ஒலிகளின் அகரவரிசை, வகைப்பாடு, மாத்திரை அளபு முதலியன பற்றிக் கூறும்போதெல்லாம் 'என்ப', 'மொழிப' முதலிய மேற்கோள்களையும் சுட்டுகின்றார். இம்மேற்கோள்கள் தமிழ் மரபில், அகரவரிசை, வகை, மாத்திரை முதலியன ஏற்கனவே உள்ளன என்பதை உணர்த்துகின்றன. ஆனால், ஒலிகளுக்குரிய ஒலிப்பிடத்தையும் ஒலிப்புமுறையையும் தொல்காப்பியர் தான் வரையறுக்கின்றார். இதில் அவர் யாரையும் பின்பற்றவில்லை.

அகரவரிசை, ஒலிகளை வகைப்படுத்தல், மாத்திரை கூறல், ஒலிப்பிடங்களை வரையறுத்தல் என ஒலிகளை வகைதொகைப்படுத்திக் கூறும் எல்லா இடங்களிலும் மேலே வகைப்படுத்தியுள்ள ஒலிகளின் எண்ணிக்கையைக் கணக்கிட்டுக் கூறும் உத்தி தொல்காப்பியரின் சிறப்புகளுள் ஒன்று. பிற்கால இலக்கணிகள் தங்கள் விளக்குமுறையில் தொல்காப்பியர் போன்று ஒலிகளின் கூட்டுத்தொகையைக் கணக்கிட்டுக் கூறவில்லை. *Cf:* அறபியில் ஸீபவைஹி ஒலிகளை வகைதொகைப்படுத்தும் எல்லா இடங்களிலும் தொல்காப்பியரைப் போன்று ஒலிகளைக் குறிப்பிடுவதோடு அவற்றின் கூட்டுத்தொகையையும் குறிப்பிடுகின்றார்.

2

# அல்–கிதாப்பின் ஒலியியல் விளக்கம்

அறபு ஒலிகளின் ஒலியியல், உருபொலியனியல் கூறுகள் பற்றி அல்–கிதாப்பின் இறுதி ஏழு இயல்களில் (இயல்:565–571) ஸீபவைஹி விளக்குகின்றார். இவ்வேழு இயல்களில் (ஒலியனியல் பகுதி) முதல் இயலான 565வது இயலில், அறபு ஒலிகளின் பிறப்பு பற்றிக் குறிப்பிடுகின்றார். அறபு ஒலிகளின் பிறப்பு பற்றிப் பேசுவதால் அவ்வியல் இங்கு பிறப்பியல் என்றே குறிக்கப்படுகிறது.இவ்வியலில் அறபு ஒலிகளின் ஒலிப்பியல் கூறுகளை முதன்மையாகப் பேசினாலும் ஒலியியலின் பிற கூறுகளான இயக்கவியல், கேட்புமுறை பற்றியும் ஸீபவைஹி குறிப்பிடுகிறார்.

## 2.1 பிறப்பியலின் அமைப்பு

தொல்காப்பியத்தில் மூன்றாவது இயலாக வரும் பிறப்பியல், "பிறப்பியல்" என்ற ஒற்றைச் சொல்லைத் தலைப்பாகக் கொண்டு தொடங்குகிறது. அல்கிதாப்பில் ஒலியனியல் பகுதி, "இவ்வியல் ஒருங்கிணைந்த அறபு ஒலிகள் பற்றியது" هذا باب الإدغام என்று தொடங்குகிறது. இத்தலைப்பு பிறப்பியலுக்கும் பிறப்பியலைத் தொடர்ந்து வந்து அறபு ஒலிகளின் ஒலியனியல் கூறுகள் பற்றிப்பேசும் பிற ஆறு இயல்களுக்கும் (566–571) பொதுவான தலைப்பு ஆகும். அதாவது தொல்காப்பியத்தில் நூன்மரபிற்கு முன்பு வரும் 'எழுத்ததிகாரம்' போன்று. அதற்குப்பின் தான்

பிறப்பியலுக்கெனத் தனித்தலைப்பு நெடுந்தொடராகப் பின்வருமாறு அமைகின்றார் ஸீபவைஹி: "அறபு எழுத்துக்களின் மொத்த எண்ணிக்கை, அவ்வொலிகளின் ஒலிப்பிடம், குரல்நாள அதிர்வு, அதிர்வில்லாத் தன்மை, அவற்றின் இயல்பு, அவற்றிற்கிடையிலான (குரல்நாள அதிர்வு, அதிர்வில்லாத் தன்மை) வேறுபாடு முதலியன பற்றி இவ்வியல் விளக்குகின்றது"

"هذا باب عدد الحروف العربيةِ، ومَخارجها،
ومهموسِها ومجهورِها، وأحوالِ مجهورِها
ومهموسِها، واختلافها"

– *ஹா.ப., தொ.4, ப.431*

அல்கிதாப்பின் பிறப்பியலில் பேச்சொலியைக் குறிக்க "ஹற்ஃப்" (**حرف**) என்னும் சொல்லை ஸீபவைஹி பயன்படுத்துகிறார். அல்கிதாப்பிற்குள் இச்சொல் பல பொருள்களைக் குறிக்கும் ஒரு சொல்லாக வருகிறது. அதாவது பின்வரும் ஆறு பொருள்களில் இச்சொல்லை ஸீபவைஹி கையாள்கின்றார்.[1] அவை: (1) ஒலியன், (2) ஒலியின் வரிவடிவம், (3) அசை, (4) இடைச்சொல், (5) சொல்(பதம்), (6) *ஹம்ஜா* (குரல்வளை ஒலி). இதே சொல் குற்ஆனுக்குள் 'கிளைமொழி' என்னும் பொருளில் வருகின்றது.[2]

ஸீபவைஹி பின்வரும் வரிசை முறையில் பிறப்பியலை அமைக்கின்றார்:

1. இருபத்தொன்பது அறபு ஒலிகளின் பெயரும் வரிசையும்
2. குற்ஆனும், அறபுக்கவிதைகளும் ஏற்றுக்கொள்ளும் ஆறு மாற்றொலிகள் *(Derived sounds)*
3. குற்ஆனும், அறபுக்கவிதைகளும் ஏற்றுக்கொள்ளாத ஏழு மாற்றொலிகள் *(Unfavoured derived sounds)*
4. இருபத்தொன்பது மூல அறபு ஒலிகளின் பதினாறு ஒலிப்பிடங்கள்
5. குரல்நாள அதிர்வு ஒலிகள் *(Voiced)*
6. குரல்நாள அதிர்வில்லா ஒலிகள் *(Unvoiced)*
7. இறுக்கமான ஒலிகள் *(Tight)*/அடைப்பொலிகள் *(Stops)*

---

1. A.A.Al-Nassir (1993: 10)
2. மேலது.

8. இறுக்கமற்ற ஒலிகள் (Slack) / உரசொலிகள் (Fricatives)
9. மருங்கொலிகள் (Laterals)
10. மூக்கொலிகள் (Nasals)
11. வருடொலிகள் (Trills)
12. உயிரொலிகள் (Vowels)
   i. மென்மையானவை (Soft)
   ii. நீட்டம் உடையவை (Prolongation)
13. மூடிய நிலையில் தோன்றும் மெய்யொலிகள் (Cover)
14. திறந்த நிலையில் தோன்றும் மெய்யொலிகள் (Open)

மேற்கண்ட வரிசைமுறையில் அறபு ஒலிகளை விவரிக்கும் போது இரு வகையான விளக்குமுறைகளை ஸீபவைஹி பின்பற்றுகிறார். அதாவது, அறபு ஒலிகளின் ஒலிப்பியல்/ஒலியியல் கூறுகளை முதலில் ஒலிப்பிடத்தின் அடிப்படையிலும், பின்பு ஒலிப்புமுறையின் அடிப்படையிலும் விளக்குகிறார்.

## I. ஒலிப்பிடத்தின் அடிப்படையில் பிறப்பியல் விளக்கம்

பிறப்பியலின் தொடக்கத்தில் அறபு ஒலிகளை ஒலிப்பிடத்தின் அடிப்படையில் ஸீபவைஹி விளக்குகின்றார். இப்பகுதியில், ஒலிகளைத் தோற்றுவிப்பதில் ஒலியுறுப்புகளின் பங்கு, ஒலிப்பிடத்தின் அடிப்படையில் ஒலிகளை வரிசைப் படுத்துதல், மாற்றொலிகளின் ஒலிப்பிடத்தை வரையறுக்கும் போது மூல ஒலிகளின் ஒலிப்பிடத்தை அடிப்படையாகக் கொள்ளுதல் என மூல ஒலிகளையும் மாற்றொலிகளையும் அவற்றின் ஒலிப்பிடத்தின் அடிப்படையில் விளக்குகின்றார். ஒலிப்பிடத்தின் அடிப்படையிலான விளக்கம் பின்வரும் முறையில் அமைகின்றது.

1. இருபத்தொன்பது அறபு ஒலிகளின் பெயரும் வரிசையும்
2. குர்ஆனும், அறபுக்கவிதைகளும் ஏற்றுக்கொள்ளும் ஆறு மாற்றொலிகள்
3. குர்ஆனும், அறபுக்கவிதைகளும் ஏற்றுக்கொள்ளாத ஏழு மாற்றொலிகள்
4. இருபத்தொன்பது மூல அறபு ஒலிகளின் பதினாறு ஒலிப்பிடங்கள்.

II. ஒலிப்புமுறையின் அடிப்படையில் பிறப்பியல் விளக்கம்

பிறப்பியலின் பிற்பகுதியில் அறபு ஒலிகளை ஒலிப்புமுறையின் அடிப்படையில் ஸீபவைஹி விளக்குகின்றார். இப்பகுதியில், ஒலிகளை மெய்யொலிகள், உயிரொலிகள் என இருவகையாகப் பகுக்கின்றார். இவற்றுள், முதலில் மெய்யொலிகளையும் பின்பு உயிரொலிகளையும் விளக்குகின்றார். மெய்யொலிகளை அவற்றின் ஒலிப்புமுறையின் அடிப்படையில் ஒன்பது வகையாகப் பகுக்கின்றார். அவை:

**மெய்யொலிகள்**

1. குரல்நாள அதிர்வு ஒலிகள்
2. குரல்நாள அதிர்வில்லா ஒலிகள்
3. இறுக்கமான ஒலிகள் / அடைப்பொலிகள்
4. இறுக்கமற்ற ஒலிகள் / உரசொலிகள்
5. மூடிய நிலையில் தோன்றும் ஒலிகள்
6. திறந்த நிலையில் தோன்றும் ஒலிகள்
7. மருங்கொலி
8. மூக்கொலி
9. ஆடொலி

**உயிரொலிகள்**

1. மென்மையானவை
2. நீட்டம் உடையவை

இனி இவ்விரு விளக்குமுறைகள் பற்றி விரிவாகக் காண்போம்.

## 2.2 ஒலிப்பிடத்தின் அடிப்படையில் பிறப்பியல் விளக்கம்

### 2.2.1 இருபத்தொன்பது அறபு ஒலிகளின் பெயரும் வரிசையும்

தொல்காப்பியர் முதல் நூற்பாவில் "எழுத்தெனப்படுப" எனத் தொடங்கி தமிழ் அகரவரிசையின் முதல் ஒலியையும், இறுதி ஒலியையும் சுட்டி "முப்பதும் முதலென்ப" என்று தமிழ் ஒலிகளை அவற்றின் எண்ணிக்கையுடன் சுருங்கக் கூறுகின்றார். ஸீபவைஹி அறபு ஒலிகளைப் பற்றி பேசத்தொடங்கும் போது, 'இருபத்து ஒன்பது மூல அறபு ஒலிகள்' فأصل حزوف العربية تسعت و عشزوى حزف என ஆரம்பித்து இருபத்து ஒன்பது அறபு ஒலிகளின் பெயர்களை

*வரிசையாகக் குறிப்பிடுகின்றார். குரல்வளை முதல் இதழ் வரையான ஒலிப்பிடங்களின் அடிப்படையில் ஒலிகளை வரிசைப்படுத்துகிறார்.*

*அறபு ஒலிகளுக்கு ஒலிப்பிடங்களை வரையறுக்கும்போது, ஸீபவைஹி தன் ஆசிரியர் அல்–க்ஹலீலைப் பின்பற்றுகின்றார்.*[3] *அல்–க்ஹலீல், ஸீபவைஹி ஆகிய இருவரும் அறபு ஒலிகளின் ஒலிப்பிடங்களைக் குரல்வளையில் தொடங்கி இதழில் முடிக்கின்றார்கள். அறபு ஒலிகளை ஸீபவைஹி வரிசைப்படுத்தும் முறை பற்றி அட்டவணை 2.1 விவரிக்கின்றது. இவ்வரிசையில் அமையும் இருபத்தொன்பது (29) ஒலிகளை "மூல ஒலிகள்" (Primary/original sounds) என்று ஸீபவைஹி அழைக்கின்றார்.*

**விளக்க அட்டவணை 2.1 இருபத்தொன்பது மூல ஒலிகளை ஒலிப்பிடத்தின் அடிப்படையில் ஸீபவைஹி வரிசைப்படுத்தும் முறை**

| வரிசை எண் | ஒலிகளின் பெயர் (தமிழில்) | ஒலிகளின் பெயர் (ஆங்கிலத்தில்) | அறபுக்குறியீடு | IPA இணை | ஒலிமதிப்பு (எழுத்துப்பெயர்ப்பு) | |
|---|---|---|---|---|---|---|
| | | | | | தமிழ் எழுத்தில் | ரோமன் எழுத்தில் |
| 1 | ஹம்ஃஜ$^1$ | hamzah | ء | ʔ | ’ | ’ |
| 2 | அலிஃபு | ʔalif | ا | a: | அ | ā |
| 3 | ஹாவு | hāʔ | ه | h | ஹ | h |
| 4 | அய்னு | ʕayn | ع | ʕ | அய் | ‘ |
| 5 | ஹா$^2$வு | ħā | ح | ħ | ஹ$^2$ | ḥ |
| 6 | க$^3$ய்னு | ɣayn | غ | ʁ / ɣ | க$^3$ | ġ |
| 7 | க்ஹாவு | xāʔ | خ | χ | க்ஹ | ḫ |
| 8 | காஃபு | kāf | ك | k | க$^5$ | k |
| 9 | கா$^5$ஃபு | qāf | ق | G | க | q / G |
| 10 | ஃடா$^3$து$^3$ | ḍ ād | ض | dˤ | ஃட$^3$ | ḍ |
| 11 | ஜிய்மு | Jīm | ج | dʒ | ஜ | j |
| 12 | ஷீ$^1$னு | šīn | ش | ʃ | ஷ$^1$ | š |
| 13 | யாவு | yā | ى | j | ய | y |
| 14 | லாமு | lām | ل | l | ல | l |

3. A.A.Al-Nassir (1993: 12) & M.G.Carter (2004: 124)

| வரிசை எண் | ஒலிகளின் பெயர் (தமிழில்) | ஒலிகளின் பெயர் (ஆங்கிலத்தில்) | அறபுக்குறியீடு | IPA இணை | ஒலிமதிப்பு (எழுத்துப்பெயர்ப்பு) | |
|---|---|---|---|---|---|---|
| | | | | | தமிழ் எழுத்தில் | ரோமன் எழுத்தில் |
| 16 | னூனு | nūn | ن | n | ன | n |
| 17 | டாவு | ṭāʔ | ط | tˤ | ட | ṭ |
| 18 | தா$^{3}$லு | dāl | د | ð | த$^{3}$ | d |
| 19 | தாவு | tāʔ | ت | t | த | t |
| 20 | ஷா$^{2}$து$^{3}$ | ṣād | ص | z | ஷ$^{2}$ | ṣ |
| 21 | ஃஜா$^{1}$யு | zay | ز | sˤ | ஃஜ$^{1}$ | z |
| 22 | ஸீனு | sīn | س | s | ஸ | s |
| 23 | ஃஜா$^{2}$வு | đāʔ | ظ | ðˤ | ஃஜ$^{2}$ | ẓ |
| 24 | ஃதா$^{3}$லு | ḏāl | ذ | ð | ஃத$^{3}$ | ḏ |
| 25 | ஃதாவு | ṯāʔ | ث | θ | ஃத | ṯ |
| 26 | ஃபாவு | fāʔ | ف | f | ஃப | f |
| 27 | பா$^{3}$வு | bāʔ | ب | b | ப$^{3}$ | b |
| 28 | மீமு | mīm | م | m | ம | m |
| 29 | வாவு | wā | و | w | வ | w |

*அல்–கிதாப்பின் பதிப்பாசிரியர்களான டிரன்பர்க் (Derenbourg, 1881), பூலக் (Būlaq, 1898)* ஆகிய இருவரின் பதிப்புகளிலும் [q] (qāf) வை *அடுத்துத் தான் காஃபு* [k] (kāf) வருகின்றது என்று கூறும் ஹாறூன் *(அல்–கிதாபு, ஹாறூன் பதிப்பு, தொகுதி–4, ப.431, அடிக்குறிப்பு:2)* தன் பதிப்பில் காஃபு [k] (kāf) வை *அடுத்து கா$^{5}$ஃபு* [q] (qāf) என அவற்றின் வரிசையை மாற்றிப் பதிப்பிக்கிறார். ஹாறூனின் இந்த வரிசைமுறை ஸீபவைஹியின் ஒலிப்பிட வரிசைக்கு முரணாக அமைந்துள்ளது. *கா$^{5}$ஃபு* [q] (qāf) வை அடுத்து *காஃபு* [k] (kāf) வருவது தான் ஸீபவைஹியின் ஒலிப்பிட வரிசைக்குப் பொருத்தமாக இருக்கும். ஒலிகளின் ஒலிப்பிடங்களைக் குரல்வளையிலிருந்து இதழ் நோக்கி வரையறுக்கும்போது, கடை நாவின் முன் பகுதியில் (மெல்லண்ண முகடு) தோன்றும் *கா$^{5}$ஃபு* [q] வை அடுத்து, கடை நாவின் பின்பகுதியில் (மெல்லண்ணம்) தோன்றும் *காஃபு* [k] அமைவதே

இயல்பு. அறபு ஒலிகளுக்குப் பிறப்பிடங்களை வரையறுக்கும் போது (ஒலிப்பிட வரிசை எண்:4,5) இந்த வரிசையில் ([q],[k]) தான் ஸீபவைஹி விளக்குகின்றார். அல்–கிதாப்பிற்குத் தோன்றிய முதல் உரை ஸீபவைஹியின் ஒலிப்பிட வரிசைப்படி ஒலிகளை விளக்கவில்லை.[4]

அறபு நெடுங்கணக்கு இருவகைப்படும். ஒன்று இருபத்தொன்பது எழுத்துக்களை உடையது. மற்றொன்று இருபத்தெட்டு எழுத்துக்களைக் கொண்டது. இருபத்தொன்பது எழுத்துக்களில் அமைவது பழைய நெடுங்கணக்கு ஆகும். இந்நெடுங்கணக்கை குர்ஆனும், இஸ்லாம் மார்க்கம் சார்ந்த கருத்துக்களைக் கற்பிக்கும் உள்ளூர் மார்க்கப்பள்ளிகளும் பின்பற்றுகின்றன. இருபத்தெட்டு எழுத்துக்களையுடைய புதிய நெடுங்கணக்கை இன்றைய கல்வி நிறுவனங்கள், தகவல் தொடர்பு ஊடகங்கள் போன்றவை பின்பற்றுகின்றன. இவ்விரண்டிற்குமான அடிப்படை வேறுபாடு: பழைய நெடுங்கணக்கில் ஹம்ஃஜ்' (ء) hamza [']; அலிஃப்பு (ا) alif [ā] ஆகிய இரண்டிற்கும் தனி வரிவடிவம் உண்டு. புதிய நெடுங்கணக்கில் ஹம்ஃஜ்'விற்கு தனி வரிவடிவம் கிடையாது. அலிஃபின் வரிவடிவத்திலேயே வரும். அலிஃபை, ஹம்ஃஜ்'வின் பிரதிநிதியாக வரும்போது லாஃ ['] (குரல்வளை ஒலி) என்றும் தனியாக வரும்போது ஆலிஃப்பு [ā] (நெட்டுயிர்) என்றும் உச்சரிப்பர்.[5] ஸீபவைஹி தனக்கென ஒலிவடிவமும் வரிவடிவமும் கொண்ட ஒலிகளை மட்டுமே மூல ஒலிகள் என வகைப்படுத்தி, அறபு ஒலிகளின் ஒலிப்பிட விளக்கத்தை ஹம்ஃஜா' ['] விலிருந்து தொடங்குகின்றார். ஆனால் ஹம்ஃஜா' வெளிப்படையான/ விரிவான ஒலிபெயர்ப்பில் *(broad transcription)* வருவதில்லை.[6]

அறபு இலக்கண மரபில், ஒலிப்பிடத்தின் அடிப்படையில் ஒலிகளை வரிசைப்படுத்தும் முறையை முதன் முதலில் அல்–க்ஹலீல் (இ.776) பயன்படுத்துகின்றார். தன் அல்–அய்னியில் (அறபியின் முதல் அகராதி, கி.பி.750–776) அறபு ஒலிகளின் ஒலிப்பிடங்களைக் குரல்வளையிலிருந்து இதழ் வரை வரிசைப்படுத்துகின்றார். அவர், குரல்வளையில் சுட்டும் முதல் ஒலியான அய்(னி) [ع] என்னும் பெயரால் அவரது நூல் *அல்–அய்னி* என அழைக்கப்படுகின்றது. அவரைத் தொடர்ந்து ஸீபவைஹியும் அவ்வொலிப்பிட வரிசையைப் பின்பற்றுகின்றார்.

4. M.G.Carter (2004: 123)
5. A.A.Al-Nassir (1993: 10)
6. மேலது, ப.11.

**விளக்க அட்டவணை 2.2 அறபு ஒலிகளை அல்—க்ஹலீல் வரிசைப்படுத்தும் முறை**

| | | |
|---|---|---|
| ع | அய் | ʿ |
| ة | ஹ | h |
| ح | ஹ$^{2}$ | ḥ |
| خ | க்ஹ | ḫ |
| غ | க$^{3}$ | ġ |
| ق | க$^{5}$ | q |
| ك | க | k |
| ج | ஜ | j |
| ش | ஷ$^{1}$ | š |
| ض | ஃட$^{3}$ | ḍ |
| ص | ஷ$^{2}$ | ṣ |
| س | ஸ | s |
| ظ | ஃஜ$^{2}$ | z |
| ط | ட | ṭ |
| د | த$^{3}$ | d |
| ت | த | t |
| ز | ஃஜ$^{1}$ | ẓ |
| ذ | ஃத$^{3}$ | ḏ |
| ث | ஃத | ṯ |
| ر | ற | r |
| ل | ல | l |
| ن | ன | n |
| ف | ஃப | f |
| ب | ப$^{3}$ | b |
| م | ம | M |
| ا | ஆ | ā |
| و | வ | w |
| ى | ய | y |

அறபு ஒலிகளின் ஒலிப்பிடங்களைக் குரல்வளையில் தொடங்கி இதழ் வரை வரிசைப்படுத்தும் முறையை ஸீபவைஹி, தன் ஆசிரியர் அல்—க்ஹலீலிடம் கற்றாலும், அவ்வொலிப்பிட வரிசையைச்

*செம்மைப்படுத்துகின்றார். அதனால் அல்–க்ஹலீலின் ஒலிப்பிட வரிசையை விட ஸீபவைஹியின் ஒலிப்பிட வரிசை மேம்பட்டிருக்கிறது. இதனை விளக்க அட்டவணை 2.3 விளக்குகின்றது.*

**அட்டவணை 2.3 அறபு ஒலிகளை ஸீபவைஹி வரிசைப்படுத்தும் முறை**

| | | |
|---|---|---|
| ء | ’ | ’ |
| ا | ஆ | ā |
| ة | ஹ | h |
| ع | அய் | ‘ |
| ح | ஹ2 | ḥ |
| غ | க 3 | ġ |
| خ | க்ஹ | ḫ |
| ق | க5 | q |
| ك | க | k |
| ض | ஃஃட3 | ḍ |
| ج | ஜ | j |
| ش | ஷ1 | š |
| ى | ய | y |
| ل | ல | l |
| ر | ற | r |
| ن | ன | n |
| ط | ட | ṭ |
| د | த3 | d |
| ت | த | t |
| ص | ஷ2 | ṣ |
| ز | ஃஃஜ1 | ẓ |
| س | ஸ | s |
| ظ | ஃஃஜ2 | z |
| ذ | ஃஃத3 | ḏ |
| ث | ஃஃத | ṯ |
| ف | ஃஃப | f |
| ب | ப3 | B |
| م | ம | m |
| و | வ | w |

அறபு ஒலிகளுக்கு அல்–க்ஹலீல் வரையறுத்த ஒன்பது ஒலிப்பிடங்களை ஸீபவைஹி பதினாறாக விரிவுபடுத்துகின்றார். அல்–க்ஹலீல் [n] (light nūn) விற்கு ஒலிப்பிடம் கூறவில்லை. ஆனால், ஸீபவைஹி குறிப்பிடுகின்றார். இவ்வொலி ஸீபவைஹியின் ஆறு கிளை ஒலிகளில் *(derived acceptable letters)*ஒன்றாகவும் வருகின்றது. ஸீபவைஹி இவ்வொலியை الخفيفة *(அல்–க்ஹஂஃபியஂஃபஹ்)*(மெல்லிய 'ன'/ light nūn) என்று அழைக்கின்றார்.[7]

அல்–க்ஹலீல் இரண்டாகப் பகுத்த தொண்டையினை (நடுத்தொண்டை, மேல்தொண்டை), ஸீபவைஹி மூன்றாகப் பகுக்கின்றார். அவை: 1. அடித்தொண்டை, 2. நடுத்தொண்டை, 3. மேல்தொண்டை. அல்–க்ஹலீல் காற்றறையில் சுட்டிய நான்கு [w,a,y,'] ஒலிகளில் [a,'] ஆகிய இரு ஒலிகள் குரல்வளையிலும், [y] இடையண்ணத்திலும், [w] இதழிலும் பிறக்கும் என்று ஸீபவைஹி அறபு ஒலிகளின் ஒலிப்பிடத்தைத் துல்லியமாக வரையறுக்கிறார். அறபு ஒலிகளின் ஒலிப்பிடத்தை மிகத் துல்லியமாகச் சுட்டுவதன் மூலம் இவரது ஒலிப்பிட விளக்கம் மேம்பட்டதாக இருக்கிறது. ஸீபவைஹியின் இவ்வொலிப்பிட வரிசையை அவருக்குப் பின்வந்த அறபு இலக்கணிகளும் பின்பற்றுகின்றனர். அவர்களில் குறிப்பிடத்தக்கவர்கள் இப்ன் ஜின்னி, சக்காகி, இப்ன் யாய்ஷ்.[8]

### 2.2.2 மாற்றொலிகள்

குற்ஆனையும் அறபுக்கவிதைகளையும் ஓதும் முறையை அடிப்படையாகக் கொண்டு, ஸீபவைஹி மாற்றொலிகளை இரு வகைகளாகப் பகுக்கின்றார். அவை:

I. குற்ஆனும், அறபுக்கவிதைகளும் ஏற்றுக்கொள்ளும் மாற்றொலிகள்

II. குற்ஆனும், அறபுக்கவிதைகளும் ஏற்றுக்கொள்ளாத மாற்றொலிகள்

ஸீபவைஹி மாற்றொலிகளைக் குறிக்க 'ஃபுறு' (فُروع) என்னும் சொல்லைக் கையாள்கின்றார். இச்சொல்லை, "மூல ஒலியிலிருந்து தோன்றிய/பிரிந்த ஒலி" *(Derived sound)* அல்லது "கிளை ஒலி" *(branche)* என்னும் பொருளில் பயன்படுத்துகின்றார்.

**(فُروع) *(ஃபுறா)* என்பதற்கு ஸீபவைஹி தரும் விளக்கம்**

"இவை, மிக நுட்பமான ஒலிவேறுபாடுகளுடன் பேசுவதற்கு உதவுகின்றன. குற்ஆனின் மனப்பாடப்பகுதியும்,

7. A.A.Al-Nassir (1993: 16)

8. A.A.Al-Nassir (1993: 14)

*அறபுக்கவிதைகளும் இவற்றைச் சிறப்பொலிகளாக ஏற்றுக் கொள்கின்றன"*[9]

و هي كثيزة يؤخذ بها و تستحسي في قزأءة القزآى و الأشعار

*–ஹா.ப., தொ.4, ப.432.*

I. குற்ஆனும், அறபுக்கவிதைகளும் ஏற்றுக்கொள்ளும் மாற்றொலிகள்:

1. *மெல்லிய மூக்கொலியான* (light) [n]. "النون الخفيفة"
2. *தளர்வுடைய குரல்வளை அடைப்பொலியான* ['] (hamza). "والهمزة التى بَيْنَ بَيْنَ"
3. *உச்ச அளபு அங்காப்புடைய* [ā]. "والألف التى تُمال إمالةً شديدة"
4. *ஜிய்மு* (ج) jiim [j] *போன்று ஒலிக்கும்* [ž]. "والشِّين التى تكون كالجِيم"
5. *ஃஜாசுவு* (ظ) *க்ஷணீணீ* [z] *போன்று ஒலிக்கும்* [ẓ]. "والصاد التى تكون كالزاى"
6. [ā] *விலிருந்து சிறிது வேறுபட்டுப் பின்னுயிர் போல் ஒலிக்கும்* [ō]. "وألف التفخيم"

*ஸீபவைஹி இந்த ஆறு மாற்றொலிகளில் பின்னுயிரான* [ō] *பற்றிச் சிறு குறிப்பு தருகின்றார். மற்ற ஒலிகள் பற்றி ஏதும் கூறவில்லை.*

பின்னுயிரான [ō] பற்றி ஸீபவைஹி தரும் குறிப்பு

*"ஹிஜாஜ் மக்கள்,* ṣalāt (prayers), zakāt (religious tax), ḥayāt (life) *முதலிய சொற்களில் இவ்வொலியை* [ō] *என்று உச்சரிக்கின்றனர்."*[10]

"أهل الحجاز، فى قولهم : الصَّلاة والزَّكاة والحَيَاة"

*– ஹா.ப., தொ.4., ப.432.*

*ஸீபவைஹி குறிப்பிடும் ஹிஜாஜ் மக்கள் பேசிய மொழி பீடுய்ன் கிளை மொழியாகும். அக்கிளை மொழியில்,* ḥayāt *என்பதை,* ḥayōt *என்றும்,* ṣalāt *என்பதை,* ṣalōt *என்றும்,* zakāt *என்பதை,* zakōt *என்றும் உச்சரிப்பதைக் குறிப்பிடுகின்றார். ஸீபவைஹி சுட்டும் அந்த ஒலி, தமிழ் மற்றும் பிற இந்திய மொழிகளில் பின்னுயிராக உள்ள* [ō] *ஆகும். இந்திய மொழிகளில்*

---

9. மேலது, ப.17.
10. A.A.Al-Nassir (1993: 19)

பின்னுயிராக வரும் [ō], அறபியில் (பீடுய்ன் கிளை மொழியில்) மாற்றொலியாக இருக்கின்றது (அறபியில், [a, ā, i, ī, u, ū] என்னும் ஆறு உயிரொலிகள் மட்டுமே உண்டு). எம்.ஜி. கார்டர் இவ்வொலியினை [ā] என்னும் கீழ் (நடு) உயிரிலிருந்து சிறிது வேறுபட்ட வடிவமான 'ah' என்கின்றார். இது பிரிட்டிஷ் ஆங்கிலத்தில் 'car', 'part' போன்ற சொற்களில் வருகின்றது.[11]

## II. குற்ஆனும், அறபுக்கவிதைகளும் ஏற்றுக்கொள்ளாத மாற்றொலிகள்

குற்ஆனை ஓதுவதற்கும், அறபுக்கவிதைகளை வாசிப்பதற்கும் துணைபுரியாத (பயன்படாத) ஏழு மாற்றொலிகளை, "சார்பாயிராதகிளை ஒலிகள்/குற்ஆன் ஏற்றுக் கொள்ளாத கிளை ஒலிகள்" என்று ஸீபவைஹி அழைக்கின்றார்.

### "குற்ஆனும் அறபுக்கவிதைகளும் ஏற்றுக்கொள்ளாத மாற்றொலிகள்" குறித்து ஸீபவைஹி தரும் விளக்கம்

"அவர்கள் மொழியில் (அறேபியர்களின் பேச்சு வழக்கு) இவை அருநிகழ்வாக இருக்கின்றன. அவர்களுடைய மொழி இவற்றை ஏற்றுக்கொள்கின்றது. ஆனால், குற்ஆனை ஓதுவதற்கும் (அறபுக்)கவிதைகளை வாசிப்பதற்கும் இவை உதவுவதில்லை"[12]

غير مستحسنَةٍ ولا كثيرةٍ في لغة من تُرْتَضَى عربيته، ولا
تستحسن في قراءة القرآن ولا في الشعر

– ஹா.ப., தொ.4, ப.432

### குற்ஆனும் அறபுக்கவிதைகளும் ஏற்றுக்கொள்ளாத ஏழு மாற்றொலிகள்

1. காஃபு (ك) [k]வுக்கும், ஜிய்மு (ج) [j] க்கும் இடைப்பட்ட ஒலியான [č]. "الكاف التى بين الجيم والكاف"

2. a. ஜிய்மு (ج) [j] விலிருந்து சிறிது வேறுபட்டு, காஃபு (ك) [k] போன்று ஒலிக்கும் ஒலியான [ġ].

   b. ஜிய்மு (ج) [j] விலிருந்து சிறிது வேறுபட்டு, ஷ்[1]ஷீ[1]ய்னு (ش) [š] போன்று ஒலிக்கும் ஒலியான [ç].
   "والجيمُ التى [كالكاف، والجيمُ التى كالشين"

3. தளர்வுடைய(weak) ஃட்[3]ஃடா[3]து[3] (ض) [ḍ].
   "والضاد الضعيفة"

---

11. M.G.Carter (2004: 124)
12. A.A.Al-Nassir (1993: 19)

4. ஸ்ஸிய்னு (س) [s] போன்ற[ṣ]. “والصاد التى كالسين”

5. தாவு (ت) [t] போன்ற[ṭ]. “والطاء التى كالتاء”

6. ஃஜா$^{1}$யு (ز) [ẓ] போன்ற[ṯ]. “والظاء التى كالثاء”

7. பா$^{3}$வு (ب) [b]வுக்கும், ஃபாவு(ف) [f]வுக்கும் இடைப்பட்ட பல்லிதழ் ஒலியான [v]. “والباء التى كالفاء”

மொத்த ஒலிகள் நாற்பத்து இரண்டு எனக் குறிப்பிட்டாலும், முப்பத்து ஏழாவது ஒலியான [j], ஒரே இனம் சார்ந்த இரு வகை ஒலியாக வரும்.[13]

ஸீபவைஹி குர்ஆனும் அறபுக்கவிதைகளும் ஏற்றுக் கொள்ளாத ஏழு மாற்றொலிகளைச் சுட்டும்போது அவற்றை மூல ஒலிகளுடன் ஒப்பிட்டு விளக்குகின்றார். அவ்வாறு ஒப்பிடும்போது, மூல ஒலிகளைச் சுட்டி “அதுமாதிரி/அதுபோன்று”, “அவற்றிற்கு இடைப்பட்டு” என்று கூறுகின்றார். அதற்கு மேல் இம்மாற்றொலிகள் எவ்வாறு மூல ஒலிகளுடன் ஒன்றுபடுகின்றன என்பதற்கான விளக்கமோ எடுத்துக்காட்டோ அவர் கொடுக்கவில்லை.[14] எடுத்துக்காட்டாக, [ç] என்னும் மாற்றொலியினைக் குறிப்பிடும்போது, “காஃபு (ك) [k] வுக்கும், ஜிய்மு (ج) [j] க்கும் இடைப்பட்டு ஒலிக்கும்” என்கின்றார்.

சமஸ்கிருதத்தில் நான்கு வகை வேதங்களை மிகத் துல்லியமாக ஓதுவதற்கு அவ்வேதங்களின் பெயரில் சிக்ஷா, பிரதிசாக்யம் முதலிய தனி ஒலி நூல்கள் தோன்றின. அதேபோன்று அறபியில் குர்ஆனைத் தெளிவாக ஓதுவதற்கு வழிகாட்டும் “தஜ்வீது” உண்டு. கி.பி. எட்டாம் நூற்றாண்டில் அறபு மொழிக்கு இலக்கணம் செய்த அறபு மொழி அறிஞர்களுக்கு அறபு மொழியின் ஒலியியல், உருபனியல், தொடரனியல் பற்றி விளக்கும் மொழிக்கருவூலமாக குர்ஆன் விளங்கியது. அறபியில் எழுந்த பல இலக்கணங்களுக்கு குர்ஆனே மூலத்தரவாக விளங்குகிறது. அல்–கிதாப்பும் குர்ஆனை முதன்மைத்தரவாகக் கொண்டிருக்கிறது. அதனடிப்படையில் தான் ஸீபவைஹி மாற்றொலிகளை இரு வகைப்படுத்தி, இருபத்தொன்பது மூல ஒலிகளை “நல்ல ஒலிகள்” என்றும், குர்ஆனும், அறபுக்கவிதைகளும் ஏற்றுக்கொள்ளாத ஏழு மாற்றொலிகளை (சார்பாயிராதகிளை ஒலிகள்) “பிழையான” அல்லது “குறைபாடுடைய ஒலிகள்” என்றும்

---

13. M.G.Carter (2004: 124)

14. A.A.Al-Nassir (1993: 19)

ஸீபவைஹி குறிப்பிடுகின்றார்.[15] குற்ஆனும் அறபுக்கவிதைகளும் ஏற்றுக்கொள்ளாத ஏழு மாற்றொலிகளை ஸீபவைஹி விளக்குவதற்கான காரணம் பற்றி அறபு அறிஞர்களிடையை பின்வரும் மூன்று மாறுபட்ட கருத்துகள் நிலவுகின்றன:[16]

1. ஸீபவைஹி, செம்மையான வழக்கிற்கும் வட்டார வழக்கிற்கும் உள்ள வேறுபாட்டை உணர்த்துகின்றார். செம்மையான வழக்கைச் சிறந்த வழக்கு என்றும் வட்டார வழக்கைக் (கிளை மொழி) குறைபாடுடைய வழக்கு என்றும் குறிப்பிடுகிறார்.

2. வட்டார வழக்கு உச்சரிப்பதற்கு கடினமானவை என்கின்றார்.

3. வெளியிலிருந்து (பிற மொழிகளிலிருந்து) வந்து அறபியுடன் கலந்த ஒலிகள் என்பதை அவற்றின் ஒலிப்புச்சூழலுடன் விளக்குகின்றார்.

### 2.2.3 மெய்யொலிகளின் ஒலிப்பிடங்கள்

ஸீபவைஹி அறபியின் இருபத்தொன்பது மூல ஒலிகளை அவற்றின் ஒலிப்பிடத்தின் அடிப்படையில், குரல்வளையில் தொடங்கி இதழ் முடிய பதினாறு ஒலிப்பிடங்களில் வரையறுக் கின்றார். ஒலிப்பிடத்தைக் குறிக்க 'மக்ஹ்றஜ்' (مَخْرَج) என்னும் சொல்லைப் பயன்படுத்துகின்றார். 'மக்ஹ்றஜ்' (مدرج) என்றால் 'வெளியேறும் வழி' *(exit/outlet)* என்று பொருள்.[17] இச்சொல்லை ஒலிகளின் பிறப்பிடத்தைக் குறிக்கப் பயன்படுத்தும் முதல் அறபு இலக்கணி இவரே ஆவார். ஸீபவைஹியின் ஆசிரியரான அல்–க்ஹலீல் ஒலி தோன்றும் இடத்தை 'மத்$^{3}$றஜ¬' (مدرج), 'ஹ$^{2}$ய்ஃஜ்$^{1}$' (حيز) என்னும் இரு பெயர்களில் அழைக்கிறார்.[18] 'மத்$^{3}$றஜ¬' என்றால் 'இயங்கும் இடம்' *(Place of movement)* என்றும், ஹ$^{2}$ய்ஃஜ்$^{1}$ என்றால் "இடப்பரப்பு/இடஎல்லை" என்றும் பொருள்படும்.

இனி, அறபு ஒலிகளுக்கு ஸீபவைஹி வரையறுக்கும் ஒலிப்பிடங்கள் பற்றி பார்ப்போம். கீழே கொடுக்கப்பட்டுள்ள வரைபடம் ஒலிப்பிடங்களைத் துல்லியமாக விளக்குகிறது.

---

15. மேலது
16. மேலது, ப.20
17. Vivien Law (1990: 219)
18. A.A.Al-Nassir (1993: 14)

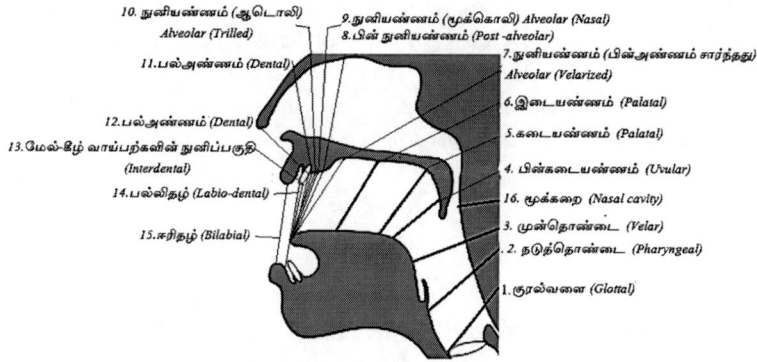

**விளக்க வரைபடம் 2.1 மூல அறபு ஒலிகளுக்கு ஸீபவைஹி வரையறுக்கும் பதினாறு ஒலிப்பிடங்கள்**

*ஒலிப்பிட வரிசைப்படி அறபு ஒலிகளின் பிறப்பு பின்வருமாறு அமைகிறது.*

1. *கடைத்தொண்டை:* ['] *ஹம்ஃஜ*[1] (ء) hamza; [h] *ஹாவு* (ه) ha; [ā] *அலிஃபு* (ا) alif.
2. *நடுத்தொண்டை:* [ʿ] *அய்னு* (ع) ayn; [ḥ] *ஹாவு* (ح) ḥa.
3. *மேல் தொண்டை:* [ġ] *க*[3]*ய்னு* (غ) ghayn; [ẖ] *க்ஹாவு* (خ) kha.

”فأقصاها مُخْرَجاً:الهمزةُ والهاء والألف،ومن أوسطِ الحلق مُخْرَجُ
العينِ والحا، وأدناها مُخْرَجا من الفَمِ:الغين والخاء“

– *ஹா.ப., தொ.4, ப.433.*

*ஸீபவைஹி தொண்டையினை மேல்தொண்டை, நடுத்தொண்டை, கடைத்தொண்டை என மூன்று பகுதிகளாகப் பகுத்து மூன்று ஒலிப்பிடங்களைத் தொண்டையில் சுட்டுகின்றார். இவற்றுள், முதல் ஒலிப்பிடத்தை வரையறுக்கும்போது, 'அக்*[5]*ஷா*[1]*ஹா'* (أقصاها) *என்னும் சொல்லை நேர்பொருளில் (lit.) கையாள்கின்றார். இச்சொல்லின் நேர்பொருள் (தொண்டையின்) 'கடைப்பகுதி' (furthest part of throat) என்பதாகும். இரண்டாவது ஒலிப்பிடத்தை வரையறுக்கும் போது, 'அவ்ஸடி அல்–ஹல்கி*[5]*'* (أوسطِالحلق) *என்று குறிப்பிடுகிறார். இதன் பொருள்*

‘நடுத்தொண்டை’ ஆகும். மூன்றாவது ஒலிப்பிடத்தை வரையறுக்கும் ‘அத்[3]னாஹா’ (أدناها) என்னும் சொல்லைக் கையாள்கிறார். இச்சொல்லின் பொருள் ‘மேல் தொண்டை’ ஆகும். ஸீபவைஹி தொண்டையில் சுட்டும் மூன்று ஒலிப்பிடங்களை விளக்க வரைபடம் 2.2 துல்லியமாக விவரிக்கிறது.

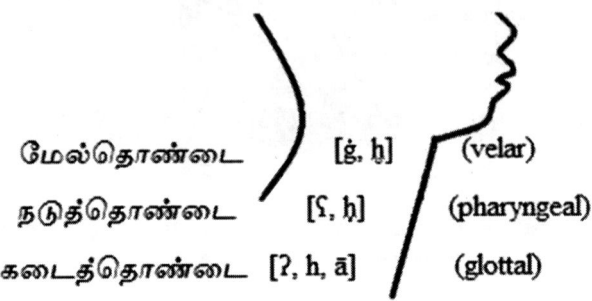

மேல்தொண்டை [ġ, ḫ] (velar)
நடுத்தொண்டை [ʕ, ḥ] (pharyngeal)
கடைத்தொண்டை [ʔ, h, ā] (glottal)

**விளக்க வரைபடம் 2.2 தொண்டைப் பகுதியை ஸீபவைஹி பகுக்கும் முறை**

4. கடைநாவிற்கும் (கடை நாவின் முன் பகுதி) கடையண்ண முகட்டிற்கும் இடையிலிருந்து [q] கா[5]ஃபு (ق) qāf வெளியேறும்.

”ومن أقصى اللسان وما فوقه من الحَنَك الأعلى مُخْرَجُ القاف“

5. கடை நாவில், [q]வின் ஒலிப்பிடத்திற்குச் சிறிது கீழே உள்ள பகுதிக்கும் (கடை நாவின் பின் பகுதி) கடையண்ண முகட்டிற்கும் இடையிலிருந்து, [k]காஃபு (ك) k̄af வெளியேறும்.

”ومن أسفلَ من موضع القاف من اللّسان قليلاً ومما يليه
من الحنك [الأعلى] مُخْرَجُ الكاف“.

6. நாவின் நடுப்பகுதிக்கும் மேல் அண்ணத்தின் நடுப்பகுதிக்கும் இடையிலிருந்து [j] ஜிய்மு (ج) jīm; [š] ஷ்[1]ஷீ[1]ய்னு (ش) shin; [y] யாவு (ى) yā. முதலியன வெளியேறும்.

”ومن وسط اللسان بينه وبين وسط الحنك الأعلى مُخْرَجُ الجيم والشين والياء“

7. நாவின் முன்விளிம்பு கடைவாய்ப்பல்லின் அருகில் ஒருங்கிணையும்போது [ḍ] ஃட்[3]ஃடா[3]து[3] (ض) dād வெளியேறும்.

"ومن وسط اللسان بينه وبين وسط الحنك الأعلى مُخْرَجُ الجيم والشين والياء"

8. நுனிநா விளிம்பு, கடைவாய்ப்பல்லுக்கு சற்று மேல் பொருந்தும்போது [l] லாமு (ل) lām வெளியேறும்.

"ومن بين أوَّل حافَةِ اللسان وما يليها من الأضراس مُخْرَجُ الضاد"

[l]லாமு (ل) lām வின் ஒலிப்பிடம் பற்றிய மேற்கண்ட விளக்கம் ஹாறூன் பதிப்பில் இல்லை. ஆனால் கல்கத்தா பதிப்பில் உள்ளது.[19]

9. நுனிநா விளிம்பின் நுனி, மேல்வாய்ப் பற்களின் மேல் உள்ள பகுதியில் (முன் அண்ணம்) இணையும் இடத்திலிருந்து [n] னுவ்னு (ن) nūn வெளியேறும்.

"من الحنك الأعلى وما فُوَيْقَ الثَّنايا مُخْرَج النون ومن حافة اللسان
من أدناها إلى منتهى طرف اللسان ما بينها وبين ما يليها"

10. [n] வின் ஒலிப்பிடம் தான் [r] றாவு (ر) rā வின் ஒலிப்பிடமும். ஆனால் ஒலிப்புமுறையில், நுனிநாவின் பின்பகுதி பின்னோக்கி [l]வின் ஒலிப்பிடத்தை நோக்கிச் சாய்ந்து (Inclined) வரும்.

"ومن مُخْرَجُ النون غيرَ أنه أدخلُ فى ظهر اللسان قليلا
لانحرافه إلى اللام مُخْرَجُ الراء"

தொல்காப்பியரைப் போன்று ஸீபவைஹியும் [n] என்னும் மூக்கொலியையும், [r̠] என்னும் ஆடொலியையும் (அதிர்வொலி) ஒரே ஒலிப்பிடத்தில் குறிப்பிடுகின்றார். ஒலிப்புமுறையில் தான் [n]–விலிருந்து [r̠] வேறுபடுகின்றது என்னும் விதியில் தொல்காப்பியரும் ஸீபவைஹியும் ஒன்றுபடுகின்றார்கள்.

11. நுனி நாவுக்கும் மேல்வாய்ப் பற்களின் அடிப்பகுதிக்கும் இடையிலிருந்து, [ṭ] ட்டாவு (ط) tā; [d] தா[3]லு (د) dāl; [t] தாவு (ت) tā முதலியன வெளியேறும்.

"وممَّا بين طَرف اللسان وأصول الثنايا مُخْرَجُ الطاء ، والدال ، والتاء"

---

19. A.A.Al-Nassir (1993: 15)

12. நுனி நாவுக்கும் மேல்வாய்ப் பற்களின் மேல் பகுதிக்கும் இடையிலிருந்து, [ṣ] ஷா[1]து[3] (ص) sād; [s] ஸ்ஸிய்னு (س) sīn; [ẓ] ஃஜா[1]யு (ز) zāy முதலியன வெளியேறும்.

"وممَّا بين طَرف اللسان وفُوَيْقَ الثنايا مُخْرَجُ الزاى، والسين، والصاد"

13. நுனி நாவிற்கும்,மேல்வாய்ப் பற்களின் (உளிப்பற்களின்) நுனி மற்றும் அடிப் பகுதிகளுக்கும் இடையிலிருந்து, [z] ஃஜா[2]வு (ظ) zāz; [ḏ] ஃதா[3]லு (د) ḏāl; [ṯ] ஃதாவு (ث) ṯā முதலியன வெளியேறும்.

"وممَّا بين طَرف اللسان وأطرافِ الثنايا مُخْرَجُ الظاء، والذال، والثاء"

14. கீழிதழின் மேல்பகுதி மேல்வாய்ப் பற்களை மோதும் போது [f] ஃபாவு (ف) fā வெளியேறும்.

"ومن باطن الشَّفةِ السُّفلى وأطرافِ الثنايا العُلَى مُخْرَجُ الفاء"

15. இரு இதழ்களுக்கும் நடுவிலிருந்து, [b] பா[3]வு (ب) bā; [m] மிய்மு (م) mīm; [w] வாவு (و) wāw முதலியன வெளியேறும்.

"وممّا بين الشَّفتين مُخْرَجُ الباء ، والميم ، والواو"

16. மூக்கறையிலிருந்து (Nasal cavities), மெல்லிய [n] னுவ்னு (ن) light nūn வெளியேறும்.

"ومن الخَياشيم مُخْرَجُ النون الخفيفة"

– ஹா.ப.தொ.4, ப.434.

மேற்கண்ட பதினாறு ஒலிப்பிடங்களில் முதல் மூன்று இடங்களை மிகத் துல்லியமாகக் குறிக்கின்றார் ஸீபவைஹி. அல்–க்ஹலீல் தொண்டையினைக் குறிக்கப் பயன்படுத்தும் 'ஹல்கி[5]' (حلق) என்னும் சொல்லையே ஸீபவைஹியும் கையாள் கின்றார். அல்–க்ஹலீல் தொண்டையைப் பகுக்காமல், தொண்டையில் பிறக்கும் ஒலிகள் என்று நான்கு ஒலிகளைக் [ʿ,ḥ,ẖ,ġ] குறிக்கின்றார். ஆனால் ஸீபவைஹி, தொண்டையினை அடித்தொண்டை *(Glottal)*, நடுத்தொண்டை *(Pharyngeal)*, மேல்தொண்டை *(Velar)* என மூன்றாகப் பகுக்கின்றார். அடித்தொண்டையில் மூன்று ஒலிகள் ['],[h],[ā], நடுத்தொண்டையில் இரண்டு ஒலிகள் [ʿ],[ḥ], மேல் தொண்டையில் இரண்டு ஒலிகள் [ġ],[ẖ] என மொத்தம் ஏழு ஒலிகள் தொண்டையிலிருந்து பிறக்கின்றன என்கிறார் ஸீபவைஹி. ஒலிப்பிடங்களைத்

துல்லியமாகச் சுட்டும் ஸீபவைஹியின் ஒலிப்பிட விளக்குமுறை ஒன்றை தெளிவுபடுத்துகிறது. அதாவது, ஒலி பிறக்கும் இடத்தை முதன்மையான ஒலிப்பியல் கூறாகவும், ஒலியுறுப்புகளின் இயக்கத்தை இரண்டாம் நிலை ஒலிப்பியல் கூறாகவும் ஸீபவைஹி கருதுகிறார். இந்த முறையைத் தொல்காப்பியரின் பிறப்பியல் விளக்கத்திலும் காணலாம். ஸீபவைஹியின் ஒலிப்பிட விளக்கத்தை ஒலிப்பறையின் மேல் எல்லையையும், கீழ் எல்லையையும் அடைப்படையாக வைத்துப் பின்வரும் அட்டவணை நுட்பமாக விவரிக்கிறது.

**விளக்க அட்டவணை 2.4 ஸீபவைஹியின் ஒலிப்பிட அட்டவணை**

| ஒலிப்பிடத்தின் வரிசை எண் | கீழ் எல்லை (Lower perimeters) | ஒலிபெயர்ப்பு | IPA இணை | அறபுக் குறியீடு | மேல் எல்லை (Upper perimeters) |
|---|---|---|---|---|---|
| 1 | தொண்டை: பின்பகுதி (Throat: farthest section) | ’, h, ā | ʔ, h, Aʔ | ء, ö, ا | தொண்டை: பின்பகுதி (Throat: farthest section) |
| 2 | தொண்டை: நடுப்பகுதி (Throat: mid section) | ‘ , ḥ | ʕ, ħ | ع, ح | தொண்டை: நடுப்பகுதி (Throat: mid section) |
| 3 | தொண்டை: முன்பகுதி (Throat: closest to oral cavity) | ġ, ḫ | ʁ, χ | غ, خ | தொண்டை: முன்பகுதி (Throat: closest oral section) |
| 4 | நாக்கு: முன் கடை நா (Tongue: farthest section) | Q | χ | ق | அண்ணம்: கடையண்ண முகடு (Palate: farthest section) |
| 5 | நாக்கு: கடை நா (Tongue: lower than) | K | k | ك | அண்ணம்: கடையண்ணம் (Palate: pre -farthest section) |
| 6 | நாக்கு: இடை நா (Tongue: mid section) | J, š, y | g, š, y | ج, ش, ى | அண்ணம்: இடையண்ணம் (Palate: mid section) |
| 7 | நாக்கு: முன் விளிம்பு (Tongue: beginning of edge) | Ḍ | dˁ | ض | அண்ணம்: முன்கடைவாய்ப்பல் ஓரம் (Palate: molar section) |

| ஒலிப்பிடத்தின் வரிசை எண் | கீழ் எல்லை (Lower perimeters) | ஒலிபெயர்ப்பு | IPA இணை | அறபுக் குறியீடு | மேல் எல்லை (Upper perimeters) |
|---|---|---|---|---|---|
| 8 | நாக்கு: நுனி நா விளிம்பு (Tongue: closest edge to tip) | L | l | ل | அண்ணம்: முன் அண்ணம் (Palate: above pre -molars, canines and incisors) |
| 9 | நாக்கு: நுனி நா (Tongue: tip) | N | n | ن | அண்ணம்: நுனியண்ணம் (Palate: above the incisors) |
| 10 | நாக்கு: நுனிநா (சிறிது உள்நோக்கி) (Tongue: slightly inner surface) | R | r | ر | அண்ணம்: நுனியண்ணம் (Palate: above the incisors) |
| 11 | நாக்கு: நுனி நா (Tongue: tip) | ṭ d t | tˤ, d, t | ط, د, ت | அண்ணம்: அண்பல் (Palate: base of incisors) |
| 12 | நாக்கு: நுனி நா (Tongue: tip) | z, s, ṣ | z, s, sˤ | ز, س, ص | அண்ணம்: முன் அண்ணம் (Palate: slightly above the incisors) |
| 13 | நாக்கு : நுனி நா (Tongue: tip) | ẓ ḏ ṯ | ðˤ, ð, ɵ | ث ,د , ظ | பல்: உளிப்பற்களின் நுனி (Teeth: tip of incisors) |
| 14 | இதழ்: கீழ்இதழின் உட்பகுதி (Lip:inner surface of the lower lip) | F | f | ف | பல்: உளிப்பற்களின் நுனி (Teeth: tip of the upper teeth) |
| 15 | இதழ்: கீழ் இதழின் வெளிப்பகுதி (Lip: lower) | b, m, v | b, m, v | ,و, م, ب | இதழ் : மேல் இதழின் வெளிப்பகுதி (Lip: upper) |
| 16 | மூக்குத்துளைகள்: மூக்கறை (Nostrils: nasal cavity) | N | n | ن | மூக்குத்துளைகள்: மூக்கறை (Nostrils: nasal cavity) |

மேற்காணும் ஒலிப்பிட அட்டவணை S.I.Sara[20]வை அடிப்படையாகக் கொண்டு அமைகின்றது. அல்–க்ஹலீல் அறபு ஒலிகள் ஒன்பது ஒலிப்பிடங்களில் [مُدرج (முத்$^{3}$றஜா¬) "இயங்கும் இடம்"] பிறப்பதாக வரையறுக்கிறார்.[21] அவை:

1. தொண்டை (throat) - [ʿ , ḥ, ẖ, ġ] (ع, ح, خ, غ)
2. முன் தொண்டை (uvula) - [q, k] (ق, ك)
3. மெல்லண்ணம் (soft palate) - [j, š, ḍ] ( ض,ش, ج)
4. மெல்லண்ண முகடு (apex) - [ṣ, s, z] ( ز, س, ص)
5. அண்பல் (alveolum) - [ṭ, d, t] (ط, د, ت)
6. பல்லெயிறு (gingiva) - [ẓ, d̲, t̲] (ظ, ث,د)
7. நுனியண்ணம் (laminae) - [r, l, n] (ر, ل, ن)
8. இதழ்கள் (lips) - [f, b, m] ( ف, ب, م)
9. காற்றறை (air cavity) - [w, a, y, ʾ] (و, ا, ى, ء)

அல்–க்ஹலீலும் ஸீபவைஹியும் இந்திய ஒலியியல் முறையை *(Indian phonetic system)* பின்பற்றி அறபு ஒலிகளுக்கு ஒலிப்பிடங்களை அமைக்கின்றனர் என்று *Haywood (1960), Wild (1962), Danecki (1985), Carter (1990), Versteegh (1993)* முதலிய அறிஞர்கள் குறிப்பிடுகிறார்கள்.

ஒலிப்பிடங்களைத் தொண்டையில் தொடங்கி இதழ் வரை (k -t -b) வரிசைப்படுத்துவது இந்திய ஒலிப்பியல் முறையாகும். பாணினி, தொல்காப்பியர் போன்ற இந்திய மரபிலக்கணிகள் இம்முறையில் ஒலிப்பிடங்களை வரிசைப்படுத்துகின்றனர். அறபியில் அல்–க்ஹலீலும் ஸீபவைஹியும் இம்முறையில் தான் ஒலிப்பிடங்களை வரிசைப்படுத்துகிறார்கள். ஆனால், அடிப்படை ஒலிப்பியல் கருத்தாக்கத்தில் இந்திய மரபும், அறபு மரபும் வேறுபடுவதாகவும், இருமரபிற்கும் (இந்திய – அறபு) உள்ள இந்த ஒற்றுமை (ஒலிப்பிட வரிசை) தற்செயலானது என்றும் விவன் லா குறிப்பிடுகிறார். அதற்கு அவர் கூறும் இரு ஆதாரங்கள் இவை:

1. ஸீபவைஹி, உரசொலிகளையும் *(fricatives)*, அசையழுத்த மற்ற மெய்யொலிகளையும் *(weak consonants)* ஒன்றுசேர்த்து

---

20. Solomon I.Sara (2006: 286)

21. Solomon I.Sara (1991: 38)

[b,m,v] ஒரே ஒலிப்பிடத்தில் குறிப்பிடுகின்றார். அல்–க்ஹலீல், உரசொலிகளை அசையழுத்தமற்ற ஒலிகளுடன் [w,a,y,'] சேர்த்துக் குறிப்பிடுகின்றார். ஆனால், சமஸ்கிருத அகரவரிசை உரசொலிகளையும் அரையுயிர்களையும் தனித்தனியாக வகைப்படுத்துகின்றது.

2. ஒலிப்பிடத்தைக் குறிக்க ஸீபவைஹியும் அல்–க்ஹலீலும் கையாளும் مخْرَج (மக்ஹ்றஜ்), حيز (ஹ²ய்ஃஜ்¹) முதலிய சொற்கள், சமஸ்கிருதத்தில் ஒலிப்பிடத்தைக் குறிக்க சம்ஸ்கிருத இலக்கணிகள் பயன்படுத்தும் சொல்லான *ஸ்தான(ம்)*த்துடன் (स्थान/sthāna) பொருந்தவில்லை.

*ஸ்தான(ம்)* (स्थान) என்னும் சமஸ்கிருதச் சொல், 'மூச்சுக்காற்றுத் தடுத்து நிறுத்தப்படும் இடம்' என்னும் பொருளைக் குறிக்கும். ஆனால், அறபுச்சொற்களான மக்ஹ்றஜ் مخْرَج, 'மூச்சுக்காற்று வெளியேறும் வழி' (இடம்)யையும் ஹ²ய்ஃஜ்¹ حيز, (மூச்சுக்காற்று இயங்கும்) 'இடப்பரப்பு/ இடஎல்லை'யையும் குறிக்கின்றன. எனவே, ஒலிப்பிடம் பற்றிய கருத்தாக்கத்தில் இந்திய மரபிற்கும் அறபு மரபிற்கும் தொடர்பில்லை என்கிறார் விவன் லா.[22]

## 2.3 ஒலிப்புமுறையின் அடிப்படையில் பிறப்பியல் விளக்கம்

ஸீபவைஹி அறபு ஒலிகளை ஒலிப்புமுறையின் அடிப்படையில் வகைப்படுத்தும்போது, அவர் காலத்தில் புழக்கத்தில் இருந்த பேச்சு வழக்கை ஆதாரமாகக் கொள்கின்றார்.[23] அறபு ஒலிகளை ஒலிப்புமுறையின் அடிப்படையில் பகுக்க ஸீபவைஹிக்கு ஆதாரமாக விளங்கியவை "தமீமி" (Tamīmi) என்னும் பீடுயின் *(Bedouin)* கிளை மொழியும் "க்ஹிஜாஜி" (Ḥijāzi) என்னும் செதந்தரி *(Sedentary)* கிளை மொழியும் ஆகும்.[24]

அறபு ஒலிகளை ஒலிப்புமுறையின் அடிப்படையில் விளக்கும் போது, ஸீபவைஹி (ஒப்பீட்டடிப்படையில், முரண்பட்ட இரு பண்புகளைச் சுட்ட) வேறுபட்ட இரு பண்புகளை ஒரு தொகுதியாக்கி விளக்கும் முறையைக் *(binary contrasts)* கையாள்கின்றார். அம்முறைப்படி மெய்யொலிகளை மூன்று தொகுதிகளாகவும், உயிரொலிகளை ஒரு தொகுதியாகவும் வகைப்படுத்துகிறார். அவ்வகைப்பாடு பின்வருமாறு அமைகின்றது.

---

22. Vivien Law (1990: 219)

23. Judith Rosenhouse (2007: 132)

24. Frederic J. Cadora (1989: 264)

**மெய்யொலிகள்**

1. a. குரல்நாள அதிர்வு ஒலிகள்/*அல்–மஜ்ஹூறா* (المجهورها)

   b. குரல்நாள அதிர்வில்லா ஒலிகள்/*அல்–மஹ்மூஸா* (المهموسة)

2. a. இறுக்கமான ஒலிகள்/*அல்–ஷ்ஷ்தியது* (الشَّديدُ)

   b. இறுக்கமற்ற ஒலிகள்/*அல்–ற்றிக்ஹ்வஹா* (الرِّخْوَة)

3. a. மூடிய நிலையில் தோன்றும் ஒலிகள்/அல்–முட்ப[3]க்[5] (الْمطْبَقَة)

   b. திறந்த நிலையில் தோன்றும் ஒலிகள்/*அல்–முன்ஃபதிஹ்* (المُنْفَتِحة)

**உயிரொலிகள்**

1. a. மென்மையான உயிர்கள்/*அல்–ல்லைனஹ்* (اللَّيِنَةُ)

   b. நீட்டம் உடைய உயிர் /அல்–மத்[3]து[3] (المددت)

இனி இவ்வகைப்பாடுகள் பற்றி விரிவாகக் காண்போம்.

### 2.3.1 குரல்நாள அதிர்வு ஒலிகள் – குரல்நாள அதிர்வில்லா ஒலிகள்

**a. குரல்நாள அதிர்வு /ஒலிப்புடைய தன்மை**

"குரல்நாள அதிர்வுத் தன்மை என்பது, ஒலியுறுப்புகள் ஒலிப்பிடத்தில் அழுத்தமாகப் பொருந்தி விலகும் வரை, மூச்சோட்டம் தடைபட்டிருப்பதாகும்"[25] என்பது ஸீபவைஹியின் விளக்கம்.

"فالمجهورة : حرفٌ أشْبعَ الاعتماد فى موضعه ، ومَنَعَ النَّفسَ
أن يجرَى معه حتَّى ينقضى الاعتماد [عليه] ويجرى الصوت .
فهذه حالُ المجهورة فى الحلْق والفَم"

– ஹா.ப., தொ.4, ப.434

குரல்நாள அதிர்வுத் தன்மை என்றால் என்ன என்பதை விளக்கிய பின்பு இத்தன்மையுடைய ஒலிகள் எவை என்பதைப் பின்வருமாறு வரிசைப்படுத்துகிறார்.

---

25. A.A.Al-Nassir (1993: 35)

**குரல்நாள அதிர்வு ஒலிகள்**

ء ا ع غ ق ج ض ى ل ر ن ط د ز ظ ذ ب م و

['] [ā] [ʿ] [ġ] [q] [j] [ḍ] [y] [l] [r] [n] [ṭ] [d] [z] [ẓ] [ḏ] [b] [m] [w]

இதே முறையில் குரல்நாள அதிர்வில்லா ஒலிகளையும் விவரிக்கிறார்.

**b. குரல்நாள அதிர்வில்லா/ஒலிப்பில்லாத் தன்மை**

"குரல்நாள அதிர்வில்லா தன்மை என்பது ஒலியுறுப்புகள் (அழுத்தமின்றி) ஒலிப்பிடத்தைத் தழுவி விலகும்போது மூச்சோட்டம் எவ்வித்தடையுமின்றி இயங்குவதாகும்"[26]

"وامّا المهموس فحرفٌ أُضْعِفَ الاعتمادُ فى موضعه
حتّى جرى الّنفسُ معه، وأنت تعرف ذلك اذا اعتَبرتَ
فرددتَّ الحرف مع جَرْىِ الّنفس"

– ஹா.ப., தொ.4, ப.434

**குரல்நாள அதிர்வில்லா ஒலிகள்**

ه ح خ ك ش ت ص س ث ف

[h] [ḥ] [ḫ] [k] [š] [t] [ṣ] [s] [ṯ] [f]

மூச்சோட்டத்தில் தடைகள் ஏற்படுவது குரல்நாள அதிர்வுத் தன்மை என்றும், எந்தத் தடையும் இல்லாமல் மூச்சோட்டம் சீராக இயங்குவது குரல்நாள அதிர்வில்லா தன்மை என்றும் ஸீபவைஹி குறிப்பிடுகின்றார்.

அறபியில் குரல்நாள அதிர்வு ஒலிகள், குரல்நாள அதிர்வில்லா ஒலிகள் எனப் பகுக்கும் முறையினை முதன் முதலில் ஸீபவைஹி தான் புகுத்துகிறார். அல்–க்ஹலீல் அறபு ஒலிகளை இவ்வாறு பகுக்கவில்லை. ஸீபவைஹி இவற்றிற்கெனக் கலைச்சொற்களை உருவாக்குகிறார். ஸீபவைஹிக்குப் பின் வந்த இபின் ஜின்னி *(Ibn Jinni)* ஜமஹ்க்ஷாறி *(Zamakhshari)* இப்ன் யாய்ஷ் *(Ibn Yaish)* முதலிய அறபு இலக்கணிகள் ஸீபவைஹியின் இப்பகுப்பைப் பின்பற்றுகின்றார்கள்.[27] குரல்நாள அதிர்வுத் தன்மை, குரல்நாள

---

26. மேலது.
27. A.A.Al-Nassir (1993: 35)

அதிர்வில்லா தன்மைகளைக் குறிக்க ஸீபவைஹி கையாளும் *மஜ்ஹூறா* (المجهورها), *மஹ்மூஸா* (المهموسة) ஆகிய இரு சொற்களையும், அவற்றிற்கான விளக்கத்தையும், ஸீபவைஹிக்குப் பின் இரு நூற்றாண்டுகள் கழித்து வந்த அறபு இலக்கணியான இப்ன் ஜின்னி *(Ibn Jinni)* தன் *"ஸிற்ஷினா அத் அல் அறபி"*–யில் அப்படியே சொல்பிறழாமல் பயன்படுத்தியிருக்கிறார்.[28]

ஒலிகளின் குரல்நாள அதிர்வுத் தன்மை, குரல்நாள அதிர்வில்லாத் தன்மையைக் குறிக்க ஸீபவைஹி கையாளும் *மஜ்ஹூறா* (المجهورها), *மஹ்மூஸா* (المهموسة) ஆகிய இரு சொற்களுக்கும் உரிய நேர்பொருள் *(lit.)* பின்வருவனவாகும்:

(المجهورها) *(மஜ்ஹூறா)* – உரத்த குரலாக வெளிப்படுதல் *(shouted out loud)*[29]

(المهموسة) *(மஹ்மூஸா)* – சலசலப்பு/குசுகுசுப்பு *(whispered)*[30]

ஸீபவைஹியின் *மஜ்ஹூறிஹூ* (المجهورها), *மஹ்மூஸிஹா* (المهموسة) ஆகிய இரு கலைச்சொற்களுக்கு, இன்றைய அறபு மொழியறிஞர்கள் பின்வருமாறு பல்வேறு பொருள் விளக்கங்களைக் கற்பிக்கின்றனர்.[31]

1. Cantineau *(1946)*: (المجهورها) *(மஜ்ஹூறா)*– அழுத்தமுடைய தன்மை (pressed)

   (المهموسة) (மஹ்மூஸா) – அழுத்தமில்லாத் தன்மை (non -pressed)

2. Fleisch *(1949)*: (المجهورها) *(மஜ்ஹூறா)* – குரல்நாள அதிர்வுத் தன்மை (voiced)

   (المهموسة) *(மஹ்மூஸா)*– குரல்நாள அதிர்வில்லாத் தன்மை (voiceless)

3. Garbell *(1958)*: (المجهورها)*(மஜ்ஹூறா)* – உயிர்ப்பில்லாத் தன்மை (non -breathed)

   (المهموسة) *(மஹ்மூஸா)* – உயிர்ப்புத் தன்மை (breathed)

---

28. மேலது. ப.8.
29. M.G.Carter (2004: 126)
30. மேலது.
31. A.A.Al-Nassir (1993: 35)

4. Blanc *(1967):* (المجهورِها) *(மஜ்ஹூறா)* – உரத்த குரலுடைய தன்மை (sonorous)

(المهموسة) *(மஹ்மூஸா)* – குரலடங்கிய தன்மை (muffled)

மேற்கண்ட அறிஞர்கள் அனைவரின் பொருள்விளக்கங்களும் நவீன மொழியியல் வழக்கில் உள்ள குரல்நாள அதிர்வுத் தன்மை, குரல்நாள அதிர்வில்லாத் தன்மை ஆகியவற்றிற்கு இணையானவையாகும்.

## 2.3.2 இறுக்கமான ஒலிகள் – இறுக்கமற்ற ஒலிகள்

ஒலிப்புமுறையில் இரண்டாவது தொகுதியான இறுக்கமான ஒலிகள் – இறுக்கமற்ற ஒலிகள்.

### a. இறுக்கமான தன்மை

அதில் முதலாவதாக வரும் இறுக்கமான தன்மை,

'(ஒலி தோன்றும் போது) ஒலிப்பிடத்தில் எழும் அழுத்தம் மூச்சுக்காற்றைத் தடுப்பதாகும்.'[32]

"وهو الذى يمنع الصوتَ أن يجرَى فيه"

*–ஹா.ப., தொ.4, பக்.434–435*

ஸீபவைஹியின் இந்த விளக்கம், இன்றைய மொழியியலில் அடைப்பொலிக்குரிய ஒலிப்பியல் கூறுகளோடு சரியாகப் பொருந்தும். இறுக்கமான தன்மையையும், இறுக்கமான ஒலிகளையையும் *'ஷ்'ஷ'தித்'* (الشَّدِيد)என்னும் பெயரில் குறிக்கின்றார். இச்சொல் வல்லோசை *(hard)*, கடினம் *(strong)*, இறுக்கம் *(tight)* என்னும் பொருள்களை உள்ளடக்கிய பலபொருள் ஒரு சொல்லாகும். இவற்றுள் இறுக்கம் என்னும் பொருளே ஸீபவைஹியின் ஒலிப்பியல் விளக்கத்தோடு நெருக்கமாகப் பொருந்துகிறது.[33]

### ஸீபவைஹி குறிப்பிடும் இறுக்கமான ஒலிகள்

| | | | | | | | |
|---|---|---|---|---|---|---|---|
| ء | ق | ك | ج | ط | ت | د | و |
| ['] | [q] | [k] | [j] | [ṭ] | [t] | [d] | [b] |

---

32. A.A.Al-Nassir (1993: 38)

33. A.A.Al-Nassir (1993: 38)

b. **இறுக்கமற்ற தன்மை**

*"மூச்சோட்டத்தின் இயல்பிலேயே (எவ்விதத் தடையும் இல்லாமல்) தோன்றுவது" இறுக்கமற்ற தன்மையாகும் என்கிறார்.*

"وأشباه ذلك أجريتَ فيه الصوت إن شئت"

– *ஹா.ப., தொ.4, ப.435*

***ஸீபவைஹி குறிப்பிடும் இறுக்கமற்ற ஒலிகள்***

| | | | | | | | |
|---|---|---|---|---|---|---|---|
| ء | ق | ك | ج | ط | ت | د | ب |
| ['] | [q] | [k] | [j] | [ṭ] | [t] | [d] | [b] |

*'அய்னு' ['] என்னும் மெய்யொலியும் [w], [y] ஆகிய இரு அரையுயிர்களும் மேற்கண்ட இரு வகையிலும் (இறுக்கமான, இறுக்கமற்ற தன்மை) வராது என்கிறார் ஸீபவைஹி. ஒலிப்புமுறையின் அடிப்படையில் ஸீபவைஹி பகுக்கும் இறுக்கமான ஒலிகள், இறுக்கமற்ற ஒலிகள் ஆகிய இரண்டும் தொல்காப்பியரின் வல்லின, மெல்லினப் பகுப்பிற்கு இணையானவையாக இருக்கின்றன.*

*தொல்காப்பியர் கூறும் வல்லெழுத்துக்களும், ஸீபவைஹியின் இறுக்கமான ஒலிகளும் ஒத்த தன்மையுடையன. இருவரும் அத்தொகுதிகளில் சுட்டும் ஒலிகளில் பெரும்பாலானவை அடைப்பொலிகள். தொல்காப்பியர் தன் வல்லினப் பகுப்பில் சுட்டும் ஆறு ஒலிகளும் அடைப்பொலிகள், விதி விலக்காக "ற" மட்டும் அடைப்பொலியாகவும் வருடொலியாகவும் வரும். ஸீபவைஹி தன் (ஷ்'ஷ'தியது) பகுப்பில் குறிப்பிடும் பன்னிரெண்டு ஒலிகளில் எட்டு ஒலிகள் அடைப்பொலிகள். இருவரது வல்லினப் பகுப்பிலும் அடைப்பொலி அல்லாத பிற ஒலிகளும் இடம்பெறுகின்றன. தொல்காப்பியர் கூறும் வல்லினத்தில் ஒன்று* [r] *வருடொலியாகவும் வரும். ஸீபவைஹியின் ஷ்'ஷ'தியதில், இரு மூக்கொலிகளும்* [n], [m], *ஒரு மருங்கொலியும்* [l], *ஒரு ஆடொலியும் (வருடொலி)* [r] *உள்ளன. ஆனால், வல்லினத் தன்மையை/இறுக்கத்தை வரையறுப்பதில் இருவரும் வேறுபடுகின்றார்கள். தொல்காப்பியர் கூறும் வல்லெழுத்திற்கு, "வல்லென்று இசைத்தலாலும், வல் என்ற தலைவளியாற் பிறத்தலாலும் வல்லெழுத்து எனப்பட்டது" என்று இளம்பூரணர் (தொல்.19) விளக்கம் தருகிறார். ஸீபவைஹி, ஒலிப்பிடத்தில் நிகழும் மூச்சோட்டத் தடையைக் கூறுகின்றார்.*

### 2.3.3 மூடிய நிலையில் தோன்றும் ஒலிகள் – திறந்த நிலையில் தோன்றும் ஒலிகள்

ஒலியை உச்சரிக்கும் போது நாவின் மேல்பகுதி அண்ணத்தைத் தழுவும் நிலையை அடிப்படையாகக் கொண்டு, மூடிய நிலையில் தோன்றும் ஒலிகள், திறந்த நிலையில் தோன்றும் ஒலிகள் என முரண்பட்ட இருவகை ஒலிகளை ஒரு தொகுதியாகக் குறிப்பிடுகிறார் ஸீபவைஹி. நாவின் இரு ஓரங்கள் மேல் அண்ணத்தை தழுவும் (மூடும்) நிலையை மூடியநிலை என்றும், அவ்வாறு நிகழாததை திறந்த நிலை என்றும் அவற்றை வரையறுக்கிறார். மேலும் மூடிய நிலையில் தோன்றும் ஒலிகளை 'அல்–முட்ப[3]க்[5]' (المُطْبَقَة) என்றும், திறந்த நிலையில் தோன்றும் ஒலிகளை 'முன்ஃபதிஹ்' (المُنْفَتِحة) என்றும் அழைக்கின்றார்.

#### a. மூடிய நிலையில் தோன்றும் ஒலிகளுக்கு ஸீபவைஹி தரும் விளக்கம்

"இந்த நான்கு ஒலிகளையும், உங்கள் நாவில் அவற்றின் ஒலிப்பிடங்களில் இடும்போது, அவற்றின் மூல ஒலிப்பிடங்களில் இருந்து மெல்லண்ணத்தின் நேரெதிர் பகுதி (நடு அண்ணம்) வரை, நாவின் (நடுப்பகுதி தாழ்ந்து) இரு ஓரங்கள் மேல் அண்ணத்தை மூடும் (தழுவும்). நாவிற்கும் மெல்லண்ணத்திற்கும் இடையிலிருந்து புறப்படும் மூச்சுக்காற்று, ஒலிப்பிடத்தில் தடுக்கப்பட்டு முன்னோக்கி வெளியேறும்."[34]

"وهذه الحروفُ الأربعة إذا وضعت لسانَك في مواضعهنّ انطبق
لسانُك من مواضعهنّ إلى ما حاذى الحَنَك الاعلى من ترفعه
إلى الحنَك، فإذا وضعتَ لسانك فالصوت مَحصورٌ فيما بين
اللسان والحنَك إلى موضع الحروف"

– ஹா.ப., தொ.4, ப.436

#### b. மூடிய நிலையில் தோன்றும் ஒலிகள்

| ص | ض | ط | ز |
|---|---|---|---|
| [ṣ] | [ḍ] | [ṭ] | [z] |

#### c. திறந்த நிலையில் தோன்றும் ஒலிகள்

பிற மெய்யொலிகள் அனைத்தும் திறந்த நிலையில் தோன்றுபவை என ஸீபவைஹி வகைப்படுத்துகின்றார்.

---

34. A.A.Al-Nassir (1993: 50)

## அட்டவணை 2.5 ஒலிப்புமுறையின் அடிப்படையில் அறபு மெய்யொலிகளை ஈரிணை பகுப்புமுறையில் ஸீபவைஹி வகைப்படுத்தும் முறை

| வரிசை எண் | அறபு வரிவடிவம் | IPA இணை | ஒலிபெயர்ப்பு | தமிழ் ஒலிபெயர்ப்பு | ஈரிணை பகுப்புமுறை | | | | | |
|---|---|---|---|---|---|---|---|---|---|---|
| | | | | | மஜ்ஹூறிஹா (Voiced) & | மஹ்மூஸிஹா (Unvoiced) | ஷ்$^{1}$ஷ$^{1}$தீய்து (Tight) & | ர்றிக்வஹ் (Slack) | முட்ப$^{3}$க்$^{5}$ (Cover) & | முன்ஃபதிஹ் (Open) |
| 1 | ء | ʔ | ’ | ’ | + | – | + | – | – | + |
| 2 | ا | a: | ā | அ | + | – | – | – | – | – |
| 3 | ه | h | h | ஹ | – | + | – | + | – | + |
| 4 | ع | ʕ | ay | அய் | + | – | + | + | – | + |
| 5 | ح | ħ | ḥ | ஹ$^{2}$ | – | + | – | + | – | + |
| 6 | غ | ʁ | ġ | க$^{3}$ | + | – | – | + | – | + |
| 7 | خ | χ | ẖ | க்ஹ | – | + | – | + | – | + |
| 8 | ق | G | q | க$^{5}$ | + | – | + | – | – | + |
| 9 | ك | k | k | க | – | + | + | – | – | + |
| 10 | ض | dˤ | ḍ | ஃட$^{3}$ | + | – | – | + | + | – |
| 11 | ج | dʒ | j | ஜ | + | – | + | – | – | + |
| 12 | ش | ʃ | š | ஷ$^{1}$ | – | + | – | + | – | + |
| 13 | ى | y | y | ய | + | – | – | – | – | – |
| 14 | ل | l | l | ல | + | – | + | – | – | + |
| 15 | ر | r | r | ற | + | – | + | – | – | + |
| 16 | ن | n | n | ன | + | – | + | – | – | + |
| 17 | ط | tˤ | ṭ | ட | + | – | + | – | + | – |
| 18 | د | ð | d | த$^{3}$ | + | – | + | – | – | + |
| 19 | ت | t | t | த | – | + | + | – | – | + |
| 20 | ص | z | ṣ | ஷ$^{2}$ | – | + | – | + | + | – |
| 21 | ز | sˤ | z | ஃஜ$^{1}$ | + | – | – | + | – | + |

| வரிசை எண் | அறபு வரிவடிவம் | IPA இணை | ஒலிபெயர்ப்பு | தமிழ் ஒலிபெயர்ப்பு | ஈரிணை பகுப்புமுறை | | | | | |
|---|---|---|---|---|---|---|---|---|---|---|
| | | | | | மஜ்ஹூரிஹா (Voiced) & | மஹ்மூஸிஹா (Unvoiced) | ஷ்$^{1}$ஷெ$^{1}$தியது (Tight) & | ர்ரிக்வஹூ (Slack) | முட்ப$^{3}$க்$^{5}$ (Cover) & | முன்ஃபதிஹ் (Open) |
| 22 | س | s | s | ஸ | – | + | – | + | – | + |
| 23 | ظ | ðˤ | ẓ | ஃஜ$^{2}$ | + | – | – | + | – | + |
| 24 | ذ | ð | ḏ | ஃத$^{3}$ | + | – | – | + | – | + |
| 25 | ث | θ | ṯ | ஃத | – | – | – | + | – | + |
| 26 | ف | f | f | ஃப | – | + | – | + | – | + |
| 27 | ب | b | b | ப$^{3}$ | + | – | + | – | – | + |
| 28 | م | m | m | ம | + | – | + | – | – | + |
| 29 | و | w | w | வ | + | – | – | – | – | + |

2.3.4 தனித்தொகுதி (Group of sounds)

ஒலிப்புமுறையின் அடிப்படையிலான விளக்கத்தில் ஈரிணைப்பகுப்பு முறைக்குப் பின் தனித்தனி தொகுதிகளாகவும் சில அறபு ஒலிகளை வகைப்படுத்துகிறார். அத்தொகுதி வகைப்பாடு பின்வருமாறு அமைகிறது.

a. மருங்கொலி [l]

b. மூக்கொலி [n], [m]

c. ஆடொலி [r]

**a. மருங்கொலி**

[l] - (ل)-வை மருங்கொலி என்னும் தனி வகையாகச் சுட்டுகிறார். இவ்வொலியை "அல்–முன்ஹறிஃப்" (المُنْحَرِف) என்று ஸீபவைஹி அழைக்கிறார். முன்ஹறிஃப் என்றால், 'வேறு வழியில் செலுத்துதல்/திசை மாற்றுதல்" *(diverted)*[35] அல்லது "சாய்ந்தொதுங்குதல்"[36] *(swerving)* என்று பொருள்படும். மேலும் [l]வின் ஒலிப்புமுறை பற்றிப் பின்வருமாறு குறிப்பிடுகின்றார்:

35. A.A.Al-Nassir (1993: 48)

36. E. Mohmoud Hassan Saaran Attia (1951: 239)

'நா, ஓசையுடன் ஒரு பக்கமாக இடம்பெயரும்' என்கின்றார்.

"ومنها (المُنْحَرِف)، وهو حرفٌ شديد جرى فيه الصوتُ
لانحراف اللسان مع الصوت"

– ஹா.ப., தொ.4, ப.435

[l]–வை உச்சரிக்கும் போது, நா பக்கவாட்டில் சாய்ந்து மேல் அண்ணத்தை ஒற்றும். [l]வை இறுக்கமான ஒலியாக الشَّدِيدُ (ஷ்'ஷ'தீய்து) வகைப்படுத்துகிறார்.

**b. மூக்கொலி** (Nasal)

[l]–வைத் தொடர்ந்து, [n] நூனு (ن); [m] மீமு (م) ஆகிய இரு மூக்கொலிகள் பற்றிக் குறிப்பிடுகின்றார். "இவ்வொலிகள் மூக்கின் வழி வெளியேறும் மூச்சுக்காற்றில் தோன்றும்" என்கின்றார். இவ்வின ஒலியை அழைக்க 'கு³ன்னது' (غُنّة) என்னும் கலைச்சொல்லைப் பயன்படுத்துகிறார். 'கு³ன்னது' என்றால் 'மூக்கொலிப்பு' (*Nasality*) என்று பொருள். இவ்விரு ஒலிகளில் [n]–வின் ஒலிப்புமுறை பற்றிப் பின்வருமாறு குறிப்பிடுகின்றார்.

"இந்த ஒலியை உங்கள் மூக்கின் வழி உச்சரிக்கும்போது, ஒலிப்பிடத்தில் நாவில் அழுத்தம் தொடரும். உங்கள் மூக்கை நீங்கள் அடைத்துக்கொண்டால் இந்த ஒலி தோன்றாது."[37]

"و منها (حرفٌ شديد) يجرى معه الصوتُ لأنّ
ذلك الصوت غُنّةٌ من الانف، فانما تُخرِجه من
أنفك واللسانُ لازمٌ لموضع الحرف، لأنك لو
أمسكت بأنفك لم يَجر معه الصوتُ "

– ஹா.ப., தொ.4, ப.435

[m]–வும் இதே ஒலிப்புமுறையில் தோன்றும் என்கிறார். இறுதில் [n], [m] ஆகிய இரு மூக்கொலிகளையும் 'இறுக்கமான ஒலிகளாக' الشَّدِيدُ (ஷ்'ஷ'தீய்து) வகைப்படுத்துகிறார்.

**c. ஆடொலி**

மூக்கொலிகளைத் தொடர்ந்து [r] -(ر) றாவிற்குத் தனியாக விளக்கம் கொடுக்கிறார். [r] என்னும் ஆடொலியைக் குறிக்க "முகற்றறு" (المكرَّر) என்னும் சொல்லைக் கையாள்கின்றார். இச்சொல்லின் நேர்பொருள், 'திரும்பத்திரும்ப நிகழ்தல்'[38] என்பதாகும். ஒலிப்புமுறையின் அடிப்படையில் [r]–விற்கு

---

37. A.A.Al-Nassir (1993: 49)

38. மேலது.

இப்பெயரிடுகின்றார். “இவ்வொலி மூச்சோட்டத்தின் இயல்பிலேயே தோன்றும்” என்று விளக்கி, ‘இறுக்கமான ஒலி’ الشَّدِيدُ (ஷ்[1]ஷ[1]திய்து) என்னும் வகையில் சேர்க்கிறார்.[39]

### 2.3.5 உயிரொலிகள்

அறபியில் மொத்தம் ஆறு உயிரொலிகள் உள்ளன. இவற்றுள் மூன்று நெட்டுயிர்களும் மூன்று குற்றுயிர்களும் அடங்கும். இதனை விளக்க வரைபடம் 2.3 விவரிக்கின்றது.

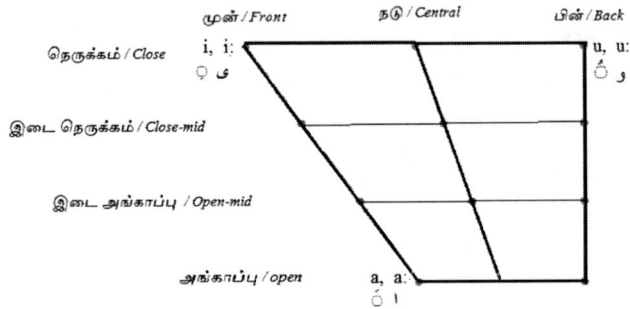

**விளக்க வரைபடம் 2.3 அறபு உயிரொலிகள்**

ஸீபவைஹி “குற்றுயிர்கள் அனைத்தும் நெட்டுயிரிலிருந்தே தோன்றுகின்றன” என்கின்றார் (ஹா.ப., தொ.4, ப.435). எனவே, அவர் குற்றுயிர்களுக்கு ஒலிப்பிடம் வரையறுக்கவில்லை. [40]நெட்டுயிர்களை மட்டுமே முதன்மையானதாகக் கருதுவதால், அறபு உயிரொலிகள் பற்றிய அவரது விளக்கத்தில் [ā] (ا), [ī] (ى), [ū] (و) ஆகிய மூன்று நெட்டுயிர்களைப் பற்றி மட்டும் பேசுகிறார். முதலில் இம்மூன்று நெட்டுயிர்களை இரு வகையாகப் பகுக்கின்றார்.

*அவை: 1.* a. மென்மையான உயிர்கள் /*அல்–ல்லைனஹ்* (اللَّيِّنَةُ)

b. *நீட்டம் உடைய உயிர் /அல்–மத்[3]து[3]* (المددت)

**அறபு உயிரொலிகளை(நெட்டுயிரை) ஸீபவைஹி வகைப்படுத்தும் முறை**

| ஸீபவைஹியின் உயிரொலி வகைப்பாடு | | ā | ī | ū |
|---|---|---|---|---|
| | | ا | ى | و |
| 1 | மென்மையான உயிர் | - | + | + |
| 2 | நீட்டம் உடைய உயிர் | + | - | - |

39. மேலது.

40. A.A.Al-Nassir (1993: 31)

**a. மென்மையான உயிர்கள்**

[ī](ى), [ū](و) ஆகிய இரு உயிர்களை, "மென்மையானவை" என்று அழைக்கின்றார். இவ்விரு உயிர்களையும் அழைக்க, அல்–ல்லைனஹ் (اللَّيِّنَة) என்னும் சொல்லைப் பயன்படுத்துகின்றார். அல்–ல்லைனஹ் என்றால், "நெகிழ்வுடையவை" *(pliable)* என்று பொருள்.[41]

"நீங்கள், உங்கள் உதடுகளை வட்டமாகச் சுருக்கும் போது [ū] தோன்றும்,

நாவை மேல் அண்ணத்தை நோக்கி உயர்த்தும்போது [ī] தோன்றும்"[42]

اتساع مُخْرَج الياء والواو، لأنك لسانك قِبَل الحنَك
قد تَضم شَفَتَيْك فى الواو وترفع فى الياء

– ஹா.ப., தொ.4, ப.436

[ū]–வின் ஒலிப்புமுறையைக் குறிப்பிடும்போது, இதழ்களின் அமைப்பை மட்டும் குறிப்பிடுகின்றார். நாவின் நிலை பற்றிக் கூறவில்லை. [ī]–யின் ஒலிப்பு முறையைக் குறிப்பிடும்போது, நாவின் நிலை குறித்து விளக்குகின்றார். ஆனால், இதழ்களின் அமைப்பு பற்றிக் கூறவில்லை.[43]

**b. நீட்டம் உடைய உயிர்**

ஸீபவைஹி [ā]-(ا) என்னும் நடு உயிரை "நீட்டம் உடைய உயிர்" என வகைப்படுத்துகிறார். *மத்து*[3] (المددت) என அவர் குறிப்பிடும் 'நீட்டம்' ஒலியின் 'நெடில்' தன்மையைக் குறிக்கும். அதோடு [ā] வின் ஒலிப்பிடம் காற்றறை ("அல்–ஹாவீ" (الهاوى) / *air cavity*) என்றும் குறிப்பிடுகிறார்.

"ومنها (الهاوى) وهو حرفٌ اتّسع لهواء الصوتِ مُخْرَجُه أشَدَّ من"

– ஹா.ப., தொ.4, ப.436

[ā]–வின் ஒலிப்பிடத்தைக் காற்றறையில் சுட்டும் முதல் அறபு மொழியியலாளர் ஸீபவைஹியின் ஆசிரியர் அல்–க்ஹலீல் தான்.[44] இங்கு தன் ஆசிரியரின் கருத்தையே ஸீபவைஹியும் பின்பற்றுகிறார்.

41. M.G.Carter (2004: 127)
42. A.A.Al-Nassir (1993: 17)
43. மேலது, ப.33.
44. M.G.Carter (2004: 127)

விளக்க அட்டவணை 2.6 ஸீபவைஹியின் ஓலியியல் அட்டவணையில் அறபு மெய்யொலிகள்

| ஓலிப்பிடம் Place → / ஓலிப்புமுறை ↓ Manner | ஈரிதழ் Bilabial | | பல்லிதழ் Labiodental | | பல் அண்பல் Dental | | அண்பல் Alveolar | | பின் அண்பல் Post alveolar | | வளைநா Retroflex | | அண்ணம் Palatal | | பின் அண்ணம் Velar | | உள்நா Uvular | | மேல்தொண்டை Pharyngeal | | குரல்வளை Glottal | |
|---|---|---|---|---|---|---|---|---|---|---|---|---|---|---|---|---|---|---|---|---|---|---|
| அடைப்பொலி Stop | | b | | | | | t | d | | | | | | | k | g | q | | | | ? | |
| மூக்கொலி Nasal | | m | | | | | | n | | | | | | | | | | | | | | |
| அதிர்வொலி Trill | | | | | | | | r | | | | | | | | | | | | | | |
| வருடொலி Flap | | | | | | | | ɾ | | | | | | | | | | | | | | |
| உரசொலி Fricative | | | f | | θ | ð | s | z | ʃ | | | | | | | | χ | ʁ | ħ | ʕ | h | |
| தடையுறழ் வொலி Affricate | | | | | | | | | | d 3 | | | | | | | | | | | | |
| மருங்குரசொலி Lateral Fricative | | | | | | | | | | | | | | | | | | | | | | |
| உயிர்போலி Approximant | | | | | | | | | | | | | | j | | | | | | | | |
| மருங்கு உயிர்போலி Lateral approximant | | | | | | | | l | | | | | | | | | | | | | | |
| குரல்நாள அதிர்வில்லா ஓலி / (Unvoiced) | | | | | | | | | | குரல்நாள அதிர்வு ஓலி / (Voiced) | | | | | | | | | | | | |

## 2.4 ஸீபவைஹியின் ஒலியியல் அட்டவணையில் அறபு மெய்களும் உயிர்களும்

*அறபு மெய்யொலிகளுக்கும் உயிரொலிகளுக்கும் ஸீபவைஹி கூறும் ஒலியியல் கூறுகளின் அடிப்படையில் அட்டவணைகள் 2.6, 2.7 ஆகியன அமைகின்றன.*

**விளக்கஅட்டவணை 2.7 ஸீபவைஹியின் ஒலியியல் அட்டவணையில் அறபு உயிரொலிகள்**

| வரிசை எண் | தமிழ் எழுத்துக்கள் | IPA இணை | ஒலி மதிப்பு | | நாவின் நிலை Tongue position | | | | | | இதழின் நிலை Lip position | | | மாத்திரை Duration | | இணையுயிர் |
|---|---|---|---|---|---|---|---|---|---|---|---|---|---|---|---|---|
| | | | | | முன் | பின் | கீழ் | மேல் | தளர்வு | விறைப்பு | அங்காப்பு | விரி | குவிவு | குறில் | நெடில் | |
| 1 | ◌َ | a | அ | a | - | - | + | - | + | - | + | - | - | + | - | - |
| 2 | ◌ِ | i | இ | i | + | - | - | + | - | + | - | + | - | + | - | - |
| 3 | ◌ُ | u | உ | u | - | + | - | - | - | + | - | - | + | + | - | - |
| 4 | ◌َا | a: | ஆ | ā | - | - | + | - | + | - | + | - | - | - | + | - |
| 5 | ◌ِي | i: | ஈ | ī | + | - | - | + | - | + | - | + | - | - | + | - |
| 6 | و | u: | ஊ | ū | - | + | - | - | - | + | - | - | + | + | - | - |

▒ ஸீபவைஹி குறிப்பிடாத உயிரொலிப் பண்புகள் (ஒலிப்புமுறை, மாத்திரை)

*குற்றுயிர்கள் நெட்டுயிரின் ஒரு பகுதி என ஸீபவைஹி குறிப்பிடுவதிலிருந்து, நெட்டுயிரையும் குற்றுயிரையும் வேறுபடுத்தும் பண்பாக மாத்திரையே (நெட்டுயிர் இரு மாத்திரை அளவையும் குற்றுயிர் ஒரு மாத்திரை அளவையும் கொண்டுள்ளன) விளங்குகிறது என்பதை உணரலாம்.*

*ஸீபவைஹி அறபு மொழியைத் தொடரனியல், உருபனியல், ஒலியனியல் என்ற வரிசையில் விவரிக்கின்றார். எனவே அறபு ஒலிகளின் எண்ணிக்கை, வகை, பிறப்பு முதலிய ஒலியியல் கருத்துக்களை அல்–கிதாப்பின் இறுதியில்(இயல்–565) பேசுகின்றார். ஒலிகளின் பிறப்புப் பற்றிக் கூறும் இயலுக்கு (இயல்:565), "இந்த இயல் அறபு ஒலிகளின் ஒருமையாதல் பற்றி விளக்குகின்றது"*

என்று தலைப்பிடுகின்றார். பிறப்பியலில் ஒலிகளின் பிறப்பு பற்றி விளக்கும்போது, ஒலிப்பியலின் அடிப்படைக் கூறுகளான ஒலிப்பிடம், ஒலிப்புமுறை ஆகிய இரண்டின் வழி விளக்குகிறார். அதனைத் தொடர்ந்து, ஒலிப்புமுறையில் ஒவ்வொரு ஒலிக்கும் உரிய சிறப்புக்கூறுகள் வழி அறபு ஒலிகளை ஈரிணைப்பகுப்பு முறையிலும், தனி ஒலித்தொகுதியாக வகைப்படுத்தியும் மிக நுட்பமாக விளக்குகின்றார். இறுதியில் உயிரொலிகள் பற்றிப் பேசுகிறார். உயிரொலியில் நெடில் பற்றிய விளக்கமே பிரதானமாக இருக்கிறது.

# 3

## ஒலியியல் விளக்கத்தில் இரு இலக்கணங்களுக்கும் உள்ள ஒற்றுமை

தமிழ்நாட்டிற்கும் அறபு நாடுகளுக்கும் வாணிப உறவு இருந்ததற்கான சான்றுகள் கிடைக்கின்றன.[1] இஸ்லாமின் வருகைக்குப்பின் அறபு மொழி உலகம் முழுவதும் பரவத் தொடங்கியது. ஆசியாவில் அறபுமொழியின் தாக்கத்திற்கு உள்ளான நவீன மொழிகள் பல உள்ளன. தமிழ் முஸ்லீம்களால் அறபு மொழிச்சொற்களும், இலக்கிய வடிவங்களும் தமிழில் அறிமுகமாகின. ஆனால் தமிழில் அறிமுகமான அறபு இலக்கியவடிவம், அறபுத்தமிழ் என்னும் மொழிவடிவம், அறபு கடன் சொற்கள் முதலியன தமிழுக்கும் அறபிக்கும் அறிவு உறவை ஏற்படுத்தின. இவையெல்லாம் பிற்காலத்தில் அதாவது இஸ்லாமின் தோற்றத்திற்குப் பின் உருவானவை. அல்-கிதாப்பும் இஸ்லாமின் தோற்றத்திற்குப் பின் உருவெடுத்த அறபு இலக்கணம் தான், அதனால் அல்-கிதாப்பிற்கும் தமிழ் இலக்கண – மொழியியல் மரபிற்கும் உறவு இருப்பதற்கான ஆதாரங்களாக அவ்விரு இலக்கண நூல்களிலிருந்து சில ஒற்றுமைக் கூறுகளை இவ்வியல் இனம் காண்கிறது.

இந்திய இலக்கண மரபுகளுள் ஒன்றான சமஸ்கிருத இலக்கண மரபின் தாக்கம் அறபு இலக்கண மரபில் உண்டு என்று Haywood (1960), Wild (1962), Danecki (1985), Carter (1990), Versteegh (1993) முதலிய அறபு மொழியியல் அறிஞர்கள்

---

1. K.Rajan (2004: 143)

கூறுகின்றனர். குறிப்பாக, ஒலிகளின் ஒலிப்பிடங்களை வரிசைப்படுத்தும் முறையில் (k-t-b) பாணினிய மரபின் தாக்கம் அல்–க்ஹலீலிடமும் ஸீபவைஹியிடமும் உண்டு என்று அவர்கள் குறிப்பிடுகின்றார்கள். அந்தவகையில் நோக்கினால் பாணினி, தொல்காப்பியர், ஸீபவைஹி முதலிய மரபிலக்கணிகள் அனைவரும் மெய்யொலிகளின் ஒலிப்பிடங்களைத் தொண்டையிலிருந்து இதழ் வரை மேல்நோக்கி (k-t-b) வரிசைப்படுத்தும் முறையிலேயே விளக்குகின்றனர். இவ்வகையான ஒப்புமைகள் தமிழ், சமஸ்கிருதம், அறபு முதலிய மூன்று இலக்கண மரபுகளின் பொதுப்பண்பாக விளங்குகின்றன.

சமஸ்கிருத இலக்கண மரபிற்கும் அறபு இலக்கண மரபிற்கும் உள்ள தொடர்பை இருபதாம் நூற்றாண்டைச் சார்ந்த அறபு மொழியியல் அறிஞர்கள் இனம் கண்டனர். அதேநேரத்தில் தமிழ் இலக்கண மரபிற்கும் அறபு இலக்கண மரபிற்கும் தொடர்பு உண்டா என்னும் வினா இயல்பாக எழுகின்றது. அதற்கு இவ்விரு இலக்கண மரபுகளை ஒப்பிடுவதன் மூலமே விடை காணமுடியும். அவ்வகையில் முதல் முயற்சியாக அமையும் இவ்வாய்வு, தமிழ் – அறபு ஆகிய இரு இலக்கண மரபுகளின் முதல் இலக்கணங்களாகத் திகழும் தொல்காப்பியத்தையும் அல்–கிதாப்பையும் ஒப்பிட்டு, ஒலியியல் விளக்கத்தில் அவ்விரு மரபிலக்கணங்களுக்கும் உள்ள ஒற்றுமைக் கூறுகளை இவ்வியல் விவரிக்கிறது.

## 3.1 பேச்சொலி வகைப்பாடு

பேச்சொலிகள்/ஒலிகள் பற்றி விளக்கும்போது முதலாவதாக, ஒலிகளை மூலஒலி *(Phone/Primary sound)*, மாற்றொலி *(Allophone/ Secondary sound)* என இரண்டாகப் பகுக்கும் முறையைத் தொல்காப்பியர், ஸிபவைஹி ஆகிய இரு இலக்கணிகளும் கையாள்கிறார்கள். (தொல்.எழு.1; ஹா.தொ.4, ப.432). இந்தப்பகுப்பை தொல்காப்பியர் நூன்மரபிலும், ஸீபவைஹி பிறப்பியலிலும் செய்கின்றனர். ஆனால் இவ்விரு இயல்களும் தத்தம் நூல்களில் ஒலியியலின் தொடக்கமாக அமைந்துள்ளன. அதாவது, தொல்காப்பியத்தில் தமிழ் ஒலியியல் பற்றிப் பேசும் முதல் இயல் 'நூன்மரபு', அதேபோன்று அல்–கிதாப்பில் அறபு ஒலியியல் பற்றிப்பேசும் முதல் இயல் 'பிறப்பியல்' ஆகும்.

பேச்சொலியை மூலஒலி, மாற்றொலி என இரண்டாகப் பகுக்கும்போது ஒவ்வொரு பகுப்பிலும் உள்ள ஒலிகளின் கூட்டுத்தொகையைக் குறிப்பிடும் வழக்கம் தொல்காப்பியர், ஸீபவைஹி ஆகிய இருவரிடமும் இருக்கிறது.

*“எழுத்து எனப்படுப*
*அகர முதல் னகர இறுவாய்*
*முப்பஃது என்ப*
*சார்ந்து வரல் மரபின் மூன்று அலங்கடையே” – தொ.எழு.1*

فأصل حزوف العربية تسعت و عشزوى حزف

*(இருபத்து ஒன்பது அறபு ஒலிகளின் தோற்றம்/பிறப்பு)*
*– ஹா.ப., தொ.4, ப.431*

தொல்காப்பியர் தமிழ் ஒலிகளைச் சுருங்கக்கூறி விளங்கவைக்கும் முறையில் “அகர முதல் னகர இறுவாய் முப்பஃது என்ப” என்று குறிப்பிடுகிறார். ஸீபவைஹி “இருபத்து ஒன்பது அறபு ஒலிகளின் தோற்றம்/பிறப்பு” என்று கூறி அறபு ஒலிகள் ஒவ்வொன்றின் பெயரையும் வரிசையாகக் குறிப்பிடுகிறார். ஆனால் மாற்றொலி பற்றிக் கூறும்போது தொல்காப்பியர் மாற்றொலியின் இயல்பு, மாற்றொலிகளின் கூட்டுத்தொகை, மாற்றொலிகளின் பெயர் ஆகியவற்றைப் பற்றி விவரிக்கிறார். ஸீபவைஹி மாற்றொலியின் பெயர், அல்–குற்ஆனின் அடிப்படையிலான மாற்றொலி வகை, கூட்டுத்தொகை, மாற்றொலிகளின் பிறப்பு ஆகியவற்றை விளக்கமாகக் கூறுகிறார்.

மூல ஒலியின் விளக்கத்தையும், மாற்றொலியின் விளக்கத்தையும் ஒப்பிட்டுப் பார்க்கும்போது இருவருமே மாற்றொலி பற்றித் தான் விரிவாகப் பேசுகிறார்கள். ஏனென்றால் மூலஒலிகள் பரவலாக அல்லது அனைவராலும் அறியப்பட்டவையாக இருப்பதும், மாற்றொலிகள் இலக்கணிகளால் இனம்காணப்பட்டவையாக இருப்பதும் முக்கியக் காரணம். எனவே தான் கண்டுபிடித்த புதிய மொழியியல் சிந்தனை பற்றி விரிவாகவும் விளக்கமாகவும் பேசவேண்டிய கட்டாயத்திற்கு இலக்கணிகள் உள்ளாகிறார்கள்.

மாற்றொலியின் வரையறை பற்றி விரிவாகப் பேசும் இரு இலக்கணிகளும் ஒலியியல் விளக்கத்தில் முதன்மையானதாகத் திகழும் ஒலிக்கு/மூலஒலிக்கு, ஒலி என்றால் என்ன என்னும் முறையில் எந்த வரையறையும் கூறவில்லை.

## 3.2 உயிர்க்கும் மெய்க்கும் உள்ள ஒலிப்பியல் வேறுபாடு

மெய்யொலியின் பிறப்பிலிருந்து முற்றிலும் வேறுபட்டது உயிரொலியின் பிறப்பு என்னும் கருத்தில் தொல்காப்பியரும் ஸீபவைஹியும் ஒன்றுபடுகின்றனர். இது தற்கால ஒலியியல் அறிஞர்களும் மெய்ப்பித்த பொதுவான ஒலியியல் சிந்தனை. எனவே இருவரும் உயிரொலிகளின் பிறப்பையும், மெய்யொலிகளின் பிறப்பையும் தனித்தனியே விளக்குகின்றனர்.

தொல்காப்பியர் முதலில் உயிரையும் (*தொல்.எழு.84–88*), பின்பு மெய்யையும் (*தொல்.எழு.89–100*) குறிப்பிடுகின்றார். ஸீபவைஹி முதலில் மெய்யையும் (*ஹா.ப., தொ.4, ப.433*), பின்பு உயிரையும் (*ஹா.ப., தொ.4, ப.435*) விவரிக்கிறார்.

## 3.3 உயிரொலி விளக்கம்

உயிரொலிகளின் எண்ணிக்கை ஒவ்வொரு மொழிக்கேற்ப மாறினாலும் அவற்றின் ஒலிப்பியல் கோட்பாடு ஒன்றே. தத்தம் மொழியிலுள்ள உயிரொலிகளை விளக்கும்போது தொல்காப்பியரும் ஸீபவைஹியும் சில இடங்களில் ஒன்றுபடுகிறார்கள். குறிப்பாக உயிரொலிகளின் ஒலிப்பிடம், ஒலிப்புமுறை முதலியவற்றை வரையறுத்தல், உயிரொலிகளை வகைப்படுத்தல் ஆகிய விளக்குமுறைக் கூறுகளில் இந்த ஒற்றுமையைக் காணலாம்.

### 3.3.1 உயிரொலிகளின் ஒலிப்பிடம்

உயிரொலிகளின் ஒலிப்பிடம் பற்றிய கருத்தாக்கத்தில் தொல்காப்பியரும் ஸீபவைஹியும் ஒத்த கருத்துடையவர்களாக இருக்கின்றார்கள். தொல்காப்பியர் தமிழ் உயிர்களின் பொதுப்பிறப்பிடமாக "… தந்நிலை திரியா மிடற்றுப்பிறந்த வளியின் இசைக்கும்" (*தொல்.எழு.84*) என்று, மிடற்றின் வழி எவ்விதத் தடையுமின்றித் தோன்றும் மூச்சுக்காற்றைச் சுட்டுகிறார். அதன்பின்பு உயிர்களின் சிறப்புப் பிறப்பிடங்களைக் (*தொல்.எழு.85–88*) குறிப்பிடுகிறார். ஸீபவைஹி அறபு உயிர்கள் அனைத்திற்கும் ஒலிப்பிடம் கூறவில்லை. நெட்டுயிரான [ā]விற்கு மட்டும் கூறுகிறார். "மிடற்றிலிருந்து விரியும் (வெளியேறும்) மூச்சுக்காற்றில் (*அல்–ஹாவீ* (الهاوى)) ا-[ ā] பிறக்கும்" (*ஹா.ப., தொ.4, ப.435*) என்கிறார். இரு இலக்கணிகளும் உயிரொலிகளின் பொதுப்பிறப்பிடமாக காற்றறையைச் சுட்டுகின்றார்கள். தற்கால ஒலியியல் அறிஞர்களின் கருத்தும் இதுவேயாகும்.

அறபு இலக்கண மரபில், காற்றறையே உயிரொலிகளின் பிறப்பிடம் என்று முதன்முதலில் கூறியவர் அல்–க்ஹலீல். அவர் அறபு நெட்டுயிர்கள் மூன்றுடன் குரல்வளை ஒலியான *ஹம்ஜா*வையும் சேர்த்து, நான்கு ஒலிகளைக் [ū, ā, ī, '] (و, ا, ى, ع) காற்றறையில் சுட்டுகிறார்.[2] அவரைப் பின்பற்றியே ஸீபவைஹி உயிரொலியின் ஒலிப்பிடத்தைக் காற்றறையில் வைக்கிறார்.

### 3.3.2 குரல்வளை மடல்களின் நிலை (Phonation types)

உயிரொலிகளை உச்சரிக்கும் போது குரல்வளையில் உள்ள இருமடல்களும் (*Vocal folds*) முக்கியப் பங்கு வகிக்கின்றன.

---

2. Solomon I.Sara (1991: 37-39)

இவையே ஒலிப்புமுறையின் இரு வகையான குரல்நாள அதிர்வுத் தன்மையையும், குரல்நாள அதிர்வில்லாத் தன்மையையும் தீர்மானிக்கின்றன. ஓர் ஒலியை உச்சரிக்கையில் குரல்வளையின் இருமடல்களும் இணைந்திருந்தால், அவ்வொலி குரல்நாள அதிர்வு ஒலியாகும், விலகியிருந்தால், அவ்வொலி குரல்நாள அதிர்வில்லா ஒலியாகும். குரல்வளை மடல்களில் தோன்றும் குரல்நாள அதிர்வு, அதிர்வில்லாத் தன்மையை விளக்க வரைபடம் *3.1* விவரிக்கின்றது.

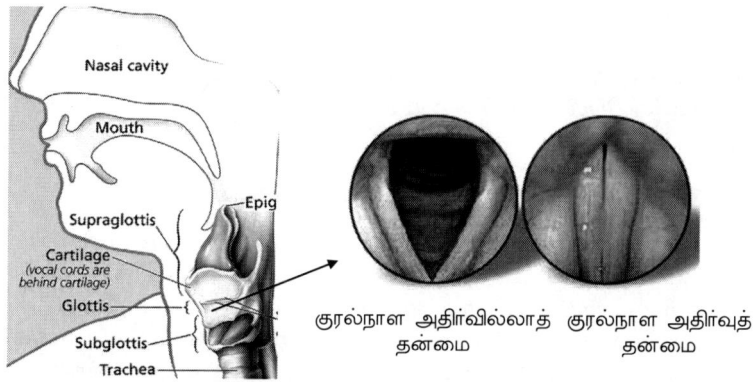

**விளக்க வரைபடம் 3.1**

**குரல்நாள அதிர்வு ஒலியையும் குரல்நாள அதிர்வில்லா ஒலியையும் உச்சரிக்கையில் குரல்வளை மடல்களில் நிகழும் மாற்றம்**

தற்கால ஒலியியல் அறிஞர்கள் மட்டுமன்றி மரபிலக்கணிகளும் குரல்நாள அதிர்வுத் தன்மை, குரல்நாள அதிர்வில்லாத் தன்மை ஆகிய இரண்டையும் பேச்சொலி வகைப்பாட்டில் கையாள்கின்றனர். "பன்னீருயிரும் தந்நிலை திரியா மிடற்றுப் பிறந்த வளியின் இசைக்கும்"(தொல்.எழு.84) என்னும் தொல்காப்பிய நூற்பாவில் உள்ள இசைக்கும் என்னும்சொல் உயிரொலிகளின் குரல்நாள அதிர்வுத் தன்மையைக் குறிக்கும் என்கிறார் முத்துச்சண்முகன்.[3] ஆனால் மெய்யொலிகளின் ஒலிப்புமுறை பற்றிய விளக்கத்தில் குரல்நாள அதிர்வுத் தன்மை, அதிர்வில்லாத் தன்மை குறித்து ஏதும் பேசவில்லை.

ஸீபவைஹி குரல்நாள அதிர்வுத் தன்மை, குரல்நாள அதிர்வில்லாத் தன்மை ஆகிய இரு ஒலிப்புமுறை பற்றி விளக்கமாகப் பேசுகிறார். அதுமட்டுமன்றி இவ்விரு ஒலிப்புமுறைகளின் அடிப்படையில், பத்தொன்பது ஒலிகளை குரல்நாள அதிவுடையவை என்றும், மீதமுள்ள பத்து ஒலிகளை குரல்நாள

3. முத்துச்சண்முகன் (1975: 589)

அதிர்வில்லாதவை என்றும் இருபத்து ஒன்பது அறபு ஒலிகளை வகைப்படுத்துகிறார் (ஹா.ப., தொ.4, ப.434). இவ்வாறு இரு இலக்கணிகளும் மேற்கண்ட இரு ஒலிப்புமுறை குறித்த நுட்பத்தை உணர்ந்திருக்கிறார்கள்.

## 3.4 மெய்யொலி விளக்கம்

தொல்காப்பியரும் ஸீபவைஹியும் தத்தம் மொழியிலுள்ள மெய்யொலிகளை விளக்கும்போது சில விளக்கமுறைகளில் ஒன்றுபடுகிறார்கள். குறிப்பாக மெய்யொலிகளின் ஒலிப்பிடங்களை விளக்கும்போது ஒலியெழுப்பிகளைப் பகுத்தல், வரிசைப்படுத்தல், வெவ்வேறு இன ஒலிகளை ஒரே ஒலிப்பிடத்தில் சுட்டுதல், ஒலிப்பிட வரிசையை உருவாக்குதல் முதலிய கூறுகளில் இந்த ஒற்றுமையைக் காணமுடிகிறது.

### 3.4.1 இயங்கும் ஒலியெழுப்பி – இயங்கா ஒலியெழுப்பி

பேச்சொலிகளைத் தோற்றுவிக்கும் ஒலியெழுப்பிகளை இயங்கும் ஒலியெழுப்பி, இயங்கா ஒலியெழுப்பி என இரண்டாகப் பகுக்கும் முறையில் தொல்காப்பியர், ஸீபவைஹி ஆகிய இரு இலக்கணிகளும் ஈடுபடுகிறார்கள். இருவரும் ஒலியெழுப்பிகளைக் கையாளும் வரிசைமுறையிலும் ஒன்றுபடுகின்றனர். ஒலிகளின் ஒலிப்பிடங்களை விளக்கும்போது இருவருமே முதலில், இயங்கும் ஒலியெழுப்பியையும்(நா) பின்னர், இயங்கா ஒலியெழுப்பியையும் (அண்ணம்) குறிப்பிடுகின்றனர்.

எ.டு:

**தொல்காப்பியர்**

*"ககார ஙகாரம் முதல்நா அண்ணம்"* – தொல்.எழு.89

*"நுனிநா அணரி அண்ணம் வருட*
*ரகார ழகாரம் ஆயிரண்டும் பிறக்கும்"* – தொல்.எழு.95

**ஸீபவைஹி**

*கடைநாவிற்கும்* (கடை நாவின் முன் பகுதி) *கடையண்ண முகட்டிற்கும்* இடையிலிருந்து, [q] (ق) வெளியேறும். (ஹா.ப., தொ.4, ப.433)

*நுனி நாவுக்கும் மேல்வாய்ப்பற்களின் அடிப்பகுதிக்கும்* (நுனியண்ணம்) இடையிலிருந்து, [ṭ] ட்டாவு (ط); [d] தா³லு (د); [t] தாவு (ت) முதலியன வெளியேறும். (ஹா.ப., தொ.4, ப.433)

தொல்காப்பியர் *த, ந* (தொல்.எழு.93), *வ* (தொல்.எழு.98) முதலிய மெய்யொலிகளின் ஒலிப்பிடங்களை விளக்கும்போது

மட்டும் முதலில் இயங்கா ஒலியெழுப்பியையும் பின் இயங்கும் ஒலியெழுப்பியையும் குறிப்பிடுகின்றார். மற்ற இடங்களிலெல்லாம் முதலில் இயங்கும் ஒலியெழுப்பியையே குறிப்பிடுகின்றார். *முதல்நா அண்ணம், இடைநா அண்ணம், நுனிநா அண்ணம்* என்பதில், *முதல், இடை, நுனி* எனும் அடைமொழிகள் நாவிற்கு மட்டுமா அல்லது நா, அண்ணம் ஆகிய இரண்டிற்கும் பொதுவானதா என்னும் ஐயத்தை[4] உரையாசிரியர்களின் விளக்கம் தெளிவுபடுத்துகின்றது. இளம்பூரணரும், நச்சினார்க்கினியரும் இந்த அடைமொழிகளை நா, அண்ணம் ஆகிய இரண்டிற்கும் பொதுவானதாகக் கொள்ள வேண்டும் என்கின்றனர்.

தொண்டையில் மேல் எல்லை, கீழ் எல்லை எனப் பகுக்க முடியாது. எனவே ஸீபவைஹி தொண்டையில் தோன்றும் ஒலிகளின் ஒலிப்பிடங்களை விளக்கும்போது அடித்தொண்டை, நடுத்தொண்டை, பின்தொண்டை எனச் சுட்டுகிறார். வாயறையில் இருக்கும் ஒலியெழுப்பிகளை இயங்கும் ஒலியெழுப்பி, இயங்கா ஒலியெழுப்பி என இரண்டாகப் பகுக்கின்றார். மெய்யொலிகளின் ஒலிப்பிடத்தை விளக்கும் எல்லா இடங்களிலும் முதலில் இயங்கும் ஒலியெழுப்பியையும் பின் இயங்கா ஒலியெழுப்பியையும் குறிப்பிடுகிறார். ஒலியெழுப்பிகளின் இவ்வரிசையை அவர் எந்த இடத்திலும் மாற்றவில்லை.

மெய்யொலிகளின் ஒலிப்பிடங்களை விளக்கும்போது ஒலியெழுப்பிகளின் எல்லையை (ஒலிப்பிடம்) மிகத் துல்லியமாகச் சுட்டுவதில் தொல்காப்பியர், ஸீபவைஹி ஆகிய இருவருமே சிறந்து விளங்குகின்றனர். தொல்காப்பியர் முதல்(அடி) நா, இடைநா, நுனிநா, நாவிளிம்பு என நாவின் (இயங்கும் ஒலியெழுப்பி) பகுதியைத் துல்லியமாகக் குறிப்பிடுகின்றார். அதே போன்று அண்ணத்தின் (இயங்கா ஒலியெழுப்பி) பகுதியையும், முதலண்ணம், இடையண்ணம், நுனியண்ணம், அண்ணம் நண்ணிய பல், அண்பல் எனத் தெளிவாக விளக்குகின்றார். ஸீபவைஹியும் நாவின் பகுதியை, முன் அடிநா, அடிநா, இடைநா, முன்நாவிளிம்பு, நுனிநா விளிம்பு, நுனிநா எனத் தெளிவாகக் குறிப்பிடுகின்றார். அண்ணத்தின் பகுதியை அடியண்ண முகடு, அடியண்ணம், இடையண்ணம், முன் கடைவாய்ப்பல் ஓரம், முன்அண்ணம்,நுனியண்ணம், அண்பல் எனப் பலவாறு பகுத்துக் கூறுகின்றார். தமிழ் மற்றும் அறபு ஒலிகளைத் தோற்றுவிக்கும் போது ஒலியெழுப்பிகளின் இயக்கம் எவ்வாறு அமையும் என்பதை முறையே தொல்காப்பியர் மற்றும் ஸீபவைஹியின் ஒலிப்பியல் விளக்கங்கள் வழி, துல்லியமாக விவரிக்கின்றன பின்வரும் அட்டவணைகள் *(3.1, 3.2)*.

4. தெ.பொ.மீனாட்சி சுந்தரன் (1982: 78)

விளக்க அட்டவணை 3.1 தொல்காப்பியர் குறிப்பிடும் ஒலியெழுப்பிகளின் இயக்கம்

| வ.எண் | ஒலிப்பிடம் | | ஒலிப்புமுறை | | ஒலி | ஒலிபெயர்ப்பு |
|---|---|---|---|---|---|---|
| | இயங்கும் ஒலியெழுப்பி (Active articulaor) | இயங்கா ஒலியெழுப்பி (Passive articulator) | பொது ஒலிப்புமுறை (Primary manner) | துணை ஒலிப்புமுறை (இயங்கும் ஒலியெழுப்பியில் தோன்றும் முயற்சி) (Secondary manner) | | |
| 1 | முதல்(அடி) நா | முதலண்ணம் | – | – | க, ங | k, ṅ |
| 2 | இடை நா | இடையண்ணம் | – | – | ச, ஞ | c, ñ |
| 3 | நுனி நா | நுனியண்ணம் | – | – | ட, ண | ṭ, ṇ |
| 4 | நா நுனி | அண்ணம் நண்ணிய பல் | ஒற்ற | பரந்து | த, ந | t, n |
| 5 | நுனி நா | அண்ணம் | ஒற்ற | அணரி | ற, ன | ṟ, ṉ |
| 6 | நுனி நா | அண்ணம் | வருட | அணரி | ர, ழ | r, ḻ |
| 7 | நாவிளிம்பு | அண்பல் | ஒற்றவும் வருடவும் | வீங்கி | ல, ள | l, ḷ |
| 8 | கீழிதழ் | மேலிதழ் | இயைபு | – | ப, ம | p, m |
| 9 | கீழிதழ் | பல் | இயைபு | – | வ | v |
| 10 | இடைநா | இடையண்ணம் | – | – | ய | y |

விளக்க அட்டவணை 3.2 ஸீபவைஹி குறிப்பிடும் ஒலியெழுப்பிகளின் இயக்கம்

| வ.எண் | ஒலிப்பிடம் | | ஒலிப்புமுறை | | ஒலி | ஒலிபெயர்ப்பு |
|---|---|---|---|---|---|---|
| | இயங்கும் ஒலியெழுப்பி | இயங்கா ஒலியெழுப்பி | பொது ஒலிப்புமுறை (Primary manner) | துணை ஒலிப்புமுறை (இயங்கும் ஒலியெழுப்பியில் தோன்றும் முயற்சி) (Secondary manner) | | |
| 1 | அடித்தொண்டை | | – | – | – | ’, h, ā |
| 2 | நடுத்தொண்டை | | – | – | – | ‘, ḥ |
| 3 | முன்தொண்டை | | – | – | – | ġ, ḫ |
| 4 | முன்அடிநா | அடியண்ண முகடு | – | – | ق | q |
| 5 | அடி நா | அடியண்ணம் | – | – | ك | k |
| 6 | இடைநா | இடையண்ணம் | – | – | ج, ش, ى | j, š, y |
| 7 | முன்நா விளிம்பு | முன் கடை வாய்ப்பல் ஓரம் | ஒருங்கிணைய | – | ض | ḍ |
| 8 | நுனி நா விளிம்பு | முன் அண்ணம் | பொருந்த | – | ل | l |

| வ.எண் | ஒலிப்பிடம் | | ஒலிப்புமுறை | | ஒலி | ஒலிபெயர்ப்பு |
|---|---|---|---|---|---|---|
| | இயங்கும் ஒலியெழுப்பி | இயங்கா ஒலியெழுப்பி | பொது ஒலிப்புமுறை (Primary manner) | துணை ஒலிப்புமுறை (இயங்கும் ஒலியெழுப்பியில் தோன்றும் முயற்சி) (Secondary manner) | | |
| 9 | நுனி நா | நுணியண்ணம் | இணைய | – | ن | n |
| 10 | நுனி நா (உள் நோக்கி) | நுனியண்ணம் | சாய | – | ر | r |
| 11 | நுனிநா | அண்பல் | – | – | ت, د, ط | ṭ d t |
| 12 | நுனி நா | முன் அண்ணம் | – | – | ز, س, ص | z, s, ṣ |
| 13 | நுனி நா | உளிப்பற்களின் நுனி, அடி | – | – | ث, د, ظ | ẓ ḏ ṯ |
| 14 | கீழிதழ் | உளிப்பற்களின் நுனி | மோத | – | ف | f |
| 15 | கீழிதழ் | மேலிதழ் | – | – | و, م, ب | b, m, v |
| 16 | மூக்கறை | | – | – | ن | n |

### 3.4.2 ஒரே ஒலிப்பிடத்தில் பல்வேறு இன ஒலிகள்

ஒரே ஒலிப்பிடத்தில் ஒன்றிற்கு மேற்பட்ட ஒலிகளைச் சுட்டும் முறை தொல்காப்பியர், ஸீபவைஹி ஆகிய இருவரிடமும் உண்டு. தொல்காப்பியர் அதிகபட்சமாக இரு ஒலிகளை ஒரே ஒலிப்பிடத்தில் சுட்டுகின்றார் (க, ங). ஸீபவைஹி அதிகபட்சமாக மூன்று ஒலிகள் வரை ஒரே ஒலிப்பிடத்தில் சுட்டுகின்றார் (ج, ش, ى). இவ்வாறு இரண்டு அல்லது மூன்று ஒலிகளை ஒரே ஒலிப்பிடத்தில் சுட்டும்போது அவ்வொலிகள் அனைத்தும் ஒரே இன ஒலியாக இருப்பதில்லை. மாறாக அவை வெவ்வேறு இன ஒலிகளாக இருக்கின்றன. தொல்காப்பியர் தமிழ் ஒலிகளின் பிறப்பைப் பத்து ஒலிப்பிடங்களில் சுட்டுகிறார். அவற்றில் ஆறு ஒலிப்பிடங்களில் அடைப்பொலியையும், மூக்கொலியையும் இணைத்துக்கூறுகிறார். மற்ற நான்கு ஒலிப்பிடங்களில் பிற இன ஒலிகளைத் தனித்தும், இணைத்தும் சுட்டுகிறார். ஸீபவைஹி அறபு ஒலிகளின் பிறப்பைப் பதினாறு ஒலிப்பிடங்களில் சுட்டுகிறார். அவற்றில் ஆறு ஒலிப்பிடங்களில் மூன்று ஒலிகளை இணைத்துக் கூறுகிறார். மூன்று இடங்களில் இரண்டு ஒலிகளை இணைத்துக் கூறுகிறார். இவ்வாறு ஒரே ஒலிப்பிடத்தில் சுட்டப்படும் இரண்டு, மூன்று ஒலிகளும் வெவ்வேறு இன ஒலிகளாக இருக்கின்றன. எடுத்துக்காட்டாக, இடைநா இடையண்ணம் என்னும் ஒலிப்பிடத்தில் ج, ش, ى என்னும் மூன்று ஒலிகளைச் சுட்டுகிறார். இதில் ج–அடைப்பொலி, ش–உரசொலி, ى–வழுக்கொலி என மூன்றும் வெவ்வேறு இன ஒலிகள்.

ஒரே ஒலிப்பிடத்தில் வெவ்வேறு இன ஒலிகளைச் சுட்டலாம் என்பதும், அவ்வொலிகளுக்கு இடையிலான இன வேறுபாடு ஒலிப்புமுறையில் தான் தோன்றும் என்பதும் தொல்காப்பியர், ஸீபவைஹி ஆகிய இரு இலக்கணிகளின் ஒலிப்பியல்/பிறப்பியல் விளக்கக் கொள்கையாக இருக்கிறது. அதை நவீன மொழியியலும் ஏற்றுக்கொள்கிறது.

மேலே தொல்காப்பியரும், ஸீபவைஹியும் ஒரே ஒலிப்பிடத்தில் குறிப்பிடும் வெவ்வேறு இன ஒலிகளின் முழுமையான ஒலிப்பியல் கூறுகள் பின்வருவன:

க் k ஒலிப்பில்லா *கடைநா கடையண்ண* அடைப்பொலி

ங் ṅ ஒலிப்புடைய *கடைநா கடையண்ண* மூக்கொலி

ج j ஒலிப்புடைய அழுத்தமுடை *இடைநா இடையண்ண* அடைப்பொலி

ش š ஒலிப்பில்லா அழுத்தமில்லா இடைநா இடையண்ண உரசொலி

ى y ஒலிப்புடைய அழுத்தமில்லா இடைநா இடையண்ண வழுக்கொலி

மேற்கண்ட ஒலிப்பியல் கூறுகளில் கடைநா கடையண்ணம் என்னும் ஒலிப்பிடத்தில் தோன்றும் ஒலி ஒலிப்புடையதாகவும், ஒலிப்பில்லாததாகவும் இருக்கலாம். அதேபோன்று அடைப்பொலி யாகவும் இருக்கலாம், மூக்கொலியாகவும் இருக்கலாம். இந்த ஒலிப்பியல் கூறுகள் அனைத்தும் ஒலிப்புமுறையில் தான் தோன்றும். ஸீபவைஹியின் இடைநா இடையண்ண விளக்கமும் இந்த வகையிலானது.

### 3.4.3 இறுதி ஒலிப்பிடம்

ஒலிகளின் ஒலிப்பிடங்களை வரிசைப்பட விளக்கும்போது தொல்காப்பியரும், ஸீபவைஹியும் இறுதியாகச் சுட்டும் ஒலிப்பிடம் 'காற்றறை'. தொல்காப்பியர் 'ய' [y]–வின் ஒலிப்பிடத்தை இறுதியாகக் குறிப்பிடுகிறார். அவர் 'ய' என்னும் வழுக்கொலியின் பிறப்பை, இடைநாவும் இடையண்ணமும் பொருந்துமிடத்தில் தோன்றும் மூச்சுக்காற்றில் (தொல்.எழு.99) சுட்டுகிறார். ஸீபவைஹி ن [n]–வின் ஒலிப்பிடத்தை இறுதியாகக் குறிப்பிடுகிறார். அவர் இவ்வொலி மூக்கறையில் தோன்றும் என்கிறார் (ஹா.,தொ.4,ப.433). தொல்காப்பியர் குறிப்பிடும் ய [y] வாயறையிலும் *(Buccal cavity)*, ஸீபவைஹி குறிப்பிடும் ن [n] மூக்கறையிலும் தோன்றும் காற்றறை ஒலிகளாகும்.

தொல்காப்பியரும் ஸீபவைஹியும் இறுதியாகக் கூறும் ஒலிப்பிடம் அவர்களது ஒலிப்பிட வரிசைக்கு முரணாகவும் அமைந்துள்ளது.

| **தொல்காப்பியரின் ஒலிப்பிட வரிசை** | **ஸீபவைஹியின் ஒலிப்பிட வரிசை** |
|---|---|
| 1. கடையண்ணம் (க, ங) Velar | 1. கடைத்தொண்டை (ء, ö, ا) Glottal |
| ⇓ | ⇓ |
| 2. இடையண்ணம் (ச, ஞ) Mid Palatal | 2. நடுத்தொண்டை (ع, ح) Pharyngeal |
| ⇓ | ⇓ |

3. பின்நுனியண்ணம் (ட, ண)
Palato-alveolar

⇓

4. அண்பல் (த, ந) Dental

⇓

5. நுனியண்ணம் (ற ,ன)
Alvealor

⇓

6. பின்நுனியண்ணம் (ர, ழ)
Palato -alveolar

⇓

7. பின்நுனியண்ணம் (ல, ள)
Alveolar

⇓

8. ஈரிதழ் (ப, ம) Bilabial

⇓

9. பல்லிதழ் (வ) Labio -dental

⤼

10. இடையண்ணம் (ய)
Buccal cavity

3. மேல் தொண்டை (غ, خ)
Uvular

⇓

4. பின்கடையண்ணம்
(ق) Uvular

⇓

5. கடையண்ணம் (ك)
Velar

⇓

6. இடையண்ணம் (ج, ش, ی)
Mid palate

⇓

7. நுனியண்ணம் (ض)
Palato -alveolar

⇓

8. பின்நுனியண்ணம் (ل) Alveolar

⇓

9. நுனியண்ணம் (ن) Alveolar

⇓

10. நுனியண்ணம் (ر)
Post -alveolar

⇓

11. அண்பல் (ط, د, ت) Dental

⇓

12. அண்பல் (ص, س, ز) Dental

⇓

13. மேல்வாய்ப் பற்களின் நுனி
(ظ, ذ, ث) Inter -dental

⇓

14. பல்லிதழ் (ف) Labio-dental

⇓

15. ஈரிதழ் (ب, م ,و) Bilabial

⤼

16. மூக்கறை (ن) Nasal cavity

தொல்காப்பியர் கடையண்ணத்திலிருந்து பல்லிதழ் வரை ஒலிப்பிடங்களை முன்னோக்கி (k -t -b) வரிசைப்படுத்துகிறார். வழுக்கொலியான 'ய'வின் ஒலிப்பிடத்தைச் சுட்டும்போது மட்டும் பின்னோக்கி இடையண்ணத்திற்குப் போகிறார். இது அவரது ஒலிப்பிட வரிசைக்கு முரணாக அமைகிறது. ஸீபவைஹி குரல்வளையிலிருந்து இதழ் வரை ஒலிப்பிடங்களை முன்னோக்கி வரிசைப்படுத்துகிறார். இறுதியாக மூக்கொலியைச் சுட்டும் போது பின்னோக்கி மூக்கறைக்குப் போகிறார். இது கீழிருந்து மேல் நோக்கி வரும் அவரது ஒலிப்பிட வரிசைக்கு முரணாக அமைகிறது. இரு இலக்கணிகளின் ஒலிப்பிட வரிசைக்கு இந்த இறுதி ஒலிப்பிடம் முரணாக அமைவதற்குக் காரணம் அது காற்றறை ஒலியாக இருப்பதேயாகும். அதனால் தான் இருவரும் காற்றறை ஒலியைத் தனியாகப் பகுத்து இறுதியாகக் குறிப்பிடுகின்றனர். ஒலிகளைப் பகுப்பும் முறை, விளக்கும் முறை ஆகியவற்றில் இவ்விரு இலக்கணிகளுக்கும் இடையில் உள்ள மேற்கண்ட ஒற்றுமை மிகவும் அரிதானது.

### 3.4.4 நெடுங்கணக்கு (அகரவரிசை) – ஒலிப்பிட வரிசை

பிறப்பியலில் ஒலிப்பிடத்தின் அடிப்படையில் ஒலிகளை வரிசைப்படுத்தும் முறையை இரு இலக்கணிகளும் புதிதாக உருவாக்குகின்றனர். தொல்காப்பியர் பிற இயல்களில் செம்மையான அகரவரிசையைப் (Standard alphabet order) பின்பற்றுகின்றார். ஆனால் பிறப்பியலில் மட்டும் ஒலிப்பிட வரிசையைப் பின்பற்றுகிறார். இவ்வொலிப்பிட வரிசை கடையண்ணத்தில் தொடங்கி இதழ் வரை முன்னோக்கி வருகின்றது. ஸீபவைஹியும் பிறப்பியலில் மட்டுமே ஒலிப்பிட அகரவரிசைப்படி ஒலிகளை விவரிக்கின்றார். ஸீபவைஹியின் ஒலிப்பிட வரிசை குரல்வளையில் தொடங்கி இதழில் வந்து முடிகின்றது. ஒலிகளின் ஒலிப்பிடம், ஒலிப்புமுறை முதலியவற்றை விளக்கும்போது தொல்காப்பியரும் ஸீபவைஹியும் ஒலிப்பிட வரிசையைக் கையாள்கின்றனர். அதற்கு அடிப்படையாகத் திகழ்வது குரல்வளையிலிருந்து இதழ் வரை மேல்நோக்கி அமையும் ஒலிப்பிட இயைபு ஆகும்.

### விளக்க அட்டவணை 3.3 வேறுபாடு: நெடுங்கணக்கு (அகரவரிசை) – ஒலிப்பிட வரிசை

| வ. எண் | தமிழ் நெடுங்கணக்கு | | தொல்காப்பியரின் ஒலிப்பிட வரிசை | |
|---|---|---|---|---|
| 1 | க் | k | க் | k |
| 2 | ங் | ṅ | ங் | ṅ |
| 3 | ச் | c | ச் | c |
| 4 | ஞ் | ñ | ஞ் | ñ |
| 5 | ட் | ṭ | ட் | ṭ |
| 6 | ண் | ṇ | ண் | ṇ |
| 7 | த் | t | த் | t |
| 8 | ந் | n | ந் | n |
| 9 | ப் | p | ற் | ṟ |
| 10 | ம் | m | ன் | ṉ |
| 11 | ய் | y | ர் | r |
| 12 | ர் | r | ழ் | ḻ |
| 13 | ல் | l | ல் | l |
| 14 | வ் | v | ள் | ḷ |
| 15 | ழ் | ḻ | ப் | p |
| 16 | ள் | ḷ | ம் | m |
| 17 | ற் | ṟ | வ் | v |
| 18 | ன் | ṉ | ய் | y |

| வ. எண் | அறபு நெடுங்கணக்கு | | ஸீபவைஹியின் ஒலிப்பிட வரிசை | |
|---|---|---|---|---|
| 1 | ا | ā | ء | ʾ |
| 2 | ب | b | ا | ā |
| 3 | ت | t | ه | h |
| 4 | ث | ṯ | ع | ʿ |
| 5 | ج | j | ح | ḥ |
| 6 | ح | ḥ | غ | ġ |
| 7 | خ | ḫ | خ | ḫ |
| 8 | د | d | ك | k |
| 9 | ذ | ḏ | ق | q |
| 10 | ر | r | ض | ḍ |
| 11 | ز | z | ج | j |
| 12 | س | s | ش | š |
| 13 | ش | š | ي | y |
| 14 | ص | ṣ | ل | l |
| 15 | ض | ḍ | ر | r |
| 16 | ط | ṭ | ن | n |
| 17 | ظ | ẓ | ط | ṭ |
| 18 | ع | ʿ | د | d |
| 19 | غ | ġ | ت | t |
| 20 | ف | f | ص | ṣ |
| 21 | ق | q | ز | z |
| 22 | ك | k | س | s |
| 23 | ل | l | ظ | ẓ |
| 24 | م | m | ذ | ḏ |
| 25 | ن | n | ث | ṯ |
| 26 | ة | h | ف | f |
| 27 | و | w | ب | b |
| 28 | ي | y | م | m |
| 29 | | | و | w |

◇ அகரவரிசைக்கும் ஒலிப்பிட வரிசைக்கும் உள்ள வேறுபாடு

த. சுந்தரராஜ்

ஒலிகளை விளக்குதல், வகைப்படுத்துதல் எனப் பிறப்பியல் முழுவதும் ஒலிப்பிட வரிசையை ஸீபவைஹி பின்பற்றுகிறார். மேலும், பிறப்பியலின் இறுதியில் நான் ஏன் ஒலிப்பிட வரிசையைப் பின்பற்றுகிறேன் என்பதற்கான காரணமும் கூறுகிறார். "ஒலிகளை விளக்க நான் பின்பற்றுகின்ற ஒலிப்பிடவரிசை, ஒலிகளுக்கு இடையில் ஓர் ஒலிப்பிட உறவை (தொடர்ச்சி) உருவாக்குகிறது." (ஹா.ப., தொ.4, ப.436) என்பது அவர் கூறும் காரணம். தொல்காப்பியர் ஒலிப்பிட வரிசை பற்றி ஏதும் பேசவில்லை. ஒலிப்பிடத்தின் அடிப்படையில் ஒலிகளின் பிறப்பை விளக்குவதால், கீழிருந்து (கடையண்ணம்) மேல்நோக்கிச் (இதழ்) செல்லும் முறையில் இவ்வொலிப்பிட வரிசையை உருவாக்குகின்றார். தொல்காப்பியரின் இந்த ஒலிப்பிட வரிசை நாவினால் ஏற்பட்ட முறைமை (நா நுனி (த, ந), நுனிநா (ற, ன), நுனி நா (ர, ழ), நா விளிம்பு (ல, ள)) என்கிறார் பாவாணர்.[5]

தமிழில் ஒலிகளை அவற்றின் ஒலிப்பிடத்தின் அடிப்படையில் வரிசைப்படுத்தும் ஒலிப்பிட வரிசையை முதன்முதலில் தொல்காப்பியரே உருவாக்குகிறார். தமிழ் ஒலிகளை வகைப்படுத்தும்போது அவர் குறிப்பிடும் மேற்கோள்கள் (என்ப. என்மனார், என்மனார் புலவர் . . .) ஏதும் ஒலிப்பிடங்களை வரையறுக்கும்போது பயன்படுத்தவில்லை. எனவே, இவ்வொலிப்பிட வரிசையைத் தொல்காப்பியரே உருவாக்குகிறார். அறபு இலக்கணமரபில் அல்-க்ஹலீல் தான் முதன்முதலில் ஒலிப்பிட வரிசையை உருவாக்குகிறார். அவரது ஒலிப்பிட வரிசையைப் பின்பற்றும் ஸீபவைஹி அல்-கிதாப்பில் அவ்வரிசையை மேம்படுத்துகிறார்.

### 3.5 கலைச்சொல்: பேச்சொலி

தொல்காப்பியரும் ஸீபவைஹியும் ஒலி/பேச்சொலிக்கெனத் தனிச்சொல்/கலைச்சொல் (பெயர்) எதையும் பயன்படுத்தவில்லை. பேச்சொலியைக் குறிக்க அவர்கள் கையாளும் சொல் பேச்சொலியை மட்டுமன்றி, மேலும் சில பொருள்களையும் உள்ளடக்கிய பொதுச்சொல்லாக (பல பொருள் ஒரு சொல்) விளங்குகின்றது. தொல்காப்பியர் பேச்சொலியைக் குறிக்க *எழுத்து* என்னும் சொல்லைப் பயன்படுத்துகின்றார். எழுத்து என்னும் சொல் தொல்காப்பியத்திற்குள் ஒலியன், ஒலியின் வரிவடிவம், பேச்சொலி ஆகிய மூன்று பொருள்களில் வருகின்றது. தொல்காப்பியர் *எழுத்து* என்னும் சொல்லை ஒலியன் என்னும் பொருளில் அதிகமாகப் பயன்படுத்துகிறார்.

---

5. கழகம், தொல்காப்பியம் எழுத்ததிகாரம், இளம்பூரணர் உரையுடன் (1955: 59)

அதற்கடுத்த நிலைகளில் தான் ஒலியின் வரிவடிவம், ஒலி என்னும் பொருள்களில் கையாள்கிறார்.

குர்ஆனுக்குள் கிளைமொழி என்னும் பொருளில் வரும் *ஹ²ர்ஃப் (حرف)*[6] என்னும் சொல்லை, ஸீபவைஹி ஒலி/பேச்சொலியைக் குறிக்க எடுத்தாள்கிறார். அல்–கிதாப்பிற்குள் இச்சொல்லை பேச்சொலியைக் குறிக்க மட்டுமன்றி, *அசை (Syllable)*, *இடைச்சொல் (Particle)*, *சொல் (Word)* ஆகிய பொருள்களிலும் பயன்படுத்துகிறார். ஆயினும், *ஹ²ர்ஃப்* என்னும் சொல்லை, *சொல்* (உருபன்) என்னும் பொருளில் தான் அதிகமாகக் கையாள்கின்றார்.[7]

ஒலியைக் குறிக்க இவ்விரு இலக்கணிகளும் பயன்படுத்தும் சொல் (பெயர்), ஒலியை மட்டும் குறிக்கும் தனிக்கலைச்சொல் அல்ல. அதுமட்டுமன்றி நூலில் ஒலியை முதன்மைப்பொருளில் சுட்டும் சொல்லாகவும் இல்லை. அதேநேரத்தில், இவ்விரு சொற்களும் இன்று தத்தம் மொழிச்சூழலில் ஒரே பொருளை உணர்த்துபவையாக இருப்பது வியப்பளிக்கிறது. அதாவது *எழுத்து* என்னும் தமிழ்ச்சொல் தற்காலத் தமிழ்ச்சூழலில் பொதுவாக ஒலியின் வரிவடிவத்தைக் குறிக்கும். அதே போன்று, *ஹ²ர்ஃப்* என்னும் அறபுச்சொல்லும் தற்கால அறபுச்சூழலில், ஒலியின் வரிவடிவத்தைக்[8] குறிக்கின்றது. இவ்விரு சொற்களும் *(எழுத்து; ஹ²ர்ஃப்)* மொழியியல் அறிஞர்களிடம் மட்டுமே *பேச்சொலி, ஒலியன், அசை* முதலிய மொழியியல் பொருள்களை உணர்த்துபவையாக விளங்குகின்றன.

## 3.6 மேற்கோள்

ஒரு மொழியின் இயல்புகளை ஆராய்ந்து அம்மொழிக்கு விளக்குமுறை நோக்கில் இலக்கணம் வகுக்கும்போது, தனக்கு முன் அம்மொழியை ஆராய்ந்தவர்களின் கருத்துக்களைக் கவனத்தில் கொள்ள வேண்டியது ஓர் இலக்கணியின் அடிப்படைப் பண்பாக இருப்பதை உலக மரபிலக்கணங்களில் காணலாம். இதற்கு நம் ஆய்வுப்பொருளான தொல்காப்பியமும் அல்–கிதாப்பும் சிறந்த எடுத்துக்காட்டாக விளங்குகின்றன. இவ்விரு இலக்கணங்களின் ஆசிரியர்களான தொல்காப்பியரும் ஸீபவைஹியும் தனக்கு முன் தான் இலக்கணம் வகுக்கும் மொழி குறித்து ஆய்ந்த அறிஞர்களை அவர்களின் கருத்துக்களோடு தக்க இடங்களில் மேற்கோள் காட்டுகின்றனர். இருவரும் முன்னோடி அறிஞர்களை

6. A.A.Al-Nassir (1993: 10)
7. மேலது.
8. A.A.Al-Nassir (1993: 10)

மேற்கோள் காட்டும் மரபில் ஒன்றிணைந்தாலும், மேற்கோள் காட்டும் முறையில் வேறுபடுகிறார்கள்.

மொழியியல் முன்னோடிகளை மேற்கோள் காட்டும்போது, 'சுட்டி ஒருவர் பெயர் கூறாமை' என்னும் தமிழ் அகமரபை தொல்காப்பியர் பின்பற்றுகிறார். அதனால் "என்ப, என்மனார் புலவர், மொழிப, யாப்பறி புலவர்"... எனப் பல்வேறு வகையான பொதுப்பெயர்களில் சுட்டுகிறார். ஸீபவைஹி துல்லியமாக முன்னோடிகளின் பெயர்களைக் குறிப்பிடுகிறார். தன் நேரடி ஆசிரியர்களை "அவர்" என்றும், மற்றவர்களைப் பெயர் சுட்டியும் குறிப்பிடுகிறார். தன் ஆசிரியர் அல்–க்ஹலீலை மேற்கோள் காட்டும் இடங்களிலெல்லாம் *அவரிடம் கேட்டேன், அவர் சொன்னார்* என்று குறிக்கின்றார்.[9]

தொல்காப்பியர் பல்துறை சார்ந்த அறிஞர்களை யாழ் நூலோர், யாப்பறி புலவர் எனப் பலவாறு அவர்களின் கருத்துக்களோடு மேற்கோள் காட்டுகிறார். அவர்களில் யார் யார் தொல்காப்பியரின் சமகாலத்தவர், அவருக்கு முன் வாழ்ந்தவர் என்பதை அறிவதற்கான அகச்சான்றுகளாக அக்குறிப்புகள் இல்லை. ஆனால் ஸீபவைஹியின் மேற்கோள்கள் முன்னோடிகளை இனம்காணும் வகையில் அமைந்துள்ளன. அதனால் ஸீபவைஹி தன் முன்னோடிகளில் யாரை அதிகம் பின்பற்றுகிறார் என்பது போன்ற பல கருத்துக்களை உய்த்துணர முடிகிறது. அதனால் தற்கால அறபு அறிஞர்கள் ஸீபவைஹியின் அக்குறிப்புகள் வழி, அவருக்கு முன்னோடியாக இருந்தவர்கள் யார் யார், அவர்களை ஸிபவைஹி தன் நூலில் எத்தனை இடங்களில் மேற்கோள் காட்டுகிறார், அவர்களுடன் ஸீபவைஹிக்கு நேரடித்தொடர்பு இருந்ததா முதலியவற்றையெல்லாம் எளிதில் இனம்கண்டிருக்கிறார்கள்.

ஸீபவைஹி பின்வரும் முன்னோடி அறபு அறிஞர்களின் கருத்துக்களை அல்–கிதாப்பில் பயன்படுத்துகிறார். அம்முன்னோடிகளையும் அவர்களது கருத்துக்களையும் அல்–கிதாப்பிற்குள் எத்தனை இடங்களில் பயன்படுத்துகிறார் என்பதைப் பெயரைத் தொடர்ந்து அடைப்புக்குறிக்குள் வரும் எண்கள் சுட்டுகின்றன.

ஸீபவைஹி மேற்கோள் காட்டும் முன்னோடி அறபுஅறிஞர்கள்:[10]

---

9. Karin C. Ryding (1998: 3)
10. M.G.Carter (2004: 16-24)

- அல்–க்ஹலீல் இப்ன் அஹ்மத் *(608),*
- யூனுஸ் இப்ன் க்ஹபீப் *(217),*
- அபூ அம்ற் இப்ன் அல்லா *(57),*
- அபூ அல்–கத்தாப் அல்–அஹ்ஃபாஷ் *(55),*
- ஈஸா இப்ன் உமற் *(20),*
- அப்துல்லா இப்ன் அபி ஈஸாக் *(7),*
- ஹாறூன் அல்–க்ஹாறி *(5),*
- அப்துல் றக்ஹ்மான் இப்ன் குற்மூஜ் *(3),*
- இப்ன் மஸ-ூத் *(3),*
- அல்–க்ஹாஸன் *(2),*
- அல்–அஸ்மாய் *(2),*
- அபூ றபீயா *(1),*
- அல்–அக்ஹ்ஃபாஸ் அல்–அஸ்வத் *(1),*
- அபூ உபய்தா *(1),*
- இப்ன் மற்வான் *(1),*
- அபூ முற்ஹீப் *(1),*
- முஜாஹித் *(1),*
- அபூ ஜய்த் அல்–அன்ஸாறி *(1),*
- அல்–லிஹ்யானி *(1),*
- அல்–றுஆஸீ *(1)*

அல்–கிதாப்பிற்குள் ஸீபவைஹி மேற்கண்ட இருபது அறபு அறிஞர்களை மேற்கோள் காட்டுகிறார். ஸீபவைஹி மேற்கோள் காட்டும் அறபு அறிஞர்களை ஸீபவைஹியுடன் நேரடித்தொடர்புடைய சமகாலஅறிஞர்கள், நேரடித்தொடர்பற்ற அறிஞர்கள் என இரு வகைப்படுத்துகிறார் எம்.ஜி. கார்டர்.

*1.* ஸீபவைஹியுடன் நேரடித்தொடர்புடைய சமகால அறிஞர்கள்

- அல்–க்ஹலீல் இப்ன் அஹ்மத் *(இறப்பு 791),*
- யூனுஸ் இப்ன் க்ஹபீப் *(இ.799),*
- அபூ முற்ஹீப், ஈஸா இப்ன் உமற் *(இ.766),*

- *அபூ அல்–கத்தாப் அல்–அஹ்ஃபாஷ் (இ.773),*
- *ஹாறூன் அல்–க்ஹாறி (இ.786).*

*2. ஸீபவைஹியுடன் நேரடித் தொடர்பற்ற அறிஞர்கள்*

- *இப்ன் மஸூத் (இ.652),*
- *முஜாஹித் (இ.722),*
- *அல்–க்ஹாஸன் (இ.728),*
- *அப்துல் றஹ்மான் இப்ன் குற்மூஜ் (இ.735),*
- *அப்துல்லா இப்ன் அபி ஈஸாக் (இ.735),*
- *அபூ அம்ற் இப்ன் அல்–அலா (இ.771),*
- *அபூ றபீயா (இ.786),*
- *இப்ன் மற்வான் (இ.743),*
- *அல்–அஸ்மாய் (இ.828),*
- *அல்–அக்ஹ்ஃபாஸ் அல்–அஸ்வத் (இ.830),*
- *அபூ உபய்தா (இ.822),*
- *அபூ ஜய்த் அல்–அன்ஸாறி (இ.830),*
- *அல்–லிஹ்யானி,*
- *அல்–றுஆஸீ.*

*ஸீபவைஹி மேற்கோள் காட்டும் அறிஞர்களில் அவரது சமகாலத்தில் வாழ்ந்தவர்கள் குறைவு. அவர்களில் ஸீபவைஹி யுடன் நேரடித் தொடர்பிலிருந்த அறிஞர்கள் மிகக் குறைவு.*

தமிழுக்கும் அறபிக்கும் மொழிக்குடும்பம், வழங்குமிடம், எழுத்து, எழுதும் முறை என்று அடிப்படையான வேறுபாடுகள் நிறைய உண்டு. ஆயினும், இவ்விரு மொழியிலும் உள்ள முதல் இலக்கணங்களாகத் திகழும் தொல்காப்பியத்தையும், அல்–கிதாப்பையும் தற்கால மொழியியலின் வழி ஒப்பாய்வு செய்கையில் சில ஒற்றுமைக் கூறுகளை இனம்காண முடிகிறது. இரு இலக்கணங்களுக்கும் உள்ள ஒற்றுமைகளில் சில உலக மரபிலக்கணங்களின் பொதுக்கூறாக விளங்கினாலும், சில கூறுகள் தொல்காப்பியத்திற்கும் அல்–கிதாப்பிற்கும் மட்டும் பொதுவானவையாக இருக்கின்றன.

ஒலி என்றால் என்ன என்பதற்கு வரையறை கூறாமை, ஒலியைக் குறிக்க தனிச்சொல் பயன்படுத்தாமை, ஒலியைக் குறிக்கப்

பலபொருள் கொண்ட ஒரு சொல்லைக் கையாளுதல், ஒலிகளின் ஒலிப்பிட விளக்கத்தில் இயங்கும் ஒலியெழுப்பியையும், இயங்கா ஒலியெழுப்பியையும் ஒரே முறைமையில் பயன்படுத்துதல், காற்றறையில் பிறக்கும் ஒலியைத் தனியாகப் பகுத்து இறுதியில் குறிப்பிடுதல், மாற்றொலி பற்றி விரிவாகப் பேசுதல் முதலிய விளக்குமுறைக் கூறுகளில் உள்ள ஒற்றுமை, மொழிக்கு இலக்கணம் செய்யும் முறையில் மரபிலக்கணிகள் இவ்வாறு ஒரேமாதிரி சிந்திக்க வாய்ப்பிருக்கிறது என்றோ இது தற்செயலாக நிகழ்ந்த ஒற்றுமை என்றோ கடந்துபோக முடியவில்லை.

தொல்காப்பியத்தை விட ஏறத்தாழ ஆயிரம் ஆண்டுகள் பிற்பட்டது அல்–கிதாப்பு. தமிழ் இலக்கிய, இலக்கணச் சிந்தனைகள் அறபு நாடுகளுக்கும் பரவியிருக்கலாம் என்னும் கருத்தை அறுதியிட்டுக் கூறுவதற்குத் தொல்பொருள், கல்வெட்டு, இலக்கியம் சார்ந்த ஆதாரங்கள் மிகச் சிறிய அளவில் கிடைத்துக் கொண்டிருக்கும் சூழலில்,[11] இவ்வொற்றுமைகளை அறபுக்கும் தமிழுக்கும் இடையிலான இலக்கண–மொழியியல் உறவிற்கு இலக்கண நூல்களிலிருந்து கிடைக்கும் அகச்சான்றுகளாகக் கருதலாம்.

11. (அ) ஆஸ்கோ பர்போலாவின் சிந்துவெளி எழுத்துக்கள் பற்றிய ஆய்வு முடிவு; (ஆ) ஈராக்கில் உள்ள 'ஊர்' (Ur) பற்றிய ஆய்வு; (இ) மொழியியலாளர் லஹோவரியின் தமிழ்–பாஸ்கு (Basque): வேர்ச்சொல் உறவு குறித்த ஆய்வு; (ஈ) செமிடிக் மொழியியலாளர் சைம் ரப்பினின் (Chaim Rabbin) மற்றும் மா.சோ. விக்டர் ஆகியோரின் 'பைபிளில் உள்ள தமிழ்ச்சொற்கள் பற்றிய ஆய்வு'.

# 4

# ஒலியியல் விளக்கத்தில் இரு இலக்கணங்களுக்கும் உள்ள வேறுபாடு

ஒலியியல் விளக்கத்தில் தொல்காப்பியத்திற்கும் அல்–கிதாப்பிற்கும் உள்ள வேறுபாடு இயல்பானது. ஏனெனில், இரு இலக்கணங்களும் தோன்றிய இடம், காலம், மொழிக்குடும்பம் முதலியவற்றில் முற்றிலும் வேறுபடுபவை. இலக்கணம் செய்யும் மொழியின் அமைப்பு, இலக்கணிகளின் சிந்தனை மரபு போன்றவற்றின் அடிப்படையில் இவ்வேறுபாடுகள் உருவாகின்றன. ஒலிகளின் பிறப்பை விளக்கும் பகுதிக்குத் தலைப்பிடும் முறையில் தொல்காப்பியரின் நோக்கும், ஸீபவைஹின் நோக்கும் வேறுபடுகின்றன. பிறப்பியலை அமைக்கும் முறையில் தொல்காப்பியரிடமிருந்து முற்றிலுமாக வேறுபடுகின்றார் ஸீபவைஹி. இவ்வாறு இரு இலக்கணங்களுக்கும் உள்ள முக்கியமான வேறுபாடுகளை இவ்வியல் விவரிக்கிறது.

## 4.1 பேச்சொலிகளைக் கணக்கிடும் முறை

பேச்சொலிகளின் எண்ணிக்கையைக் கணக்கிடுவதில் தொல்காப்பியரும் ஸீபவைஹியும் மாறுபடுகின்றனர். பேச்சொலிகளைக் கணக்கிடும் போது மூல ஒலிகளையும் மாற்றொலிகளையும்

தனித்தனியே பிரிக்கின்றார் தொல்காப்பியர். எண்ணிக்கையில், மூல ஒலிகளை 'முப்பதென்ப' என்றும், மாற்றொலிகளை, 'மூன்றலங்கடையே' என்றும் சுட்டுகின்றார் (தொல்.எழு.1). ஸீபவைஹி, "மூல ஒலிகள் இருபத்தொன்பதுடன் மூலத்திலிருந்து பிரிந்த ஆறு ஒலிகளும் (Favoured derived letters) சேர்ந்து முப்பத்தைந்தாக அதிகரிக்கும். அதோடு, மூலத்திலிருந்து பிரிந்த (குர்ஆனை ஓதுவதற்கு) சாதகமில்லா ஒலிகளான (Unfavoured derived letters) ஏழும் சேர்ந்து பேச்சொலிகளின் எண்ணிக்கை நாற்பத்து இரண்டாக உயரும்" என்று பேச்சொலிகளின் எண்ணிக்கை நாற்பத்து இரண்டு என்கின்றார். பேச்சொலிகளின் எண்ணிகையைக் கூறும்போது ஸீபவைஹி மூல ஒலிகளையும் மாற்றொலிகளையும் ஒட்டு மொத்தமாகக் கூட்டுகின்றார். தொல்காப்பியர் தனித்தனியாகக் கூறுகின்றார்.

## 4.2 வைப்புமுறை: ஒலிகளும் எண்ணிக்கையும்

தொல்காப்பியர் உயிரொலி, மெய்யொலி ஆகிய மூல ஒலிகளை விவரிக்கும்போது முதலில் ஒலிகளையும் பின்பு அவற்றின் கூட்டுத்தொகையையும் கூறுகின்றார். ஆனால், மாற்றொலிகளைப் பற்றிப் பேசும்போது முதலில் எண்ணிக்கையையும் பின் (தொல்.எழு.8, 9) அவ்வொலிகளையும் குறிப்பிடுகின்றார். இது, மூல ஒலிகளையும் மாற்றொலிகளையும் வேறுபடுத்தத் தொல்காப்பியர் கையாளும் விளக்கமுறை உத்திகளுள் ஒன்று. ஸீபவைஹி ஒலிகளை வகைப்படுத்தும் எல்லா இடங்களிலும் முதலில் ஒலிகளின் எண்ணிக்கையைச் சுட்டிய பின், அவ்வகை ஒலிகள் எவை என்பதைக் குறிப்பிடுகின்றார். ஒலிகளின் எண்ணிக்கையை எல்லா இடங்களிலும் ஸீபவைஹி குறிப்பிடுகின்றார். தொல்காப்பியர் ஒலிகளின் எண்ணிக்கையை எல்லா இடத்திலும் குறிப்பிடவில்லை. ஒலிகளை (வைப்புமுறை) சுருக்கமாகக் கூறுமிடத்தில் (தொல்.எழு.1, 8, 9) மட்டும் குறிப்பிடுகின்றார். ஒலிகளை விளக்கமாகக் கூறுமிடத்தில் அவற்றின் எண்ணிக்கையைக் கூறாது விடுத்த இடங்களும் (தொல்.எழு.19, 20, 21) உண்டு.

## 4.3 ஒலிப்புக்காலம்/மாத்திரை

உயிரொலிகளின் மாத்திரை அளபை தொல்காப்பியர் தெளிவாக விளக்குகின்றார். ஒரு மாத்திரை அளபுடையன, இரு மாத்திரை அளபுடையன, அரை மாத்திரை அளபுடையன எனப் பேச்சொலிகளைப் பகுக்கின்றார். ஸீபவைஹி ஒலிப்புக்காலம் (மாத்திரை) குறித்து விரிவாக ஏதும் கூறவில்லை. ஆயினும்,

'நெட்டுயிரின் ஒரு பகுதியே குற்றுயிர்' என்னும் அவரது விளக்கம் குறில், நெடில் வேறுபாட்டிற்கு ஒலிப்புக்காலத்தை/மாத்திரையை ஆதாரமாகக் கொள்கிறார் என்பதை உணர்த்துகிறது.[1]

## 4.4 குற்றுயிர் – நெட்டுயிர் விளக்குமுறை

தொல்காப்பியர் உயிரொலிகளை விளக்கும்போது முதலில் குற்றுயிர் பின் நெட்டுயிர் என்ற வரிசையில் குறிப்பிடுகின்றார். இதற்கான காரணத்தை நச்சினார்க்கினியர் பின்வருமாறு விளக்குகின்றார்: "ஒரு மாத்திரை கூறியே இரண்டு மாத்திரை கூற வேண்டுதலின், அன்றி இரண்டை முற்கூறினாலோவெனின், ஆகாது, ஒன்று நின்று அதனோடு பின்னரும் ஒன்று கூடியே இரண்டாவதன்றி இரண்டென்ப ஒன்று இன்றாதலின், இதனான் ஒன்றுதான் பல கூடியே எண் விரிந்ததென்று உணர்க." இவ்வாறு ஒரு மாத்திரை அளபுடைய ஒலியை முதலிலும், இரு மாத்திரை அளபுடைய ஒலியை பின்பும் கூறுவது தமிழ் மரபு. ஆனால் அறபு மரபில் நெட்டுயிர்களுக்கு இருக்கும் முக்கியத்துவம் குற்றுயிர்களுக்குக் கிடையாது. குறிப்பாக ஸீபவைஹியின் காலம் நெட்டுயிரை மட்டுமே ஒலியாகக் கருதிய காலம். எனவே அவர் நெட்டுயிரை முதலிலும், முதன்மையாகவும் குறிப்பிடுகிறார்.

## 4.5 [i] என்னும் முன்னுயிரின் பிறப்பு

[i] என்னும் முன்னுயிரின் பிறப்பை விளக்கும்போது, தொல்காப்பியர் நாவின் நிலையை (முன்–பின்) (*Front-back variations*) அடிப்படையாகக் கொள்கின்றார். ஸீபவைஹி நாவின் உயரத்தை அடிப்படையாகக் கொள்கின்றார். தொல்காப்பியர் [i] என்னும் உயிரின் பிறப்பை விளக்குகையில், நாவின் நிலையை மட்டுமன்றி அங்காப்பையும் ஓர் ஒலிப்பியல் கூறாகக் கொள்கிறார். *அவற்றோரன்ன* என்பது முன்னர் கூறிய ஒலிகளின் ஒலிப்புமுறையைக் *(அ ஆ ஆயிரண் டங்காந் தியலும்)* குறிக்கும்.

[i] என்னும் முன்னுயிர் பற்றிய தொல்காப்பியரின் விளக்கம்:

"இ ஈ எ ஏ ஐ யென இசைக்கும்
அப்பால் ஐந்தும் அவற்றோ ரன்ன
அவைதாம்,
அண்பல் முதல்நா விளிம்புறல் உடைய" – தொல்.எழு.86

---

1. A.A.Al-Nassir (1993: 31)

[I] (ی) என்னும் முன்னுயிரின் பிறப்பு பற்றிய ஸீபவைஹியின் விளக்கம்:

நாவை அண்ணத்தை நோக்கி உயர்த்தும்போது [I] தோன்றும்[2]

“وترفع فى الياء لسانك قِبَل الحَنَك”

–ஹா.ப., தொ.4, ப.436

## 4.6 மெய்யொலிகளின் ஒலிப்பிடமும் ஒலிப்புமுறையும்

தொல்காப்பியர் ஒலிப்பிடம், ஒலிப்புமுறை ஆகிய இரண்டையும் ஒன்றுசேர ஒரே நூற்பாவில் குறிப்பிடுகின்றார். ஒலிகளின் பிறப்பை விவரிக்கும்போது இயங்கும் ஒலியெழுப்பி (நா), இயங்கும் ஒலியெழுப்பியில் தோன்றும் முயற்சி (அணரி), இயங்கா ஒலியெழுப்பி (அண்ணம்), ஒலிப்புமுறை (ஒற்ற, வருட) என்ற முறையில் விளக்குகின்றார்.

ஸீபவைஹி ஒலிப்பிடம், ஒலிப்புமுறை ஆகிய இரண்டையும் தொல்காப்பியர் போல ஒன்றாகக் குறிப்பிட்டாலும், ஒலிகளின் சிறப்பு ஒலிப்புமுறை குறித்து தனியே விரிவாக விளக்குகிறார். பின்வருவன சிறப்பு ஒலிப்புமுறையின் அடிப்படையிலான ஸீபவைஹியின் வகைப்பாடு.

### மெய்யொலி

*1.* a. குரல்நாள அதிர்வு ஒலிகள் (المجهورِها) (அல்–மஜ்ஹூ¬றிஹூ¬)

b. குரல்நாள அதிர்வில்லா ஒலிகள் (المهموسة) (அல்–மஹ்றமூஸிஹா)

*2.* a. இறுக்கமான ஒலிகள் (الشَّديدُ) (அல்–ஷ்$^{1}$ஷ$^{1}$தியத்து)

b. இறுக்கமற்ற ஒலிகள் (الرِّخْوَة) (அல்–ற்றிக்ஹ்றவஹ¬) ‘

*3.* a. மூடிய நிலையில் தோன்றும் ஒலிகள் (அல்–முட்ப$^{3}$க்$^{5}$ (المُطبَقَة)

b. திறந்த நிலையில் தோன்றும் ஒலிகள் (المنْفَتحة) (அல்–முன்ஃபதிஹ்)

*4.* மருங்கொலி [l]

---

2. A.A.Al-Nassir (1993: 17)

5. மூக்கொலிகள் [n], [m]

6. ஆடொலி [r]

**உயிரொலி**

1. a. மென்மையான உயிர்கள்/*அல்–ல்லைனஹ்* (اللَّيِّنَةُ)

   b. நீட்டம் உடைய உயிர்/*அல்–மத்துˀ* (المددت)

## 4.7 மாற்றொலி விளக்கம்

தொல்காப்பியத்தின் முதல் நூற்பா (தொல்.எழு.1) ஒலிகளின் பெயர், முறை, தொகை ஆகிய மூன்றையும் சுட்டுகின்றது என்கிறார் இளம்பூரணர் (கி.பி.1100). ஆனால் அதில் வகையையும் தொல்காப்பியர் குறிப்பிடுகின்றார். பேச்சொலிகளை முதலெழுத்து, சார்பெழுத்து என இருவகைப்படுத்துகிறார். ஒலிகளின் பெயர், முறை, தொகை ஆகிய மூன்றும் தமிழ் இலக்கண மரபில் தொல்காப்பியர் காலத்திற்கு முன்பே உள்ளன. எனவே, அவற்றை "என்ப" என்னும் மேற்கோளோடு சுட்டுகின்றார். ஆனால், முதலெழுத்து, சார்பெழுத்து என்னும் வகைப்பாட்டைத் தொல்காப்பியரே செய்கின்றார்.

முதல் நூற்பாவிற்கு உரை எழுதும் நச்சினார்க்கினியர் (கி.பி.1400) ஒலிகளின் வகை பற்றிப் பின்வருமாறு கூறுகின்றார்: "எழுத்து இன்னதென்றலைத் தொகை, வகை, விரியான் உணர்க. முப்பத்து மூன்றென்பது தொகை. உயிர் பன்னிரெண்டும் உடம்பு பதினெட்டுஞ் சார்பிற்றோற்றம் மூன்றும் அதன் வகை. அளபெடை ஏழும் உயிர்மெய் இருநூற்று பதினாறும் அவற்றொடுங் கூட்டி இருநூற்று ஐம்பத்தாறு என்பது விரி" ஒலிகளின் வகை குறித்த நச்சினார்க்கினியரின் இவ்விளக்கம் தொல்காப்பியரின் கருத்தை முழுமையாகப் பிரதிபலிக்கவில்லை. பேச்சொலிகளை வகைப்படுத்துவதில் தொல்காப்பியரின் கொள்கை தனிச்சிறப்புடையது. நச்சினார்க்கினியர் குறிப்பிடுவது போன்று, முதல் நூற்பாவில் (தொல்.எழு.1) மூல ஒலிகளையும் மாற்றொலிகளையும் ஒன்று கூட்டி உயிர், மெய், சார்பெழுத்து என மூன்றாகக் கருதவில்லை. தொல்காப்பியர் முதலில் பேச்சொலி களை மூல ஒலிகள், மாற்றொலிகள் என இருவகையாகப் பகுக்கின்றார் (தொல்.எழு.1). அதனைத் தொடர்ந்து, உயிர்களைக் குறில், நெடில் என்றும் (தொல்.எழு.3, 4), அதன்பின், மூல ஒலிகளை

உயிர், மெய் என்றும் (தொல்.எழு.8, 9) கூறுகின்றார். இறுதியில், மெய்களை வல்லினம், மெல்லினம், இடையினம் என்று (தொல்.எழு.19, 20, 21) பகுக்கின்றார். தொல்காப்பியரின் பேச்சொலிப்பகுப்பு இந்த முறையிலேயே அமைகின்றது. மாற்றொலிகளுக்குத் தொல்காப்பியர் சூட்டும் மூன்று பெயர்களும்/ கலைச்சொற்களும் (குற்றியலிகரம், குற்றியலுகரம், முப்பாற்புள்ளி (*ஆய்தம்*)) பொருள் பொதிந்தவைகளாகும்.

1. [ĭ]: குற்றியலிகரம் (குறுகிய ஓசையுடைய இகரம் [i])
2. [ŭ]: குற்றியலுகரம் (குறுகிய ஓசையுடைய உகரம் [u])
3. [ak]: முப்பாற்புள்ளி (*ஆய்தம்*) (மூன்று புள்ளிகளால் அடுப்புக்கூட்டு போல் அமையும் (ஆய்தத்தின்) வரிவடிவம்)

மாற்றொலிகளின் இயல்பை விளக்க, தொல்காப்பியர் இரு உத்திகளைக் கையாள்கின்றார். அவை: ஒலிப்புக்காலம் (மாத்திரை), ஒலியின் வரிவடிவம். இவ்விரு உத்திகளையும் கலைச்சொல்லால் விளக்குவது தொல்காப்பியரின் தனிச்சிறப்பு. "குற்றியலிகரம்" என்னும் சொல்லில், (i). மாற்றொலியின் ஒலிப்புக்காலம்: *அரை மாத்திரை*, (ii). மாற்றொலியின் மூல ஒலி: *இகரம்*, (iii). மூல ஒலியின் வகை: *உயிர்*, (iv). மூல ஒலியின் ஒலிப்புக்காலம்: *ஒரு மாத்திரை (குறில்)* ஆகிய நான்கு கருத்துக்களை உள்ளடக்கிய பெயராக 'குற்றியலிகரம்' என்னும் சொல்லைக் கையாள்கிறார். சுருங்கச்சொல்லி விளங்க வைக்கும் உத்தியின் மூலம் ஒரே சொல்லில் இந்நான்கு கருத்துக்களையும் அடக்குகின்றார். குற்றியலுகரமும் இவ்வாறே. ஆய்தத்தை விளக்க அதன் வரிவடிவத்தை (முப்பாற்புள்ளி) சுட்டுகின்றார்.

தொல்காப்பியர் குறிப்பிடும் மூன்று மாற்றொலிகளில் இரண்டு குற்றுயிரை அடிப்படையாகக் கொண்டவை. இ, உ ஆகிய இரு குற்றுயிர்களும் தம் மாத்திரை அளவிலிருந்து குறுகி அரை மாத்திரையாக ([ĭ], [ŭ]) ஒலிக்கும். இதனை, இளம்பூரணர் "இகர உகரங்கள் குறுகின விடத்தும், அவை உயிர் ஆகற்பாலன" (தொல்.எழு.2) என்று குற்றுயிரைச் சுட்டி தெளிவுபடுத்துகின்றார். மூன்று மாற்றொலிகளில் குற்றியலிகரம், குற்றியலுகரம் ஆகிய இரண்டையும் வரையறுக்க அவ்வொலிகளின் மாத்திரையளபு, உயிரேற்றம் ஆகியன அடிப்படையாக இருக்கின்றன. ஆய்தத்திற்கு அதன் வரிவடிவமே அடிப்படையாக அமைகின்றது. ஆய்தத்தைச் சுட்டுமிடத்தில் தொல்காப்பியர் கையாளும் "முப்பாற்புள்ளி" என்னும் சொல்லை விளக்குவதில் உரையாசிரியர்கள்

வேறுபடுகின்றனர். இளம்பூரணரும் நச்சினார்க்கினியரும், மூன்று புள்ளிகளால் அடுப்புக்கூட்டு போல் அமையும் ஆய்தத்தின் வரிவடிவத்தையே "முப்பாற்புள்ளி" என்றார் தொல்காப்பியர் எனப் பொருள் கொள்கின்றனர். இலக்குவனார்,[3] வெள்ளைவாரணர்[4] ஆகிய இருவரும் இதே கருத்துடையோராக இருக்கின்றனர். ஆனால் பேராசிரியர் மாற்றொலிகள் (சார்பெழுத்துக்கள்) மூன்றுமே புள்ளிபெறும் என்கின்றார். சிவஞான முனிவரும்,[5] கோதண்டபாணி பிள்ளையும்[6] இதே கருத்துடையோர். ஆனால், குற்றிலியலிகரம், குற்றியலுகரம் முதலியவற்றிற்குக் குறிப்பிட்டது போன்று ஆய்தத்தைப் பற்றித் தொல்காப்பியர் தெளிவாக விளக்கவில்லை. எனவே, பிற்கால இலக்கணியான குணவீரபண்டிதர் (கி.பி.1200) ஆய்தத்தை மூல ஒலியாகக் குறிப்பிடுகின்றார் (நேமி.1). மேலும், தொல்காப்பியர் குற்றியலிகரம், குற்றியலுகரம், ஆய்தம் முதலியவற்றோடு ஐகாரக்குறுக்கம் (தொல்.எழு.57), ஔகாரக் குறுக்கம் (தொல்.எழு.57), மகரக் குறுக்கம் (தொல்.எழு.13) ஆகியவை பற்றியும் தனியே பேசுகிறார்.[7]

இஸ்லாமியர்களின் புனித நூலான குர்ஆனை அடிப்படையாகக்கொண்டு குர்ஆன் ஏற்றுக்கொள்ளும் மாற்றொலிகள், ஏற்றுக்கொள்ளாத மாற்றொலிகள் என இரு வகையாகப் பகுக்கிறார் ஸீபவைஹி. தொல்காப்பியர் போன்று நேர்பொருள் சார்ந்த கலைச்சொல் எதையும் பயன்படுத்த வில்லை. ஸீபவைஹி மாற்றொலிகளை வரையறுக்கும்போது, *மென்மையான ஒலி, இவ்விரண்டு ஒலிக்கும் இடையில் தோன்றும், இவ்வொலி போன்று ஒலிக்கும்* என்று குறிப்பிடுகிறார். மூன்று நிலைகளில் மாற்றொலிகளின் இயல்பை விளக்குகின்றார். "[t] *என்னும் மாற்றொலி* [ẓ] *போன்று ஒலிக்கும்*" என்கிறார். இங்கு மூலஒலியையையும், மாற்றொலியையும் சுட்டுகின்றார். ஆனால் குறிப்பிட்ட மாற்றொலியின் உண்மையான இயல்பு என்ன என்பது பற்றிப் பேசவில்லை. "இரு ஒலிகளுக்கிடையில் தோன்றும்" என்று கூறும்போது இரு மூல ஒலிகளை மட்டும் சுட்டுகிறார். "இது போன்று ஒலிக்கும்" என்று சுட்டும்போது, அவ்வொலி, மூல ஒலியிலிருந்து பிரிந்து எவ்வாறு மாற்றொலியாக மாறுகின்றது என்பதைப் பற்றி அவர் பேசவில்லை. தொல்காப்பியர்

---

3. S. Ilakkuvanar (1963: 277)
4. க. வெள்ளைவாரணர் (1974: 4)
5. க. வெள்ளைவாரணர் (1974: 5)
6. கு. கோதண்டபாணி பிள்ளை (1969: 131)
7. க. முருகையன் (1972: 44)

பொருள்பொதிந்த கலைச்சொல்லை மாற்றொலியின் பெயர்களாகச் சுட்டவதன் மூலம் மாற்றொலிகளின் இயல்பை எளிதாக விளக்குகிறார். ஆனால், ஸீபவைஹியிடம் அவ்வாறு பொருள்பொதிந்த கலைச்சொல் பயன்பாடு இல்லை.

## 4.8 மாற்றொலி – வரையறை

மாற்றொலி என்றால் என்ன என்பதை வரையறுப்பதில் தொல்காப்பியரும் ஸீபவைஹியும் மாறுபடுகின்றனர். தொல்காப்பியர் மாற்றொலிகளைச் சார்ந்துவரும் மரபுடையன/ "சார்ந்து வரல்", "எழுத்தோரன்ன" என வரையறுக்கின்றார். "சார்ந்து வரல்" என்றால், மொழியில் தனித்து இயங்காது மூல ஒலிகளுடன் சேர்ந்துவரும் இயல்புடையன என்பதாகும். "எழுத்தோரன்ன" என்றால் மூல எழுத்தைப் போன்றது எனப் பொருள். இவ்வாறு மூல ஒலிகளை மூலமாகக் கொண்டு அல்லது அவற்றைச் சார்ந்து வருவதே மாற்றொலி என்பது தொல்காப்பியரின் விளக்கம்.

ஸீபவைஹி மாற்றொலியை "நுட்பமான ஒலிவேறுபாடு களுடன் பேசுவதற்கு உதவுபவை" என்றும் அல்–குர்ஆனும் அறபுக்கவிதைகளும் இவற்றைச் சிறப்பொலிகளாக ஏற்றுக் கொள்கின்றன"[8] என்றும் வரையறுக்கிறார். இந்த வரையறையை விட மாற்றொலியைச் சுட்ட ஸீபவைஹி பயன்படுத்தும் கலைச்சொல் தான் அவரது மாற்றொலிக் கொள்கையைத் தெளிவு படுத்துகிறது. ஸீபவைஹி மாற்றொலியை "ஃபுறு" (فُرُوع) என்று அழைக்கிறார். அதன் பொருள் 'மூல ஒலியிலிருந்து பிரிந்த ஒலி' *(Derived sound)* அல்லது 'கிளை ஒலி' *(branche)* என்பதாகும். அதாவது மாற்றொலியை, ஸீபவைஹி மூல ஒலியிலிருந்து பிரிந்த ஒலி என்றும், தொல்காப்பியர் மூல ஒலியைச் சார்ந்துவரும் ஒலி என்றும் முரண்பட்ட இருகோணங்களில் அணுகுகின்றனர்.

## 4.9 மாற்றொலியின் மூல ஒலி

தொல்காப்பியர் குறிப்பிடும் மாற்றொலிகளுக்கு அடிப்படை யாக அமையும் மூல ஒலிகள் அனைத்தும் உயிரொலிகள் (இ, உ). ஸீபவைஹி குறிப்பிடும் மாற்றொலிகளில் பெரும்பாலானவை மெய்யொலிகளிலிருந்து கிளைத்தவை. தொல்காப்பியர் மாற்றொலியை ஒலிப்பியல், ஒலியியல், உருபனியல் எனப் பல்வேறு நிலைகளில் ஆராய்ந்து எழுத்ததிகாரத்தின் பல்வேறு

8. A.A.Al-Nassir (1993: 17)

இடங்களில் விளக்குகிறார். ஸீபவைஹி மாற்றொலியை ஒலியியல் நோக்கில் மட்டும் ஆராய்ந்து பிறப்பியலில் விளக்குகிறார்.

## 4.10 மாற்றொலிக்கு ஆதாரமாக விளங்கும் கூறுகள்

ஸீபவைஹிக்கு, மாற்றொலிகளை இனம்காண மூல ஆதாரமாக இருந்தவை கிளைமொழிகள். அக்கிளைமொழிகள் இருவகைப்படும். 1. குற்ஆனுக்குள் இருக்கும் ஏழு கிளை மொழிகள், 2. ஸீபவைஹியின் காலத்தில் வழக்கிலிருந்த கிளைமொழிகள். தொல்காப்பியருக்கு ஆதாரமாக இருந்தவை கிளைமொழிகளல்ல. அவர் காலத்தில் வழக்கிலிருந்த செம்மையான தமிழ்மொழியை (Standard Tamil) ஆதாரமாகக் கொள்கின்றார்.

## 4.11 மாற்றொலி வகைப்பாடு

தொல்காப்பியர் மூன்றுவகை மாற்றொலிகளைக் குறிப்பிடுகின்றார். அவை: குற்றியலிகரம், குற்றியலுகரம், ஆய்தம் (தொல்.எழு.2). மேலும், குற்றியலுகரத்தை ஆறு வகை யாகப் பகுக்கின்றார். பவணந்தி முனிவரும் குற்றியலுகரம் அறுவகைப்படும் என்கின்றார் (நன்.94). ஆனால், யாப்பிலக்கணங்கள் (பல்காயம், யாப்பெருங்கலம், காரிகை) ஏழு வகைக் குற்றியலுகரங்களைக் குறிப்பிடுகின்றன.[9] தொல்காப்பியரின் மாற்றொலிக் கொள்கையைப் பிற்காலத்தில் வந்த தமிழ் இலக்கணிகள் சரியாகப் புரிந்து கொள்ளவில்லை.[10] எனவே, தொல்காப்பியர் மூன்று மாற்றொலிகளைக் குறிப்பிட, பிற்காலத்தில் வந்த இலக்கணிகள் மூன்றுக்கும் மேற்பட்ட மாற்றொலிகளைக் கூறுகின்றனர். மேலும், தொல்காப்பியர் மாற்றொலிகளைக் குற்றியலிகரம், குற்றியலுகரம், ஆய்தம் என மூன்றாகப் பகுக்கின்றார். பிற்கால இலக்கணிகளோ உயிர்மெய், ஆய்தம், உயிரளபு, ஒற்றளபு, குற்றியலுகரம், குற்றியலிகரம், ஐகாரக்குறுக்கம், ஔகாரக் குறுக்கம், மகரக்குறுக்கம், ஆய்தக் குறுக்கம் எனப் பத்து வகையாகப் பகுக்கின்றனர்.

ஸீபவைஹி, குற்ஆனை ஓதுவதற்குப் பயன்படும் ஒலிகளை அடிப்படையாகக் கொண்டு மாற்றொலிகளைப் பின்வருமாறு இரு வகையாகப் பகுக்கின்றார்: 1. மூலத்திலிருந்து பிரிந்த (குற்ஆனை ஓதுவதற்கு) சாதகமான ஒலிகள் (Favoured derived sounds), 2. மூலத்திலிருந்து பிரிந்த (குற்ஆனை ஓதுவதற்கு) சாதகமில்லா ஒலிகள்.

---

9. N.Kumaraswamy Raja (1986: 62)
10. செ.வை. சண்முகம் (1980: 141)

*குற்ஆனுக்குள், குறைய்ஷ் (Quraysh), ஹுதய்ல் (Hudhayl), தகிஃப் (Thaqîf), ஹவாஜின் (Hawâzin), கினானஹ் (Kinânah), தமீம் (Tamîm), யெமன் (Yemen) முதலிய ஏழு கிளைமொழிகள் உள்ளன. இருபத்தொன்பது மூல ஒலிகளுடன் இந்த ஏழு கிளை மொழிகளில் உள்ள சில ஒலிகளும் குற்ஆனை ஓதுவதற்கு உதவுகின்றன. அவ்வாறு உதவும் ஒலிகளை மூலத்திலிருந்து பிரிந்த ஒலிகள் என வகைப்படுத்துகிறார். இந்த ஒலிகளை குற்ஆன் ஏற்றுக்கொள்ளும் மாற்றொலிகள் (Accepted derived sounds) என்றும் அழைக்கிறார். குற்ஆனுக்குள் உள்ள இந்த ஏழு கிளை மொழிகள் மட்டுமன்றி, அக்காலத்தில் வழங்கிய பிற கிளைமொழிகளிலும் ஸீபவைஹி கவனம் செலுத்துகிறார். அக்கிளை மொழிகளிலிருந்தும் சில மாற்றொலிகளை இனம் காண்கிறார். ஆனால் அவ்வொலிகளை ஏற்றுக்கொள்ளவில்லை. எனவே குற்ஆனை ஓதுவதற்குப் பயன்படாத அவ்வொலிகளை குற்ஆன் ஏற்றுக்கொள்ளாத மாற்றொலிகள் (Unaccepted deriveds) என்று மற்றொரு வகையாகப் பகுக்கிறார்.*

## 4.12 மாற்றொலியின் ஒலிப்பிடம்

*தொல்காப்பியர் மாற்றொலிகள் தாம் சார்ந்துள்ள முதல் எழுத்துக்களின் ஒலிப்பிடத்தைத் தன் ஒலிப்பிடமாகக் கொண்டு வரும் என்கிறார் (தொல்.எழு.101). குற்றியலிகரம் மூல ஒலியான இகரத்தின் ஒலிப்பிடத்தையும், குற்றியலுகரம் மூல ஒலியான உகரத்தின் ஒலிப்பிடத்தையும் தம் ஒலிப்பிடமாகக் கொள்கின்றன. ஆய்தத்திற்கு மூல ஒலியில்லாததால், அதற்குத் தொல்காப்பியர் ஒலிப்பிடம் வகுக்கவில்லை. ஆனால், உரையாசிரியர்கள் ஆய்தத்திற்கு ஒலிப்பிடம் கூறுகின்றனர். இளம்பூரணர், 'தலைவளியாற் பிறக்கும்' என்றும், நச்சினார்க்கினியர் 'நெஞ்சுவளியாற் பிறக்கும்' என்றும் குறிப்பிடுகின்றனர். இவ்வுரையாசிரியர்களைப் பின்பற்றும் பிற்கால இலக்கணிகளான பவணந்தி முனிவரும் (நன்.87), வைத்தியநாத தேசிகரும் (இல.வி.13) ஆய்தத்தின் ஒலிப்பிடத்தைத் 'தலை'யில் சுட்டுகின்றனர். மாற்றொலிகளுக்கெனத் தனி ஒலிப்பிடம் இல்லாததால் அம்மூன்று சார்பெழுத்துக்களை முதலெழுத்துக்கள் முப்பதோடு சேர்க்காமல், மூன்றலங்கடையே எனத் தனியாகப் பிரிக்கின்றார் தொல்காப்பியர் (தொல்.எழு.1).*

*ஸீபவைஹி குறிப்பிடும் பதின்மூன்று மாற்றொலிகளில், இரு ஒலிகளுக்கு மட்டும் தனி ஒலிப்பிடம் வரையறுக்கிறார். அவை:*

1. [n] (மெல்லிய மூக்கொலி / இதன் ஒலிப்பிடம் மூக்கறை.

2. [ã]: இவ்வொலியின் ஒலிப்பிடமும் ஒலிப்புமுறையும் முன்னுயிரான [ı]யின் ஒலிப்பிடத்தை நோக்கிச் சிறிது உயர்ந்திருக்கும்.[11] (ஹா., தொ.4, ப.117)

## 4.13 மாற்றொலி விளக்கத்தில் கலைச்சொற்கள்

மூல ஒலியின் வகையைக் குறிக்க 'உயிர்', 'மெய்' என்னும் உருவகச்சொற்களைப் பயன்படுத்தும் தொல்காப்பியர், மாற்றொலியின் வகையைச் சுட்டும்போது, 'குற்றியலிகரம்', 'குற்றியலுகரம்', 'முப்பாற்புள்ளி' (ஆய்தம்) என நேர்ப்பொருள் சார்ந்த கலைச்சொற்களைக் கையாள்கின்றார். மாற்றொலியைக் குறிக்கத் தொல்காப்பியர் கையாளும் 'சார்ந்துவரல்/சார்பெழுத்து', 'எழுத்தோரன்ன' ஆகிய கலைச்சொற்களும் நேர்ப்பொருளில் அமைந்துள்ளன. இக்கலைச்சொற்களின் வழி மாற்றொலிகளைச் சுருக்கமாகவும் தெளிவாகவும் விளக்குகின்றார். ஸீபவைஹி மாற்றொலியின் உள்வகைப்பாடு பற்றிப் பேசவில்லை. மொத்த மாற்றொலிகளையும் 'ஃபுறூ' என்று வகைப்படுத்துகிறார். 'ஃபுறூ' என்னும் சொல்லின் நேர்ப்பொருள் 'பிரிந்த' என்பதாகும். இச்சொல்லை, (மூல ஒலியிலிருந்த) பிரிந்த (ஒலி) என்னும் பொருளில் ஸீபவைஹி கையாள்கின்றார்.

## 4.14 மாற்றொலி – (மூல) ஒலி

தொல்காப்பியர் மாற்றொலிகளை மூல ஒலிகளுக்கு நிகராகவே கருதி அவற்றை "எழுத்தோரன்ன" என்று குறிப்பிடுகிறார். இதனை நச்சினார்க்கினியர் (தொல்.எழு.2) பின்வருமாறு தெளிவுபடுத்துகின்றார்: "சிறந்த முப்பது (மூல) எழுத்தோடு இவையும் (மாற்றொலிகள்) ஒப்ப வழங்குமென்றற்கு 'எழுத்தோரன்ன' என்றார் (தொல்காப்பியர்)". மூல ஒலிகள் இருபத்தொன்பதும் சிறந்தவை, குர்ஆன் ஏற்றுக்கொள்ளாத ஏழு மாற்றொலிகளும் சிறப்பில்லாதவை (நாகரிகமற்ற மொழி) என்று ஸீபவைஹி கூறுகின்றார்.[12] குர்ஆனை சிறந்தமுறையில் ஓத வேண்டும் என்ற அக்கறையிலும், இவ்வகை மாற்றொலிகளால் குர்ஆனை ஓதும்போது அதன் உச்சரிப்புமுறை சிதைபடும் என்பதாலும் இம்மாற்றொலிகளை நாகரிகமற்ற ஒலிகள் என்கிறார்.

## 4.15 நெடுங்கணக்கு வரிசை – ஒலிப்பிட வரிசை

தொல்காப்பியர் பிறப்பியலைத் தவிர்த்த பிற இயல்களில் தமிழ் நெடுங்கணக்கு மரபுப்படி ஒலிகளை விளக்குகிறார். மூல

11. A.A.Al-Nassir (1993: 19)
12. A.A.Al-Nassir (1993: 19)

*ஒலிகளின் வரிசை, எண்ணிக்கை, வகை (தொல்.எழு.1, 3, 4, 8, 9, 19–21). முதலியவற்றை மரபான வரிசைமுறையில் விவரிக்கிறார். ஸீபவைஹி அறபியின் மூல ஒலிகளை விளக்கும் எல்லா இடங்களிலும் தான் புதிதாக உருவாக்கிய ஒலிப்பிட வரிசையைப்* **(Phonetic alphabet order)** *பின்பற்றுகிறார் (ஹா.ப.தொ.4, ப.431–436). மரபுவழியான அறபு அகரவரிசையை அவர் கண்டுகொள்ளவில்லை.*

## 4.16 சுருங்ககூறி விளங்கவைக்கும் உத்தி

*தொல்காப்பியர் பேச்சொலிகளை மூலஒலி, மாற்றொலி, உயிரொலி, மெய்யொலி எனப் பகுக்கும்போது சுருங்கக்கூறி விளங்கவைக்கும் உத்தியைக் கையாள்கிறார். மூல ஒலியைக் குறிப்பிடுகையில் முதல் ஒலியையும் இறுதி ஒலியையும் மட்டும் சுட்டுகின்றார் (தொல்.எழு.1). உயிரொலியையும் (தொல்.எழு.8) மெய்யொலியையும் (தொல்.எழு.9) விளக்குகையில் இறுதி ஒலியை மட்டும் சுட்டுகின்றார்.*

*ஸீபவைஹி விரித்துக்கூறும் முறையில் அறபு மூல ஒலிகளை விவரிக்கிறார். சுருங்கக் கூறி விளங்கவைக்கும் உத்தி அவரிடமில்லை. மூல ஒலிகளின் வரிசை, வகை முதலியவற்றை விளக்கும்போது ஒவ்வொரு ஒலியின் பெயரையும் குறிப்பிடு கின்றார். பிறப்பியலின் தொடக்கத்தில் அறபியின் மூல ஒலிகள் யாவை என்பதைப் பின்வருமாறு விளக்குகின்றார் (ஹா., தொ.4, ப.432):*

فأصلُ حروف العربيَة تسعة وعشرون حرف:
الهمزة، والالف، والهاء،والعَيْن، والحاء، والغَيْن، والخاء، والكاف، والقاف، والضاد، والجِيم، والشِّين، والياء، واللام، والراء، والنون، والطاء، والدال، والتاء، والصاد، والزاىُ، والسِّين، والظاء، والذال، والثاء، والفاء، والباء، والميم، والواو

### இருபத்து ஒன்பது மூல அறபு ஒலிகள்

*1. ஹம்ஃஜ்*[1] (ء) hamza ['] *2. அலிஃபு* (ا) alif [ā] *3. ஹாவு* (ة) hā [h] *4. அய்னு* (ع) ayn [ʿ ] *5. ஹா*[2]*வு* (ح) ḥā [ḥ] *6. க*[3]*ய்னு* (غ) ġayn [ġ] *7. க்ஹாவு* (خ) ẖā [ẖ] *8. காஃபு* (ك) kāf [k] *9. கா*[5]*ஃபு* (ق) qāf [q] *10. ஃட்*[3]*ஃடா*[3]*து*[3] (ض) ḍād [ḍ] *11. ஜிய்மு* (ج) jīm [j] *12. ஷ்*[1]*ஷீ*[1]*ய்னு* (ش) shīn [š] *13. யாவு* (ى) yā [y] *14. லாமு* (ل) lām [l] *15. றாவு* (ر) rā [r] *16. னூனு* (ن) nūn [n] *17. ட்டாவு* (ط) ṭā [ṭ] *18. தா*[3]*லு* (د) dāl [d]

*19.* தாவு (ت) tā [t] *20.* ஷா$^{2}$து$^{3}$ (ص) sād [ṣ] *21.* ஃஜா$^{1}$யு (ز) zāy [ẓ]
*22.* ஸ்ஸிய்னு (س) sīn [s] *23.* ஃஜா$^{2}$வு (ظ) zā [z] *24.* ஃதா$^{3}$லு (د) dhāl [ḏ]
*25.* ஃதாவு (ث) ṯā [ṯ] *26.* ஃபாவு (ف) fā [f] *27.* பா$^{3}$வு (ب) bā [b]
*28.* மிய்மு (م) mīm [m] *29.* வாவு (و) wāw [w]

மேற்கண்டவாறு அறபு மூலஒலிகள் ஒவ்வொன்றின் பெயரையும் முழுமையாகக் குறிப்பிட்டு, அறபு ஒலிகளையும் அவற்றின் கூட்டுத்தொகையையும் குறிப்பிடுகிறார். இதனைத் தமிழில் தொல்காப்பியர் “எழுத்தெனப் படுப அகரமுதல னகர இறுவாய் முப்பஃதென்ப” என்று ரத்தினச்சுருக்கமாகக் கூறுகிறார்.

சுருங்கக்கூறி விளக்கும் உத்தியின் மூலம் தொல்காப்பியர் பத்துச் சொற்களுக்குள் (நான்கு தொடர்கள்) (தொல்.எழு.1) மூலஒலிகளின் வரிசை, மூலஒலிகளின் எண்ணிக்கை, மாற்றொலியின் இலக்கணம், மாற்றொலியின் எண்ணிக்கை ஆகிய நான்கையும் விளக்குகின்றார். ஆனால், ஸீபவைஹி பேச்சொலிகளை வகைப்படுத்த (ஹா.தொ.4, ப.432–433) மட்டும் ஐம்பத்தைந்து சொற்களைப் (ஏழு தொடர்கள்) பயன்படுத்துகிறார். அதில், மூல ஒலிகளின் எண்ணிக்கை, மூல ஒலிகளின் வரிசை, மாற்றொலி எண்ணிக்கை, மாற்றொலி இலக்கணம் முதலியன அடங்கும். ஸீபவைஹியின் இலக்கணவிளக்கம் விரித்துக்கூறும் முறையில் அமைந்துள்ளது. அதனால் தான் அல்–கிதாப்பு இன்றைய பதிப்பில் தொள்ளாயிரம் பக்கங்களைத் தாண்டுகிறது. இலக்கணம் செய்ய அந்த இலக்கணிகள் (தொல்காப்பியர், ஸீபவைஹி) எடுத்துக்கொண்ட இலக்கிய வடிவம் இதற்கு ஒரு முக்கியமான காரணம் ஆகும். தொல்காப்பியர் செய்யுள் வடிவில் இலக்கணம் செய்கிறார். ஸீபவைஹி உரைநடை வடிவில் இலக்கணம் செய்கிறார்.

## 4.17 ஒலிகளைத் தொகைப்படுத்தும் முறை

ஒலியியல் நோக்கில் ஒலிகளைப் பலவாறு வகைப்படுத்தும் போது வகைப்படுத்திய ஒலிகளின் எண்ணிக்கை ஒன்றிற்கு மேல் இருக்கும்பட்சத்தில் அவ்வொலிகளின் மொத்த எண்ணிக்கையைத் தொகைப்படுத்திக் கூறும் முறை தொல்காப்பியர், ஸீபவைஹி ஆகிய இருவரிடமும் உண்டு. இம்முறையை அவர்கள் எல்லா இடங்களிலும் பின்பற்றவில்லை. ஒலியியல் பற்றிப்பேசும் முதல் மூன்று இயல்களில் (நூல்மரபு, மொழிமரபு, பிறப்பியல்) ஒலிகளின் எண்ணிக்கையைத் தொகைப்படுத்தும் முறையைத் தொல்காப்பியர் எங்குப் பயன்படுத்துகின்றார், எங்குப் பயன்படுத்தவில்லை என்பதை அட்டவணை 4.1 விளக்குகின்றது.

**விளக்க அட்டவணை 4.1 தொல்காப்பியர் ஒலிகளைத் தொகைப்படுத்துமிடங்களும் தொகைப்படுத்தாத இடங்களும்**

| **வகைப்படுத்திய ஒலிகளைத் தொகைப்படுத்துமிடங்கள்** | **வகைப்படுத்திய ஒலிகளைத் தொகைப்படுத்தாத இடங்கள்** |
|---|---|
| 1. மூல ஒலி, மாற்றொலி வகைப்பாடு (தொல்.எழு.1)<br>2. மாற்றொலி (தொல்.எழு.2)<br>3. உயிர் (தொல்.எழு.8)<br>4. மெய் (தொல்.எழு.9)<br>5 குற்றுயிர் (தொல்.எழு.3)<br>6. நெட்டுயிர் (தொல்.எழு.4)<br>7. சுட்டெழுத்து (தொல்.எழு.31)<br>8. வினா எழுத்து (தொல்.எழு.32)<br>9. ஒலிப்பிடம், ஒலிப்புமுறை<br>முதலியவற்றின் அடிப்படையில் ஒலி வகைப்பாடு:<br>**உயிரொலிகள் (தொல்.எழு.84–87)**<br>உயிரொலிகளின்<br>பொதுப்பிறப்பு (தொல்.எழு.84):<br>நடு உயிர் (தொல்.எழு.85)<br>முன் உயிர் (தொல்.எழு.86)<br>பின் உயிர் (தொல்.எழு.87)<br>**மெய்யொலிகள் (தொல்.எழு.89–100)**<br>ற் ன் (தொல்.எழு.94)<br>ர் ழ் (தொல்.எழு.95)<br>ல் ள் (தொல்.எழு.96)<br>**மாற்றொலி (தொல்.எழு.101)** | 1. மெய்யொலி வகை<br>வல்லினம் (தொல்.எழு.19)<br>மெல்லினம் (தொல்.எழு.20)<br>இடையினம் (தொல்.எழு.21)<br>2. ஒலிப்பிடத்தின் அடிப்படையில் மெய்யொலி வகைப்பாடு:<br>க் ங் (தொல்.எழு.89)<br>ச் ஞ் (தொல்.எழு.90)<br>ட் ண் (தொல்.எழு.91)<br>த் ந் (தொல்.எழு.93)<br>ப் ம் (தொல்.எழு.97) |

*ஸீபவைஹி பிறப்பியலில் வகைப்படுத்திய ஒலிகளை எங்குத் தொகைப்படுத்துகின்றார், எங்குத் தொகைப்படுத்தவில்லை என்பதை அட்டவணை 4.2 விளக்குகின்றது.*

**விளக்க அட்டவணை 4.2 ஸீபவைஹி ஒலிகளைத் தொகைப்படுத்துமிடங்களும் தொகைப்படுத்தாத இடங்களும்**

| வகைப்படுத்திய ஒலிகளைத் தொகைப்படுத்துமிடங்கள் | வகைப்படுத்திய ஒலிகளைத் தொகைப்படுத்தாத இடங்கள் |
|---|---|
| 1. மூல ஒலி (ஹா.ப., தொ. 4, ப.431)<br>2. மாற்றொலி<br>குற்ஆன் ஏற்றுக்கொள்ளும் மாற்றொலி (ப.432)<br>குற்ஆன் ஏற்றுக்கொள்ளாத மாற்றொலி (ப.432)<br>3. குரல்நாள அதிர்வு ஒலிகள் (Voiced) (ப.434)<br>4. குரல்நாள அதிர்வில்லா ஒலிகள் (Unvoiced) (ப.434)<br>5. இறுக்கமான ஒலிகள் (Tight) / அடைப்பொலிகள் (Stops) (ப.434)<br>6. இறுக்கமற்ற ஒலிகள் (Slack)/ உரசொலிகள் (Fricatives) (ப.434–435)<br>7. மூடிய நிலையில் தோன்றும் ஒலிகள் (Cover) (ப.435)<br>8. திறந்த நிலையில் தோன்றும் ஒலிகள் (Open)<br>9. மருங்கொலி (Lateral)<br>10. மூக்கொலி (Nasal)<br>11. ஆடொலி (Trill) | 1. உயிரொலி வகைப்பாடு |

*தொல்காப்பியர், ஒலிகளை வகைப்படுத்தும் இடங்களில் முதலில் ஒலிகளைக் குறிப்பிட்டு பின்பு அவற்றின் எண்ணிக்கையைக் குறிப்பிடுகின்றார் (தொல்.எழு.1, 3, 4, 8, 9, 86, 87, 94–96).*

*ஆ ஈ ஊ ஏ ஐ ஓ ஔ* *உ ஊ ஒ ஓ ஔ என இசைக்கும்*
*'என்னும் அப்பால் ஏழும்* *அப்பால் ஐந்தும்*
................................ ................................
*(தொல்.எழு.4)* *(தொல்.எழு.87)*

தொல்காப்பியரின் இவ்வகை விளக்கத்திற்கு அடிப்படையாக அமைவது நூற்பா வடிவில் இலக்கணம் செய்யும் உத்தியாகும். ஸீபவைஹி மூல ஒலிகளை வகைப்படுத்தும்போது, மூல ஒலிகள் இவை என அவ்வொலிகளைச் சுட்டுவதற்கு முன்பு மூல ஒலிகளின் எண்ணிக்கையைச் *(இருபத்து ஒன்பது மூல அறபு ஒலிகள்)* சுட்டுகின்றார் *(ஹா.தொ.4, பக்.431–436).*

**حرف وعشرون فأصلُ حروف العربيَة تسعة :**
**والعَيْن، والحاء، والغَيْن، الهمزة ،والالف ،والهاء ...**

*இருபத்து ஒன்பது மூல அறபு ஒலிகள்:* ஹம்ஃஜபு ['], அலிஃபு [ā], ஹாவு [h], அய்னு [ʿ], ஹாசுவு [ḥ], கஹுய்னு [ġ]... *(ஹா.தொ.4, ப.431)*

ஒலிகளைத் தொகைப்படுத்தும் முறை வகைப்படுத்திய ஒலிகளின் எண்ணிக்கையைத் தெளிவுபடுத்துகிறது. தொல்காப்பியர் ஒலிகளைத் தொகைப்படுத்தும்போது இரு வகை உத்தியைக் கையாள்கின்றார். அவை: கூட்டல் முறை, பெருக்கல் முறை.

**கூட்டல் முறை**

ஆ ஈ ஊ ஏ ஐ ஓ ஔ என்னும்
அப்பால் ஏழும்
ஈரளபு இசைக்கும் நெட்டெழுத் தென்ப – தொல்.எழு.4

**பெருக்கல் முறை**

*அம்மூ வாறும்* வழங்கியன் மருங்கின்
மெய்மயக் குடனிலை தெரியுங் காலை –தொல்.எழு.22

ஸீபவைஹி கூட்டல் முறையில் மட்டுமே ஒலிகளைத் தொகைப்படுத்துகின்றார்.

"முப்பத்தைந்து ஒலிகளுடன் இந்த ஏழு சார்பாயிராதகிளை ஒலிகளும் சேர்ந்து மொத்தம் நாற்பத்திரெண்டு ஒலிகளாக அதிகரிக்கும்" என்கிறார்.

وتكون اثنين واربعين جرفا بحروفٍ غيرِ مستحسَنة
ولا كثيرةٍ فى لغة من تُرْتَضَى عربيته، ولا تُستحسن
فى قراءة القرآن ولا فى الشعر، وهى

*– ஹா.ப., தொ.4, ப.432*

## 4.18 கருவி மொழிக்கு இலக்கணம் செய்தல்

ஒரு மொழியை விளக்கப் பயன்படுத்தும் கருவி மொழிக்கு *(Meta language)* இலக்கணம் செய்யும் முறை தொல்காப்பியரிடம் உண்டு.[13] எழுத்துச்சாரியை குறித்த தொல்காப்பிய இலக்கண விதிகள் இதற்கு சிறந்த ஆதாரமாக விளங்குகின்றன.[14] 'காரம்' என்னும் எழுத்துச் சாரியையைக் குறில், நெடில், இணையுயிர் (ஐ, ஔ) ஆகிய மூன்று ஒலிகளையும் குறிப்பிடுவதற்குப் பயன்படுத்துகின்றார். 'கரம்' என்னும் எழுத்துச்சாரியையைக் குறில் ஒலிகளை மட்டும் சுட்டப் பயன்படுத்துகின்றார். 'கான்' என்னும் எழுத்துச்சாரியையைக் குறிலையும் இணையுயிரையும் சுட்டப் பயன்படுத்துகின்றார். தொல்காப்பியர் போன்று தான் கையாளும் கருவி மொழிக்கு இலக்கணம் செய்யும் முறை ஸீபவைஹியிடம் இல்லை.

## 4.19 பிறப்பியலின் அமைப்பியல் வேறுபாடு

ஒலிகளின் பிறப்பைப் பேசும் பிறப்பியலைத் தொல்காப்பியரும் ஸீபவைஹியும் வெவ்வேறு முறையில் அமைக்கின்றனர். அமைப்புமுறையில் ஸீபவைஹியின் பிறப்பியல் (இயல்:565), தொல்காப்பியரின் பிறப்பியலிலிருந்து (இயல்:3) முற்றிலும் வேறுபடுகிறது. தொல்காப்பியர் ஒலிப்பிடத்தின் அடிப்படையில் பிறப்பியலை அமைக்கும்போது, பிறப்பிடத்தை/ஒலிப்பிடத்தைப் பொதுப்பிறப்பிடம், சிறப்புப் பிறப்பிடம் என இருவகையாகப் பகுக்கிறார். ஸீபவைஹி முதலில் ஒலிப்பிடத்தின் வழி ஒலிகளை விளக்குகிறார். அப்போது ஒலிகளின் பொது ஒலிப்புமுறையையும் பேசுகிறார். ஆயினும், ஒலிகளின் சிறப்பு ஒலிப்புமுறை அடிப்படையில் ஒலிகளை விளக்குவதையும், வகைப்படுத்துவதையும் பிறப்பியலின் பிற்பகுதியில் பிரதானமாகச் செய்கிறார். பிறப்பியலை அமைக்கும் முறையில் தொல்காப்பியத்திற்கும், அல்–கிதாப்பிற்கும் உள்ள வேறுபாட்டை அட்டவணை 4.3 விவரிக்கிறது.

---

13. கோ. கிருட்டிணமூர்த்தி (1990: 39)
14. கி. நாச்சிமுத்து (2011: 10)

**விளக்க அட்டவணை 4.1 பிறப்பியலின் அமைப்பில்**
**தொல்காப்பியத்திற்கும், அல்–கிதாப்பிற்கும் உள்ள வேறுபாடு**

| தொல்காப்பியம் | அல்கிதாப்பு |
|---|---|
| பொதுப்பிறப்பிடங்கள்:<br>எட்டு ஒலியுறுப்புகள் (தொல்.எழு.83)<br>1. மூன்று காற்றறைகள்:<br>தலை, தொண்டை, நெஞ்சு.<br>2. ஐந்து ஒலியெழுப்பிகள்<br>a. இயங்கும் ஒலியெழுப்பிகள்:<br>பல், இதழ், நா<br>b. இயங்கா ஒலியெழுப்பிகள்:<br>மூக்கு, அண்ணம்<br>**சிறப்புப்பிறப்பிடங்கள்:**<br>ஒலிகளின் ஒலிப்பிடமும் ஒலிப்புமுறையும் (தொல்.எழு.84–101)<br>1. மூல ஒலி /முதல் எழுத்துக்கள் (தொல்.எழு.84–100)<br>a. பன்னிரெண்டு உயிரொலிகள் (தொல்.எழு. 84–88)<br>b. பதினெட்டு மெய்யொலிகள் (தொல்.எழு.89–100)<br>2. மாற்றொலி/சார்பெழுத்துக்கள் (தொல்.எழு.101)<br>a. மூன்று மாற்றொலிகள் | ஒலிப்பிடத்தின் அடிப்படையில் பிறப்பியல் விளக்கம்:<br>1. இருபத்தொன்பது அறபு ஒலிகளின் பெயரும் வரிசையும்<br>2. குற்ஆனும், அறபுக்கவிதைகளும் ஏற்றுக்கொள்ளும் ஆறு மாற்றொலிகள்<br>3. குற்ஆனும், அறபுக்கவிதைகளும் ஏற்றுக்கொள்ளாத ஏழு மாற்றொலிகள்<br>4. இருபத்தொன்பது மூல அறபு ஒலிகளின் பதினாறு ஒலிப்பிடங்கள்<br>**ஒலிப்புமுறையின் அடிப்படையில் பிறப்பியல் விளக்கம்:**<br>மெய்யொலிகள்<br>1. குரல்நாள அதிர்வு ஒலிகள்<br>2. குரல்நாள அதிர்வில்லா ஒலிகள்<br>3. இறுக்கமான ஒலிகள் (Tight)/ அடைப்பொலிகள் (Stops)<br>4 இறுக்கமற்ற ஒலிகள் (Slack)/ உரசொலிகள் (Fricatives)<br>5. மூடிய நிலையில் தோன்றும் ஒலிகள் (Cover)<br>6. திறந்த நிலையில் தோன்றும் ஒலிகள் (Open)<br>7. மருங்கொலி (Lateral)<br>8. மூக்கொலி (Nasal)<br>9. ஆடொலி (Trill)<br>உயிரொலிகள்:<br>1. மென்மையானவை (Soft)<br>2. நீட்டம் உடையவை (Prolongation) |

## 4.20 குறில் – நெடில் பகுப்பு

தொல்காப்பியர் உயிரொலிகளைக் குறில்,நெடில் என வகைப்படுத்துவதற்கு அவற்றின் ஒலிப்புக்காலத்தோடு (மாத்திரை), நாவின் நிலை, இதழ் அமைப்பு முதலிய ஒலிப்பு முறையையும் குறிப்பிடுகிறார். "தத்தம் திரிபே சிறியவென்ப" என்னும் புறநடை நூற்பா உயிர்களின் பிற ஒலிப்பியல் கூறுகள் அனைத்தையும் உள்ளடக்கிவிடுகிறது. ஸீபவைஹி நெட்டுயிரின் ஒரு பகுதியே குற்றுயிர் என்கிறார். ஆனால் குறிலுக்கும் நெடிலுக்கும் உள்ள ஒலிப்புமுறை வேறுபாடு குறித்து ஏதும் கூறவில்லை. தொல்காப்பியரின் குறில்–நெடில் பகுப்பைத் தற்கால ஒலியியல்அறிஞர்கள் ஏற்றுக்கொள்கின்றனர். தற்கால ஒலியியல் அறிஞர்கள் குறிலையும் நெடிலையும் வேறுபடுத்த ஒலிப்புக்காலத்தோடு (மாத்திரை) நாவின் நிலையையும் ஆதாரமாகக் கொள்கின்றனர். இதனை விளக்க வரைபடம் 4.1 விவரிக்கின்றது.

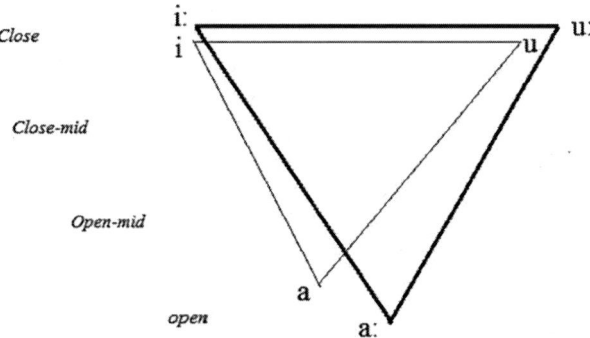

**விளக்க வரைபடம் 4.1 நாவின் நிலையில் குற்றுயிர்க்கும் நெட்டுயிர்க்கும் உள்ள வேறுபாடு**

தொல்காப்பியத்திற்கும் அல்–கிதாப்பிற்கும் உள்ள ஒற்றுமைகளை விட வேறுபாடுகளே அதிகம். பேச்சொலிகளைக் கணக்கிடும் முறை, ஒலிகளை வகைப்படுத்தி அவற்றின் எண்ணிக்கையைக் கூறும் முறை, ஒலிப்புக்காலத்தை வரையறுத்தல், குறில்–நெடில் விளக்கம், முன்னுயிரின் [ɪ] பிறப்பு, மெய்யொலிகளின் ஒலிப்பிடம் ஒலிப்புமுறை பற்றிய விளக்கம், மாற்றொலி விளக்கம், வரையறை, ஒலிப்பிடம், வகைப்பாடு, மாற்றொலியின் மூல ஒலி, மாற்றொலிக்கு ஆதாரமாக விளங்கும்

கூறுகள், மாற்றொலி விளக்கத்தில் கலைச்சொல் பயன்பாடு, சுருங்ககூறி விளங்கவைக்கும் உத்தி, ஒலிகளைத் தொகைப்படுத்தும் முறை, கருவி மொழிக்கு இலக்கணம் செய்தல் முதலிய கூறுகளில் இரு இலக்கணங்களும் முற்றிலும் வேறுபடுகின்றன.

தொல்காப்பியம், அல்-கிதாப்பு ஆகிய இரு மரபிலக்கணங்களை ஒலியியல் நோக்கில் ஒப்பிடும்போது, அடிப்படையான சில வேறுபாடுகளைக் காணலாம். பேச்சொலிகளின் வைப்புமுறை, மாற்றொலி விளக்கம் முதலிய கூறுகளில் உள்ள வேறுபாடுகள் அம்மொழிகளின் இலக்கண மரபிலிருந்து உருவாகின்றன. மாத்திரை, உயிரொலிகளின் பிறப்பு முதலிய இலக்கணக்கூறுகள் இலக்கணிகளின் சிந்தனை மரபிற்கேற்ப மாறுபடுகின்றன.

# 5

# இரு இலக்கணங்களின் கோட்பாடும் பகுப்பாய்வு முறையும்

தொல்காப்பியமும் அல்-கிதாப்பும் வெவ்வேறு இலக்கண மரபைச் சார்ந்தவைகளாக இருந்தாலும், இலக்கணக்கோட்பாட்டிலும், பகுப்பாய்வு முறையிலும் சில பொதுக்கூறுகள் உள்ளன. தமிழின் அமைப்பும், அறபியின் அமைப்பும் முற்றிலும் மாறுபட்டிருந்தாலும் இவ்விரு மொழிகளுக்கும் இலக்கணம் செய்யும் தொல்காப்பியமும் அல்-கிதாப்பும் பின்வரும் இலக்கணக்கோட்பாடுகளில் ஒத்திருக்கின்றன. அவை: பேச்சொலிக்கோட்பாடு, பிறப்பியல் கோட்பாடு, மாற்றொலிக்கோட்பாடு முதலியன. தொல்காப்பியத்திற்கும் அல்-கிதாப்பிற்கும் பொதுவாக உள்ள இலக்கணக்கோட்பாடுகளை பொதுக்கோட்பாடு என்றும், இலக்கணக் கோட்பாட்டில் தொல்காப்பியத்திற்கும், அல்-கிதாப்பிற்கும் உள்ள தனிச்சிறப்புகளைச் சிறப்புக் கோட்பாடு என்றும் இவ்வியல் வகைப்படுத்துகின்றது. இவ்வியலின் பின்பகுதி இரு இலக்கணங்களும் பேச்சொலிகள், ஒலியுறுப்புகள் ஆகியவற்றில் பின்பற்றியுள்ள பகுப்பாய்வு முறை பற்றி விவரிக்கிறது.

## 5.1 இலக்கணகோட்பாடுகள்

### 5.1.1 பொதுக்கோட்பாடு (Common / Universal theories)

இப்பொதுக்கோட்பாடுகள் தொல்காப்பியத் திற்கும் அல்-கிதாப்பிற்கும் மட்டுமின்றி உலக

இலக்கணங்கள் அனைத்திற்கும் பொதுவானவையாக இருக்கின்றன.

### 5.1.1.1 பேச்சொலிக் கோட்பாடு (Theory of speech sound)

"பேச்சொலி" என்பது மூலஒலி, மாற்றொலி ஆகிய இரண்டையும் உள்ளடக்கியதாகும் என்னும் கோட்பாட்டில் தொல்காப்பியரும் ஸீபவைஹியும் ஒத்த கருத்துடையவர்களாக இருக்கின்றனர். இருவருமே பேச்சொலி என்னும் பொருளில் மூலஒலி, மாற்றொலி ஆகிய இரண்டையுமே குறிப்பிடுகின்றனர். தொல்காப்பியர் முப்பது மூல ஒலிகளையும் மூன்று மாற்றொலிகளையும் "பேச்சொலி" என்கிறார். ஸீபவைஹி இருபத்து ஒன்பது மூல ஒலிகளையும் பதின்மூன்று மாற்றொலிகளையும் "பேச்சொலிகள்" என்கிறார்.

தொல்காப்பியர் கையாளும் எழுத்து என்னும் சொல் முப்பது மூல ஒலிகளையும் மூன்று மாற்றொலிகளையும் குறிக்கும்.[1] மூல ஒலியையும் மாற்றொலியையும் வேறுபடுத்த *எழுத்தெனப்படுவ* (மூலஒலிகள்), *எழுத்தோரன்ன* (மாற்றொலிகள்) ஆகிய சொற்களைக் கையாள்கின்றார் (தொல்.எழு.1, 2). ஸீபவைஹி பேச்சொலியைக் குறிக்க "ஹற்ஃப்" (حرف) என்னும் சொல்லைப் பயன்படுத்துகின்றார். ஒலிகளின் எண்ணிக்கையைக் கூறும்போது, இருபத்தொன்பது மூல ஒலிகளையும் பதின்மூன்று மாற்றொலிகளையும் சேர்த்துப் பேச்சொலிகளின் எண்ணிக்கை நாற்பத்து இரண்டு என்று கணக்கிடுகின்றார் (ஹா.ப.தொ.4, ப.432). தொல்காப்பியரைப் போன்று மூல ஒலியிலிருந்து மாற்றொலியை வேறுபடுத்த ஸீபவைஹியும் ஃபுறூ (فروع) என்னும் தனிச்சொல்லைக் கையாள்கிறார்.

### 5.1.1.2 பிறப்பியல் கோட்பாடு (Theory of Articulatory Phonetics)

#### 5.1.1.2.1 உயிரொலிகளின் பிறப்பு

I. தொல்காப்பியர், ஸீபவைஹி ஆகிய இரு இலக்கணிகளும் [ā] என்னும் நடு உயிரின் பிறப்பை வாயறையில் *(oral/air cavity)* சுட்டுகின்றனர். தொல்காப்பியர் [a, ā] அ, ஆ ஆகிய இரு நடுஉயிர்களும் அங்காந்து இயலும் என்கிறார் (தொல்.எழு.85). ஸீபவைஹி, [ā] (l) என்னும் நடுஉயிர் தொண்டையிலிருந்து வெளியேறும் மூச்சுக்காற்றில் தோன்றும் என்கிறார் (ஹா.ப., தொ.4, ப.436).

---

1. செ.வை. சண்முகம் (1980: 74)

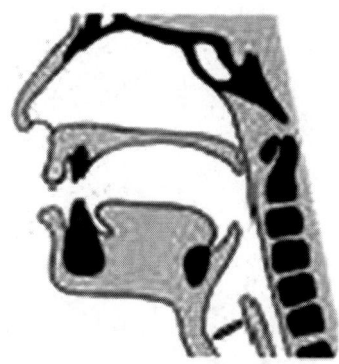

**விளக்க வரைபடம் 5.1 தொல்காப்பியரும் ஸீபவைஹியும் சுட்டும் நடுஉயிரின் [a, ā] பிறப்பிடம்**

II. [ī] என்னும் நெட்டுயிரின் பிறப்பை விளக்கும்போது தொல்காப்பியர், நாவின் நிலையை (முன்–பின்) *(Front-back variations)* அடிப்படையாகக் கொள்கின்றார். ஸீபவைஹி நாவின் உயரத்தை அடிப்படையாகக் கொள்கின்றார். [ī] என்னும் முன்னுயிரின் பிறப்பை விளக்க, மரபிலக்கணிகள் நாவின் நிலை, நாவின் உயரம் ஆகிய இரண்டில் ஏதேனும் ஒன்றையே அடிப்படையாகக் கொள்கின்றனர். [ī] என்னும் உயிரின் பிறப்பை விளக்குகையில் நாவின் நிலை மட்டுமன்றி அங்காப்பு என்னும் ஒலியியல் கூறையும் (ஒலிப்புமுறை) தொல்காப்பியர் குறிப்பிடுகின்றார். *அவற்றோரன்ன* என்பது முன்னர் கூறிய ஒலிகளின் ஒலிப்புமுறையைக் *(அ ஆ ஆயிரண் டங்காந் தியலும்)* குறிக்கும்.

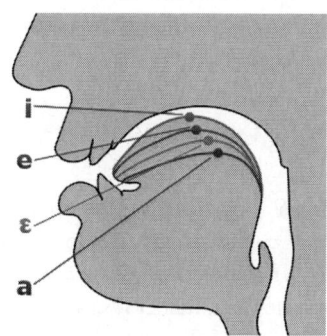

**விளக்கவரைபடம் 5.2 [a, i, e, ai] ஆகிய உயிர்களின் ஒலிப்புமுறையாகத் தொல்காப்பியர் குறிப்பிடும் நாவின் நிலை**

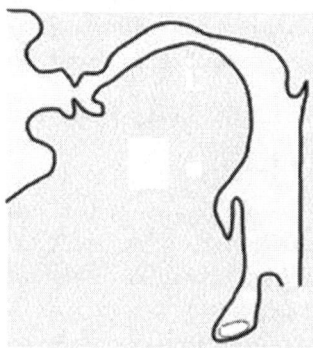

**விளக்கவரைபடம் 5.3 [ī] என்னும் உயிரொலியின் ஒலிப்புமுறையாக ஸீபவைஹி சுட்டும் நாவின் உயரம்**

III. பின்னுயிரான [u] (உ), (ஒ) வின் பிறப்பை விளக்கத் தொல்காப்பியர் (தொல்.எழு.87), ஸீபவைஹி (ஹா.ப.தொ.4, ப.436) ஆகிய இருவருமே இதழின் அமைப்பை ஆதாரமாகக் கொள்கின்றனர்.

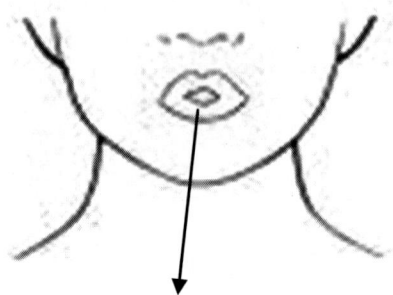

தொல்காப்பியர்: [u, ū, o, ō, au] *(உ, ஊ, ஒ, ஓ, ஔ)*

ஸீபவைஹி: [ū] (ஒ )

விளக்கவரைபடம் 5.4 [u, ū, o, ō, au] ஆகிய உயிரொலிகளின் பிறப்பிடமாகத் தொல்காப்பியரும் ஸீபவைஹியும் குறிப்பிடும் இதழ் அமைப்பு

ஸீபவைஹி அறபியின் மூன்று நெட்டுயிர்களை வாயறை [ā], நாவின் உயரம் [ī], இதழ் அமைப்பு [ū] ஆகிய மூன்று ஒலிப்புமுறையில் விளக்குகிறார். தொல்காப்பியர் தமிழின் பன்னிரெண்டு உயிரொலிகளை, வாயறை (அங்காப்பு) [a, ā], நாவின் நிலை [i, ī, e, ē, ai], இதழ் அமைப்பு [u, ū, o, ō, au] ஆகிய மூன்று ஒலிப்புமுறையில் விவரிக்கிறார். உயிர்களின் பிறப்பை, வாயறை, நாவின்நிலை, இதழ் அமைப்பு ஆகிய மூன்று கூறுகளின் வழி இவ்விரு இலக்கணிகளும் நிறுவுகின்றனர்.

### 5.1.2.1.2 மெய்யொலிகளின் பிறப்பு

#### I. ஒலிப்பிட வரிசை

தொல்காப்பியர், ஸீபவைஹி ஆகிய இருவருமே மெய்யொலிகளின் ஒலிப்பிடங்களை வரிசைப்படுத்தும்போது கீழிருந்து மேல்நோக்கிச் செல்லும் முறையைக் (தொண்டை –இதழ்) கையாள்கின்றனர். தொல்காப்பியர் கடையண்ணத்தில் தொடங்கி இதழில் முடிக்கின்றார் (தொல்.எழு.89 –98). ஸீபவைஹி அடித்தொண்டையில் தொடங்கி இதழில் முடிக்கின்றார் (ஹா.ப.தொ.4, ப.433–434). தற்கால ஒலியியல் அறிஞர்கள் மெய்யொலிகளின் ஒலிப்பிடங்களை மேலிருந்து கீழ்நோக்கி (இதழ்–தொண்டை) வரிசைப்படுத்துகின்றனர்.

## II. ஒலியெழுப்பிகளின் வைப்புமுறை (Order of articulators)

பொதுவாக மரபிலக்கணிகள் மெய்யொலிகளின் ஒலிப்பிடத்தை விளக்க நாவையும் அண்ணத்தையும் அடிப்படை யாகக் கொள்கின்றனர். ஓர் ஒலியை (தொண்டை, பல்லிதழ், ஈரிதழ் ஒலிகளைத் தவிர்த்து) உச்சரிக்கையில் நாவின் எப்பகுதி அண்ணத்தின் எப்பகுதியோடு பொருந்தும்/வருடும்/உரசும் என்று சுட்டுவதே மரபிலக்கணிகளின் ஒலிப்பிட விளக்கமாகும். இவ்வாறு ஒலிப்பிடத்தைச் சுட்டும்போது, இயங்கும் ஒலியெழுப்பியான 'நா', இயங்கா ஒலியெழுப்பியான 'அண்ணம்' ஆகிய இரு ஒலியுறுப்புகளில் எதை முதலில் வைக்கின்றனர், ஒலியுறுப்புகளின் வைப்புமுறையில் செம்மையான முறையை (Standard order/ method) உருவாக்குகின்றார்களா என்பது தொல்காப்பியர், ஸீபவைஹி ஆகிய இருவரின் ஒலியுறுப்பு வைப்புமுறையின் வழி இங்கு விளக்கப்படுகின்றது.

தொல்காப்பியர் தமிழில் உள்ள பதினெட்டு மெய்யொலி களைப் பத்து ஒலிப்பிடங்களில் வரையறுக்கின்றார். அப்பத்து ஒலிப்பிடங்களில் இரண்டு (தொல். எழு.97, 98) ஈரிதழ், பல்லிதழ் ஒலிகள் பற்றியவை. பிற எட்டு ஒலிப்பிடங்களும் நாவையும் அண்ணத்தையும் ஆதாரமாகக் கொள்கின்றன. அவற்றுள் ஆறு ஒலிப்பிடங்களில் (தொல். எழு.89–91, 94–96) நாவையும், இரு ஒலிப்பிடங்களில் (தொல்.எழு.93, 99) அண்ணத்தையும் முதலில் வைக்கின்றார். தொல்காப்பியர் மெய்யொலிகளின் ஒலிப்பிடத்தை வரையறுக்கையில் நா, அண்ணம் ஆகிய இரு ஒலியெழுப்பிகளின் வரிசையில் நிலையான வைப்புமுறையைப் பின்பற்றவில்லை. ஸீபவைஹி சுட்டும் அறபு ஒலிகளின் பதினாறு ஒலிப்பிடங்களிலும் முதலில் நாவையும் பின்பு, அண்ணத்தையும் முறைபடக் குறிப்பிடுகின்றார். எந்த இடத்திலும் இவ்வைப்புமுறையை அவர் மாற்றவில்லை.

### 5.1.2.1.3 மாற்றொலிக் கோட்பாடு

மாற்றொலிகள் அவை சார்ந்து வரும் மூல ஒலிகளின் ஒலிப்பிடத்தையே தன் ஒலிப்பிடமாகக் கொண்டு வரும் என்ற கருத்தைத் தொல்காப்பியரும் ஸீபவைஹியும் கொண்டிருக்கின்றனர். தொல்காப்பியர் மூல ஒலிகளின் பிறப்பிடத்திலேயே மூன்று மாற்றொலிகளும் பிறக்கும் (தொல்.எழு.101) எனச் சுருக்கமாகக் கூறுகின்றார். ஸீபவைஹி மாற்றொலிகளின் ஒலிப்பிடத்தைச் சுட்டும்போது இரு மூல ஒலிகளைச் சுட்டி அவ்விரண்டு மூல ஒலிகளுக்கும் இடையில் தோன்றும் என்றும், குறிப்பிட்ட மூல ஒலியைச் சுட்டி அதைப் போன்று ஒலிக்கும் என்றும் விளக்குகிறார்.

### 5.1.1.3 ஈரிணைத் தொகுப்பு முறை (Series of binary contrasts)

ஸீபவைஹி ஒலிப்புமுறையின் அடிப்படையில் வேறுபட்ட இருபண்புகளை ஒரு தொகுதியாக்கிக் கூறும் ஈரிணைத் தொகுப்பு முறையில் அறபு ஒலிகளைப் பின்வருமாறு விளக்குகின்றார்.

**மெய்யொலிகள்**

1. குரல்நாள அதிர்வு ஒலிகள் – குரல்நாள அதிர்வில்லா ஒலிகள் (unvoiced)
2. அடர்த்தியான ஒலிகள் / அடைப்பொலிகள் – அடர்த்தி யற்ற ஒலிகள் / உரசொலிகள்
3. மூடிய நிலையில் தோன்றும் ஒலிகள் – திறந்த நிலையில் தோன்றும் ஒலிகள்

**உயிரொலிகள்**

1. மென்மையானவை (Soft) – நீட்டம் உடையவை

தொல்காப்பியர் மெய்யொலிகளை அவற்றின் ஒலிப்புமுறை யின் அடிப்படையில் வல்லெழுத்து (அடைப்பொலி) – மெல்லெழுத்து (மூக்கொலி) எனப் பகுத்து இவ்விரு இனத்திற்கும் இடைப்பட்ட உரசொலி, வருடொலி முதலிய வற்றை இடையெழுத்து என மூன்று தொகுதிகளாக மெய்யொலிகளைத் தொகுக்கின்றார். தொல்காப்பியரின் இப்பகுப்பிற்கு அடிப்படையாக விளங்குவது வேறுபட்ட இரு பண்புகளான வல்லினம் – மெல்லினம் என்னும் ஈரிணைத் தொகுப்பு முறையாகும். தொல்காப்பியரும் ஸீபவைஹியும் மெய்யொலிகளை விளக்கும்போது இந்த ஈரிணைத் தொகுப்பு முறையைப் பின்பற்றுகிறார்கள்.

### 5.1.1.4 சிறப்புக்கூற்றுப்பின்னல் முறை (Distinctive feature matrix)

தொல்காப்பியர், ஸீபவைஹி ஆகிய இருவரும் பேச்சொலி களை விளக்கும்போது ஓர் ஒலியின் அனைத்துக் கூறுகளையும் விவரிப்பதில்லை. ஓர் ஒலியை மற்ற ஒலிகளிலிருந்து வேறுபடுத்திக்காட்டும் சிறப்புக்கூறுகளை மட்டும் விளக்கி, அதன்மூலம் பிற துணைக்கூறுகளை உய்த்துணர வைக்கின்றனர். இவ்வகையான உயிரொலி விளக்கத்தைத் தற்கால ஒலியியல் அறிஞர்கள் *சிறப்புக்கூற்றுப் பின்னல் முறை* (Distinctive feature matrix) என்று அழைக்கின்றனர்.[2] மரபிலக்கணிகள் ஒலியியல் கூறுகளைச் சுருக்கமாகவும் தெளிவாகவும் உணர்த்த இச்சிறப்புக்

---

2. க. முருகையன் (1972: 4)

கூற்றுப்பின்னல் முறையைக் கையாள்கின்றனர். ஒலியியல் விளக்கத்தில், தொல்காப்பியரும் ஸீபவைஹியும் சிறப்புக்கூற்றுப் பின்னல் முறையைப் பேச்சொலிகளின் பிறப்பு, வகை ஆகிய இரு நிலைகளில் பயன்படுத்துகின்றனர்.

தொல்காப்பியரும், ஸீபவைஹியும் பேச்சொலிகளான உயிர், மெய், மாற்றொலி முதலியவற்றின் பிறப்பை விளக்குகையில் ஒலிப்புமுறையின் அனைத்துக் கூறுகளையும் சுட்டவில்லை. ஓர் ஒலியின் சிறப்புக்கூறுகளாக விளங்கும் ஒன்றிரண்டு கூறுகளை மட்டும் கூறுகின்றனர். உயிரொலிகளை வகைப்படுத்துவதற்கு ஒலிப்புக்காலமும் (மாத்திரை), ஒலிப்புமுறையும் (நாவின் நிலை, இதழ் அமைப்பு) அடிப்படைகளாகும். ஆனால் மரபிலக்கணிகள் பிற ஒலிகளிலிருந்து எளிதில் வேறுபடுத்திக்காட்டும் சிறப்புக்கூறை மட்டும் விளக்கி அதன்வழிப் பிற கூறுகளை உய்த்துணர வைக்கின்றனர்.

### 5.1.1.4.1 உயிரொலிக்கூறுகள்

உயிரொலிகளின் ஒலிப்புமுறையை விளக்கும்போது இரு இலக்கணிகளும் ஒலிப்புமுறையை, முதன்மையான ஒலிப்புமுறை *(Primary manner)*, துணை ஒலிப்புமுறை *(Secondary manner)* என இரு வகையாகப் பகுக்கின்றனர். இவ்விரண்டினுள் பிற ஒலிகளிலிருந்து எளிதில் வேறுபடுத்திக் காட்டும் முதன்மையான ஒலிப்புமுறையை மட்டும் குறிப்பிட்டு, அதன் மூலம் துணை ஒலிப்புமுறையை உய்த்துணர வைக்கின்றனர்.

தொல்காப்பியர், அ, ஆ, உ, ஊ, ஒ, ஓ, ஔ முதலிய ஏழு உயிர்களின் ஒலிப்புமுறையைச் சுட்டும்போது இதழின் அமைப்பை *(அங்காப்பு, இதழ் குவிவு)* முதன்மையாகக் கொள்கின்றார். நாவின் நிலையைத் துணை ஒலிப்புமுறையாகக் கருதி அதனை விளக்கவில்லை. இ, ஈ, எ, ஏ, ஐ முதலிய ஐந்து உயிர்களின் ஒலிப்பு முறையை விளக்கும்போது நாவின் நிலையை முதன்மையாகக் கொள்கின்றார் *(அண்பல் முதல்நா விளிம்புறல்)* இதழின் அமைப்பைத் துணை ஒலிப்புமுறையாகக் கருதி அதைக் கூறவில்லை. அறுபு உயிரொலிகளின் பிறப்பை விளக்குகையில் இதே உத்தியை ஸீபவைஹி கையாள்கின்றார்.

**ஸீபவைஹியின் உயிரொலி விளக்கம்**

"நீங்கள் உங்கள் இதழ்களை வட்டமாகச் சுருக்கும்போது [ū] தோன்றும், நாவை அண்ணத்தை (வல்லண்ணம்) நோக்கி உயர்த்தும் போது [ī] தோன்றும்"[3] *(ஹா.ப., தொ.4, ப.436)*

---

3. A.A.Al-Nassir (1993: 17)

## இதழ் அமைப்பு

பின்னுயிரான [u] (உ), (ͻ)வின் பிறப்பை விளக்க தொல்காப்பியர் ஸீபவைஹி ஆகிய இருவருமே இதழின் அமைப்பை ஆதாரமாகக் கொள்கின்றனர்.

### [u] (à)**வின் பிறப்பு பற்றிய தொல்காப்பியரின் விளக்கம்**

*"உ ஊ ஒ ஓ ஔ என இசைக்கும்*
*அப்பால் ஐந்தும் இதழ்குவிந் தியலும்"* *– தொல்.எழு.87*

### [u] (ͻ)**வின் பிறப்பு பற்றிய ஸீபவைஹியின் விளக்கம்**

*நீங்கள், உங்கள் இதழ்களை வட்டமாக்கும்போது* [u] *தோன்றும்.*[4]

*– ஹா.ப.,தொ.4,ப.436*

*ஸீபவைஹி பின்னுயிரான* [ū]*வின் ஒலிப்புமுறையைக் குறிப்பிடும்போது இதழின் அமைப்பையும், முன்னுயிரான* [ī] *யின் ஒலிப்புமுறையைச் சுட்டும்போது நாவின் நிலையையும் குறிப்பிடுகின்றார். அவர் குறிப்பிடும் ஒலிப்புமுறைகள் அனைத்தும் அவ்வொலிகளின் முதன்மையான ஒலிப்புமுறைகள் ஆகும். பின்னுயிரான* [ū]*வை உச்சரிக்கும்போது நாவின் நிலை என்ன, முன்னுயிரான* [ī]*யை உச்சரிக்கும்போது இதழின் அமைப்பு என்ன என்பதைப் பற்றிப் பேசவில்லை.* [ū]*வின் முதன்மையான ஒலிப்புமுறை இதழ் குவிவு,* [ī]*யின் முதன்மையான ஒலிப்புமுறை மெல்லண்ணத்தை அடிநா விளிம்புறல் என்னும் பிரதான ஒலிப்புமுறை பற்றிய கருத்தாக்கத்தில் இரு இலக்கணிகளும் ஒத்த கருத்துடையவர்களாக இருக்கின்றனர்.*

[ī] *யின் ஒலிப்புமுறையை விளக்குவதில் ஸீபவைஹியை விடத் தொல்காப்பியர் சிறந்து விளங்குகின்றார். ஸீபவைஹி, நாவை மேல் அண்ணத்தை (மெல்லண்ணம்) நோக்கி உயர்த்தும் போது* [ī] *தோன்றும் என்கின்றார். நாவின் எந்தப்பகுதி (முதல், இடை, நுனி), அண்ணத்தின் எந்தப்பகுதியோடு (முதல், இடை, நுனி) பொருந்தும்போது அவ்வொலி பிறக்கும் என்பதை ஸீபவைஹி தெளிவுபடுத்தவில்லை. ஒலியெழுப்பிகளின் மேல் எல்லை, கீழ்எல்லை (ஒலிப்பிடம்) முதலியவற்றை ஸீபவைஹி துல்லியமாக விளக்கவில்லை. தொல்காப்பியரின் விளக்கம் துல்லியமாக அமைகின்றது. அண்பல் முதல்நா விளிம்புறல் உடைய என்னும் ஓர் அடியில்,* [ī] *என்னும் முன்னுயிரை உச்சரிக்கும் போது ஒலிஎழுப்பிகள் பொருந்தும் எல்லையை, மேல்எல்லை*

---

4. மேலது.

*(அண்பல்)*, கீழ்எல்லை *(முதல்நா விளிம்பு)* என இரண்டாகப் பகுக்கின்றார். தொல்காப்பியர் ஒலியெழுப்பிகள் பொருந்தும் எல்லையை வரையறுக்கும்போது ஸீபவைஹி போன்று *நா*, *அண்ணம்* என்று பொதுவாகச் சுட்டாமல் ஒலியெழுப்பிகளின் எல்லையை *அண்பல்*, *முதல்நா விளிம்பு* எனத் துல்லியமாகக் குறிப்பிடுகின்றார். மேலும், ஒலிப்பு முறையையும் *(உறல்ச்சி)* விளக்குகின்றார். [ī] என்னும் முன்னுயிரைப் பிறப்பிக்கும் ஒலியெழுப்பிகளான நா, அண்ணம் ஆகியவற்றை விளக்கும் முறையில் இருவரும் வேறுபடுகின்றனர். தொல்காப்பியர் *அண்ணம், நா* என்ற வரிசைமுறையிலும், ஸீபவைஹி *நா*, *அண்ணம்* என்ற வரிசைமுறையிலும் குறிப்பிடுகின்றனர். [ī] என்னும் முன்னுயிர் தமிழ், அறபு ஆகிய இரு மொழிகளிலும் உண்டு.

தொல்காப்பியர், உயிரொலிகளின் பிறப்பை விவரிக்கையில், [i, ī, e, ē, ai] இ, ஈ, எ, ஏ, ஐ ஆகிய ஐந்து முன்னுயிர்களுக்கு, ஒலிப்பிடம் (தொல்.எழு.84), அங்காப்பு (அவற்றோரன்ன), அண்பல் முதல்நா விளிம்புறல் (தொல்.எழு.86) ஆகிய மூன்று பிறப்பியல் கூறுகளை மட்டும் கூறுகின்றார். [a, ā] அ, ஆ ஆகிய இரு நடுஉயிர்களுக்கு ஒலிப்பிடம், அங்காப்பு (தொல்.எழு.85) ஆகிய இரு பிறப்பியல் கூறுகளை மட்டும் குறிப்பிடுகின்றார். [u, ū, o, ō, au] உ, ஊ, ஒ, ஓ, ஔ ஆகிய ஐந்து பின்னுயிர்களுக்கு ஒலிப்பிடம் (தொல்.எழு. 84), இதழ் குவிவு (தொல்.எழு.87) ஆகிய இரு பிறப்பியல் கூறுகளை மட்டும் கூறுகின்றார்.

ஸீபவைஹி, உயிரொலிகளின் பிறப்பை விளக்குகையில், [ā], (ا) என்னும் நடு உயிர்க்கு வாயறையையும், [ū] (و) என்னும் பின்னுயிர்க்கு இதழ்குவிவையும், [ī] (ي) என்னும் முன்னுயிர்க்கு நாவின் உயரத்தையும் குறிப்பிடுகின்றார் (ஹா.ப.தொ.4, ப.436). ஒவ்வொரு உயிர்க்கும் ஒரு பிறப்பியல் கூறை மட்டும் கூறுகின்றார்.

தொல்காப்பியரும் ஸீபவைஹியும் உயிரொலிகளின் பிறப்பை முதன்மைக் கூறுகளின் வழி விளக்குகின்றனர். ஒலிகளின் அத்துணைக்கூறுகளை *தத்தம் திரிபே சிறியவென்ப* (தொல்.எழு.88) என்னும் தொல்காப்பியர் மிகச் சுருக்கமாக விவரிக்கிறார்.

மரபிலக்கணிகளின் உயிரொலி விளக்கத்தை அடிப்படையாகக் கொண்டு, தற்கால ஒலியியல் அறிஞர்கள்[5] உயிரொலிக் கூறுகளை பின்வருமாறு வரையறுக்கின்றனர்:

**முதன்மைக் கூறுகள்**: 1. நாவின் உயரம், 2. நாவின் நிலை முன்–பின், 3. இதழின் அமைப்பு.

5. Peter Ladefoged & Ian Maddieson (1996: 281-327)

**துணைக்கூறுகள்**: *4. மூக்கின உயிர், 5. கடை (அடி) நாவின் உயரம், 6. நாவின் விறைப்பு/தளர்வு (Tense /Lax), 7. மேல்தொண்டை உயிர் (Pharyngealized vowel), 8. உரத்த கரகரப்பு உயிர் (Strident), 9. வளைநா உயிர் (Rhotic vowel), 10. உரசொலி, 11. குரல்வளை மடல்களின் நிலை (Phonation types), 12. ஒலிப்புக்காலம், 13. இணையுயிர் (Diphthong).*

*இப்பதின்மூன்று உயிரொலிக்கூறுகளில் முதன்மைக் கூறுகளான நாவின் உயரம், நாவின் நிலை (முன்–பின்), இதழின் அமைப்பு ஆகிய மூன்று கூறுகளை மட்டும் தொல்காப்பியரும் ஸீபவைஹியும் குறிப்பிடுகின்றனர். அதன்வழித் துணைக் கூறுகளை உய்த்துணர வைக்கின்றனர்.*

### 5.1.1.4.2 மெய்யொலிக்கூறுகள்

*இவ்விரு இலக்கணிகளும் உயிரொலிகளின் ஒலியியல் கூறுகளைவிட மெய்யொலிகளின் ஒலியியல் கூறுகளைக் கொஞ்சம் விரிவாக விளக்குகின்றனர். தமிழ் மெய்யொலிகளின் ஒலியியல் கூறுகள் பற்றித் தொல்காப்பியர் குறிப்பிடும் கருத்துக்களை விளக்க அட்டவணை 5.1 விவரிக்கிறது. அதே போன்று அறபு மெய்யொலிகளின் ஒலியியல் கூறுகள் பற்றி ஸீபவைஹி குறிப்பிடும் கருத்துக்களை விளக்க அட்டவணை 6.2 விவரிக்கிறது.*

**அட்டவணை 5.1 தொல்காப்பியர் கூறும் மெய்யொலிக்கூறுகள்**

| வ.எண் | மெய்யொலி | ஒலி பெயர்ப்பு | ஒலிப்பிடம் | ஒலிப்பு முறை | ஒலியினம் | மாத்திரை அளபு |
|---|---|---|---|---|---|---|
| 1 | க் | k | முதல் (அடி) நா அண்ணம் | – | அடைப்பொலி (வல்லினம்) | ½ |
| 2 | ங் | ṅ | ,, | – | மூக்கொலி (மெல்லினம்) | ,, |
| 3 | ச் | c | இடைநா அண்ணம் | – | அடைப்பொலி (வல்லினம்) | ,, |
| 4 | ஞ் | ñ | ,, | – | மூக்கொலி (மெல்லினம்) | ,, |
| 5 | ட் | ṭ | நுனிநா அண்ணம் | – | அடைப்பொலி (வல்லினம்) | ,, |
| 6 | ண் | ṇ | ,, | – | மூக்கொலி (மெல்லினம்) | ,, |

| வ.எண் | மெய்யொலி | ஒலி பெயர்ப்பு | ஒலிப்பிடம் | ஒலிப்பு முறை | ஒலியினம் | மாத்திரை அளவு |
|---|---|---|---|---|---|---|
| 7 | த் | t | அண்ணம் நண்ணிய பல் | ஒற்ற | அடைப்பொலி (வல்லினம்) | ,, |
| 8 | ந் | n | ,, | ,, | மூக்கொலி (மெல்லினம்) | ,, |
| 9 | ற் | ṟ | நுனிநா அண்ணம் | ஒற்ற | அடைப்பொலி (வல்லினம்) | ,, |
| 10 | ன் | ṉ | ,, | ,, | மூக்கொலி (மெல்லினம்) | ,, |
| 11 | ர் | r | நுனிநா அண்ணம் | வருட | மருங்கொலி உரசொலி | ,, |
| 12 | ழ் | ḻ | ,, | ,, | மருங்கொலி உரசொலி (இடையினம்) | ,, |
| 13 | ல் | l | அண்பல் | ஒற்ற | மருங்கொலி உரசொலி (இடையினம்) | ,, |
| 14 | ள் | ḷ | ,, | வருட | மருங்கொலி உரசொலி (இடையினம்) | ,, |
| 15 | ப் | p | ஈரிதழ் | இயைபு | அடைப்பொலி (வல்லினம்) | ,, |
| 16 | ம் | m | ,, | ,, | மூக்கொலி (மெல்லினம்) | ,, |
| 17 | வ் | v | பல்லிதழ் | இயைபு | மருங்கொலி உரசொலி (இடையினம்) | ,, |
| 18 | ய் | ஹ்ற | இடையண்ணம் | – | மருங்கொலி உரசொலி (இடையினம்) | ,, |

*தொல்காப்பியர், மெய்யொலிகளின் ஒலியியல் கூறுகளாக ஒலிப்பிடம், ஒலிப்புமுறை, ஒலியினம், மாத்திரை ஆகிய நான்கு கூறுகளைக் கூறுகின்றார். அவற்றோடு, சில மெய்யொலிகளின் வரிவடிவத்தையும் (தொல்.எழு.14–16) கூறுகின்றார்.*

அட்டவணை 5.2 ஸீபவைஹி கூறும் மெய்யொலிக்கூறுகள்

| வரிசை எண் | அறபு மெய்யொலிகள் | ஒலிபெயர்ப்பு | தமிழ் ஒலிபெயர்ப்பு | ஒலிப்பிடம் | ஒலிப்புமுறை | | | | | |
|---|---|---|---|---|---|---|---|---|---|---|
| | | | | | குரல்நாள அதிர்வு ஒலி (மஜ்ஹூறா) | குரல்நாள அதிர்வில்லா ஒலி (மஹ்மூஸா) | இறுக்கமான ஒலி (ஷ¹திய்யது) | இறுக்கமற்ற ஒலி (றிக்ஹ்வஹ்) | மூடிய நிலையில் தோன்றும் ஒலி (முட்டப³க்⁵) | திறந்த நிலையில் தோன்றும் ஒலி (முன்°ஃபதிஹ்) |
| 1 | ء | ’ | ’ | அடித்தொண்டை | + | – | + | – | – | + |
| 2 | ا | a | அ | ,, | + | – | – | – | – | – |
| 3 | ه | h | ஹ | ,, | – | + | – | + | – | + |
| 4 | ع | ay | அய் | நடுத்தொண்டை | + | – | + | + | – | + |
| 5 | ح | ḥ | ஹ$^{3}$ | ,, | – | + | – | + | – | + |
| 6 | غ | ġ | க$^{3}$ | மேல்தொண்டை | + | – | – | + | – | + |
| 7 | خ | ḫ | க்ஹ | ,, | – | + | – | + | – | + |
| 8 | ق | q | க$^{5}$ | முன் அடிநா அடியண்ண முகடு | + | – | + | – | – | + |
| 9 | ك | k | க | பின்அடிநா அடியண்ணம் | – | + | + | – | – | + |

| வரிசை எண் | அறபு மெய்யொலிகள் | ஒலிபெயர்ப்பு | தமிழ் ஒலிபெயர்ப்பு | ஒலிப்பிடம் | ஒலிப்புமுறை | | | | | |
|---|---|---|---|---|---|---|---|---|---|---|
| | | | | | குரல்நாள அதிர்வு ஒலி *(மஜ்ஹூறா)* | குரல்நாள அதிர்வில்லா ஒலி *(மஹ்மூஸா)* | இறுக்கமான ஒலி *(ஷ[1]தீய்து)* | இறுக்கமற்ற ஒலி *(ரிக்வ்ஹவா)* | மூடிய நிலையில் தோன்றும் ஒலி *(முட்ட[3]க்[5])* | திறந்த நிலையில் தோன்றும் ஒலி *(முன்ஃபதிஹ்)* |
| 10 | ج | j | ஜ | இடைநா இடையண்ணம் | + | – | + | – | – | + |
| 11 | ش | š | ஷ[1] | ,, | – | + | – | + | – | + |
| 12 | ى | y | ய | ,, | + | – | – | – | – | – |
| 13 | ض | ḍ | ஃஃட[3] | நாவிளிம்பு பின்கடைவாய்ப்பல் | + | – | – | + | + | – |
| 14 | ل | l | ல | நுனிநா விளிம்பு அண்ணம் | + | – | + | – | – | + |
| 15 | ن | n | ன | நுனிநா விளிம்பு நுனியண்ணம் | + | – | + | – | – | + |
| 16 | ر | r | ற | ,, | + | – | + | – | – | + |
| 17 | ط | ṭ | ட | நுனிநா அண்பல் | + | – | + | – | + | – |
| 18 | د | d | த[3] | ,, | + | – | + | – | – | + |
| 19 | ت | t | த | ,, | – | + | + | – | – | + |

| வரிசை எண் | அறபு மெய்யொலிகள் | ஒலிபெயர்ப்பு | தமிழ் ஒலிபெயர்ப்பு | ஒலிப்பிடம் | ஒலிப்புமுறை | | | | | |
|---|---|---|---|---|---|---|---|---|---|---|
| | | | | | குரல்நாள அதிர்வு ஒலி (மஜ்ஹூறா) | குரல்நாள அதிர்வில்லா ஒலி (மஹ்மூஸா) | இறுக்கமான ஒலி (ஷ¹திய்யது) | இறுக்கமற்ற ஒலி (ரிக்வறவறா) | மூடிய நிலையில் தோன்றும் ஒலி (முட்டப³க்⁵) | திறந்த நிலையில் தோன்றும் ஒலி (முன்ஃபதிஹ்) |
| 20 | ص | ṣ | ஷ² | நுனிநா முன்அண்ணம் | – | + | – | + | + | – |
| 21 | ز | z | ஃஜ¹ | ,, | + | – | – | + | – | + |
| 22 | س | s | ஸ | ,, | – | + | – | + | – | + |
| 23 | ظ | ẓ | ஃஜ² | நுனிநா உளிப்பற்களின் நுனி | + | – | – | + | – | + |
| 24 | ذ | ḏ | ஃத³ | ,, | + | – | – | + | – | + |
| 25 | ث | ṯ | ஃத | ,, | – | – | – | + | – | + |
| 26 | ف | f | ஃப | கீழிதழின் உட்பகுதி உளிப்பற்களின் நுனி | – | + | – | + | – | + |
| 27 | ب | b | ப³ | ஈரிதழ் | + | – | + | – | – | + |
| 28 | م | m | ம | ,, | + | – | + | – | – | + |
| 29 | و | w | வ | ,, | + | – | – | – | – | + |

ஸீபவைஹி மெய்யொலியின் ஒலியியல் கூறுகளாக ஒலிப்பிடத்தோடு ஒலிப்புமுறையில் வரும் குரல்நாள அதிர்வுத் தன்மை *(மஜ்ஹ¯றா)*, குரல்நாள அதிர்வில்லாத் தன்மை *(மஹ்மூஸா)*, இறுக்கமான தன்மை *(ஷ$^1$த்து)*, இறுக்கமற்ற தன்மை *(றிக்ஹ்வஹ¯)*, மூடிய நிலையில் தோன்றும் ஒலி *(முட்ப$^3$க்$^5$)*, திறந்த நிலையில் தோன்றும் ஒலி *(முன்ஃபதிஹ்)* ஆகிய ஆறையும் இணைத்து விரிவாக விளக்குகிறார்.

## 5.1.2 சிறப்புக் கோட்பாடு

### 5.1.2.1 உயிரொலிக் கோட்பாடு

தொல்காப்பியர் உயிரொலிகளை விளக்கும்போது முதலில் குற்றுயிர் பின் நெட்டுயிர் என்ற வரிசையில் குறிப்பிடுகின்றார். இரு குற்றுயிர்கள் இணைந்து ஒரு நெட்டுயிர் உருவாகின்றது என்பது தொல்காப்பியரின் உயிரொலிக் கோட்பாடாகும். ஸீபவைஹி நெட்டுயிரை மட்டுமே குறிப்பிடுகின்றார். நெட்டுயிரின் ஒரு பகுதியே குற்றுயிர் என்பது அவரது உயிரொலிக் கோட்பாடாகும்.

## 5.2 பகுப்பாய்வு முறை

தொல்காப்பியரும் ஸீபவைஹியும் ஒலியியல் விளக்கத்தில் கையாளும் பகுப்பாய்வு முறையைப் பேச்சொலிகள், ஒலியுறுப்புகள் முதலிய கூறுகளின் காணலாம்.

## 5.2.1 பேச்சொலிப் பகுப்பு

### 5.2.1.1 தொல்காப்பியரின் பேச்சொலிப் பகுப்பு

மூல ஒலிகளை உயிர், மெய், குறில், நெடில், வல்லெழுத்து, மெல்லெழுத்து, இடையெழுத்து எனப் பகுக்கும் போது "என்ப", "மொழிப" என்னும் மேற்கோள்களுடன் சுட்டுகின்றார் தொல்காப்பியர். எனவே, அவ்வகைப்பாடு தொல்காப்பியருக்கு முன்பே இருந்தது என்பது புலனாகின்றது. தொல்காப்பியர் பேச்சொலிகளை இரு வகையாகவும், மூல ஒலிகளை இரு வகையாகவும், உயிரொலிகளை இரு வகையாகவும், மெய்யொலிகளை மூன்று வகையாகவும் பகுக்கின்றார். தொல்காப்பியரின் பேச்சொலிப் பகுப்பை பின்வரும் விளக்கவரைபடம் விவரிக்கின்றது.

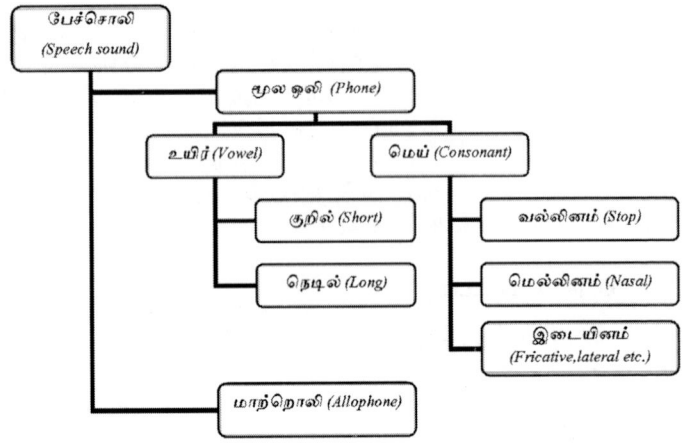

**விளக்கவரைபடம் 5.5 பேச்சொலிகளைத் தொல்காப்பியர் பகுக்கும் முறை**

5.2.1.2 ஸீபவைஹியின் பேச்சொலிப் பகுப்பு

ஸீபவைஹி பேச்சொலிகளை இரு வகையாகவும், மூல ஒலிகளை இரு வகையாகவும், மெய்யொலிகளை ஆறு வகையாகவும்,

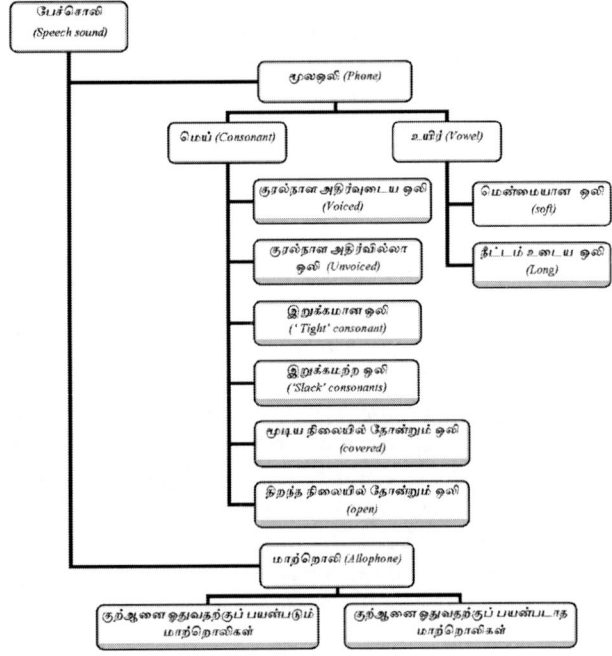

**விளக்கவரைபடம் 5.6 பேச்சொலிகளை ஸீபவைஹி பகுக்கும் முறை**

உயிரொலிகளை இரு வகையாகவும், மாற்றொலிகளை இரு வகையாகவும் பகுக்கின்றார். இதனைப் பின்வரும் விளக்க வரைபடம் விவரிக்கின்றது.

## 5.2.2 ஒலியுறுப்புகளைப் பகுக்கும் முறை

பேச்சொலிகளின் ஒலிப்பிடத்தையும் ஒலிப்புமுறையையும் விளக்குவதற்கு ஒலியுறுப்புகளே ஆதாரமாக விளங்குகின்றன. மரபிலக்கணிகள் ஒலிகளின் பிறப்பை விளக்குகையில் ஒலியுறுப்புகளை எவ்வாறு பகுக்கின்றனர் என்பதைத் தொல்காப்பியர், ஸீபவைஹி முதலிய இலக்கணிகளின் பகுப்புமுறையின் வழி அறியலாம்.

### 5.2.2.1 ஒலியுறுப்புகளைத் தொல்காப்பியர் பகுக்கும் முறை

தொல்காப்பியர் பிறப்பியலின் முதல் நூற்பாவில் (தொல்.எழு.83) ஒலியுறுப்புகள் பற்றி விரிவாகப் பேசுகின்றார். மேலும், ஒலிகளின் ஒலிப்பிடம், ஒலிப்புமுறையை விளக்கும் போதும் அவர் கையாளும் ஒலியுறுப்புகளின் பகுப்பை விளக்க வரைபடம் விவரிக்கின்றது.

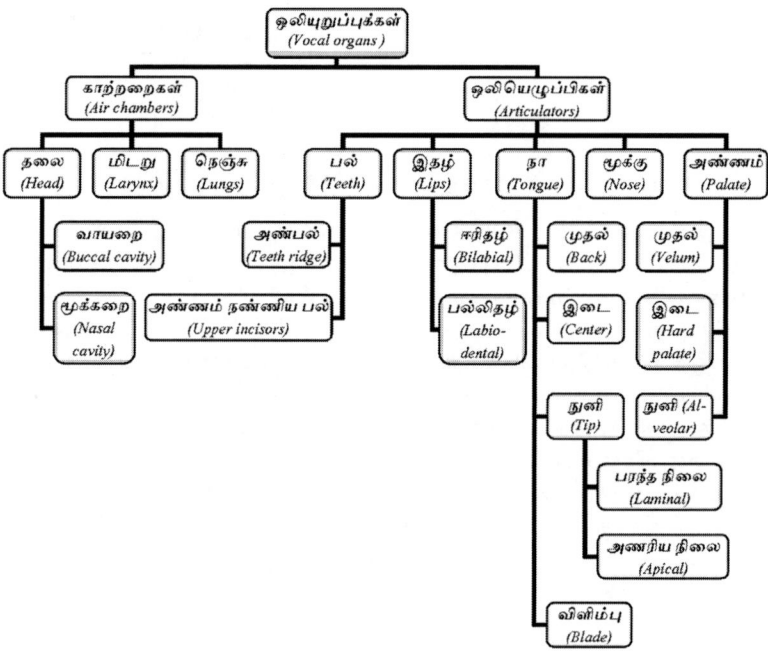

விளக்கவரைபடம் 5.7 ஒலியுறுப்புகளைத் தொல்காப்பியர் பகுக்கும் முறை

### 5.2.2.2 ஒலியுறுப்புகளை ஸீபவைஹி பகுக்கும் முறை

பிறப்பியலில் (இயல் –565) மெய்யொலிகள், உயிரொலிகள் முதலியவற்றின் பிறப்பை விளக்கும்போது ஸீபவைஹி ஒலியுறுப்புகளைப் பலவாறு பகுத்துக் கூறுகின்றார். இதனை விளக்க வரைபடம் விவரிக்கின்றது.

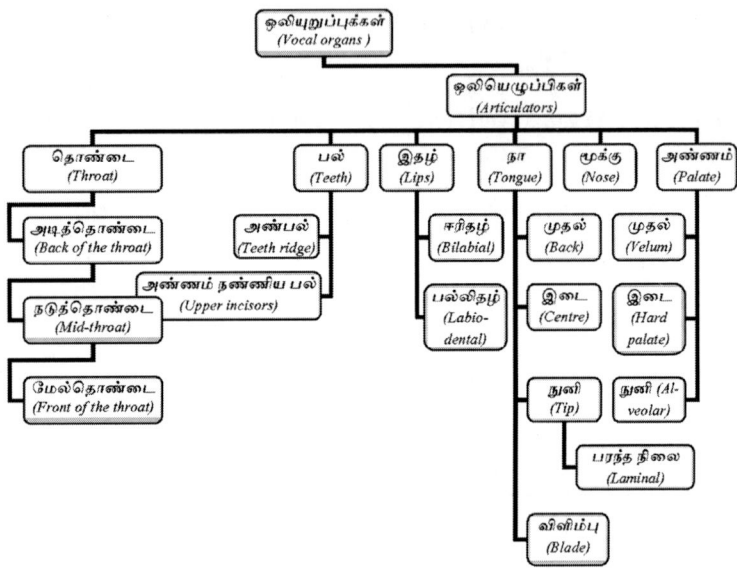

விளக்கவரைபடம் 5.8 ஒலியுறுப்புகளை ஸீபவைஹி பகுக்கும் முறை

தான் கூறவரும் கருத்தை மிகச் சுருக்கமாகவும் துல்லியமாக வும் விளக்குவதற்குத் தொல்காப்பியர் கலைச்சொற்களைப் பயன்படுத்துகின்றார். கலைச்சொல் தேர்வில், சொற்பொருள் குறித்த தொல்காப்பியரின் நுட்பமான அறிவு வெளிப்படுகின்றது. பொருள் பொதிந்த சொற்களை உருவாக்குகின்றார். மாற்றொலி விளக்கத்தில் அவர் கையாளும் கலைச்சொற்கள் இதற்குச் சிறந்த ஆதாரமாக விளங்குகிறன. ஸீபவைஹி தான் கூற வரும் கருத்தை விரிவான விளக்கங்கள் மூலம் வெளிப்படுத்துகின்றார். சுருங்கக் கூறி விளங்கவைக்கும் முறை அவரிடம் இல்லை. மாற்றொலி குறித்துத் தொல்காப்பியரிடம் இருக்கும் தெளிவு ஸீபவைஹியிடம் இல்லை. மெய்யொலிகளை ஒலிப்புமுறையின் அடிப்படையில் மிக நுட்பமாகப் பகுத்து விரிவாகப் பேசுகிறார் ஸீபவைஹி. ஸீபவைஹி போன்று, தொல்காப்பியர் தமிழ் ஒலிகளை ஒலிப்புமுறையின் அடிப்படையில் நுட்பமாகவும் விரிவாகவும் பேசவில்லை.

# ஆய்வு முடிவுரை

திராவிட மொழிக்குடும்பத்தைச் சார்ந்த தமிழும், செமிட்டிக் மொழிக்குடும்பத்தைச் சார்ந்த அறபும் மிகச் சிறந்த இலக்கிய,இலக்கணப் பாரம்பரியம் உடைய மொழிகள். உலக மொழியியல் வரலாற்றில் பண்டைக்காலத்தைச் சார்ந்த தமிழ் இலக்கண மரபும், இடைக்காலத்தைச்சார்ந்த அறபு இலக்கணமரபும் முக்கியப் பங்கு வகிக்கின்றன. தமிழ், அறபு ஆகிய இரு மொழிகளின் மொழியியல் மரபுகளை ஒப்பிடுகையில், நீண்ட மொழியியல் மரபைக் கொண்ட தமிழில் அதிகமான இலக்கணங்களும் நிகண்டுகளும் தோன்றியுள்ளதை அறியமுடிகிறது. கி.மு.300-லிருந்து தொடங்கும் தமிழ் மொழியியல் மரபில் தோன்றியவையாக 49 இலக்கணங்களும் 23 நிகண்டுகளும் இன்று கிடைக்கின்றன. கி.பி. 800-லிருந்து தொடங்கும் அறபு மொழியியல் மரபில் தோன்றியவையாக 38 இலக்கணங்களும் 22 நிகண்டுகளும்/அகராதிகளும் இன்று கிடைக்கின்றன. தமிழ் மொழியியல் மரபில் இலக்கணமே முதலில் தோன்றியது. தொல்காப்பியமே இன்று கிடைக்கும் முதல் இலக்கண மாகத் திகழ்கிறது. தமிழில் முதல் இலக்கணம் (தொல்காப்பியம்:கி.மு.300) தோன்றி ஏறத்தாழ ஆயிரம் ஆண்டு கழித்து முதல் நிகண்டு (திவாகர நிகண்டு:கி.பி.800) தோன்றியது. அறபு மொழியியல் மரபு இதற்கு நேர்மாறாக அமைந்திருக்கிறது. அறபு மொழியியல் மரபு நிகண்டிலிருந்துதான்

தொடங்குகிறது. ஸீபவைஹியின் ஆசிரியரான அல்–க்ஹலீல் (கி.பி.718–786) தான் அறபியின் முதல் நிகண்டை *(அல்–அய்னி)* எழுதினார். அறபியின் முதல் இலக்கணமான அல்–கிதாப்பிற்கு முதன்மைத் தரவாக அறபியின் முதல் நிகண்டு அமைந்துள்ளது. அறபியில் முதல் அகராதி தோன்றிய ஐம்பது ஆண்டிற்குள் முதல் இலக்கணமும் *(அல்–கிதாப்பு)* தோன்றியது. கி.பி. எட்டாம் நூற்றாண்டில் தமிழ், அறபு ஆகிய இரு மொழியியல் மரபுகளிலும் இலக்கணமும் நிகண்டும் இணைந்தே தோன்றின. தமிழில் பன்னிரு படலம், புறப்பொருள் வெண்பாமாலை ஆகிய இலக்கணங்களும் திவாகர நிகண்டும் தோன்றிய கி.பி. எட்டாம் நூற்றாண்டில் தான் அறபியின் முதல் அகராதியான அல்–அய்னியும் முதல் இலக்கணமான அல்–கிதாப்பும் தோன்றின.

தமிழிலும் அறபியிலும் கிடைக்கும் முதல் இலக்கணங்கள் என்ற ஓர் ஒற்றுமையின் அடிப்படையில் தொல்காப்பியமும் அல்–கிதாப்பும் ஒப்பாய்விற்கு எடுத்துக்கொள்ளப்பட்டன. ஆய்வின் தொடக்கத்தில் தமிழ் மொழியியல் மரபையும், அறபு மொழியியல் மரபையும் தனித்தனியே வாசிக்கும்போது இவ்விரு இலக்கணங்களும் தத்தம் மரபின் முதல் இலக்கணமாக மட்டுமன்றி, முதன்மையான இலக்கணமாகவும் திகழ்வதை அறியமுடிந்தது. தொல்காப்பியம் தமிழ் மொழியை ஆழமாகவும் தெளிவாகவும் முழுமையாகவும் விளக்கும் முழுமுதல் இலக்கணம். அதை மிஞ்சிய இலக்கண நூல் தமிழில் இல்லை. அது பிற்காலத்தில் தோன்றிய பல இலக்கணங்களுக்கு மூலமாகவும் திகழ்கிறது. அறபு மொழியியல் மரபில் இச்சிறப்புகளுக்கு உரிய ஒரே இலக்கணம் அல்–கிதாப்பு. தொல்காப்பியத்திற்கும் அல்–கிதாப்பிற்கும் உள்ள இந்த ஒற்றுமை இந்த ஒப்பாய்விற்கு வலுசேர்ப்பதாக அமைகின்றது. ஒலிகளின் பிறப்பை விளக்கும் 'பிறப்பியல்' அல்லது 'ஒலிப்பியல்' என்னும் சிறு மொழியியல் கூறின் வழித் தொல்காப்பியத்தையும் அல்–கிதாப்பையும் ஒப்பிட்டு ஆய்ந்ததில் கிடைத்த முடிவுகளில் சில வியப்பூட்டுகின்றன. இலக்கண உறவு பற்றிய ஆய்வில் புதிய சிந்தனைகளைத் தோற்றுவிக்கும் அம்முடிவுகளைப் பற்றி இங்கு விரிவாகக் காண்போம்.

இவ்விரு இலக்கணங்களும் தத்தம் வேறுபாடுகளுக்கிடையில் முரண்படும் இடம் ஒன்று உண்டு. ஒப்பிலக்கண ஆய்வில் முக்கியத்துவம் பெறும் அம்முரண்பாடு பற்றி முதலில் பார்ப்போம்.

மாற்றொலி விளக்கத்தில் தொல்காப்பியர், ஸீபவைஹி ஆகிய இருவரின் கருத்துக்களை மூன்று நிலைகளில் (ஒற்றுமை, வேற்றுமை, முரண்) தொகுக்கலாம். முதல் நிலை ஒற்றுமை குறித்தது.

மாற்றொலிக்கு அடிப்படை மூலஒலி; ஆயினும் மூலஒலியிலிருந்து வேறுபட்டது மாற்றொலி; ஒலிப்பிடம், ஒலிப்பியல் கூறுகள் ஆகியவற்றில் மூலஒலியை ஒத்திருந்தாலும் மாற்றொலிக்குத் தனி எழுத்துரு கிடையாது முதலிய மாற்றொலிக் கொள்கையில் இருவரும் ஒன்றிணைகிறார்கள். இரண்டாவது நிலை வேற்றுமை பற்றியது. மாற்றொலியை இனம்காணும் முறையில் இருவரும் வேறுபடுகின்றனர். தொல்காப்பியர் குறுகி ஒலிக்கும் 'இகரம்', 'உகரம்' என்கிறார். தன் இயல்பிலிருந்து தளர்ந்து ஒலிக்கும் ['] *(hamza)*, ஜிய்மு (ج) [j] விலிருந்து சிறிது வேறுபட்டு, காஃபு (ك) [k] போன்று ஒலிக்கும் [ġ] என்னும் முறைகளில் ஸீபவைஹி மாற்றொலியை அடையாளம் காண்கிறார். மூன்றாவது நிலை முரண்பாடு பற்றியது. மூல ஒலியிலிருந்து மாற்றொலியைத் தனியொரு வகையாக வகைப்படுத்தும் கொள்கையில் இருவரும் முரண்படுகிறார்கள். தொல்காப்பியர் "சார்ந்துவரல்" (சார்பெழுத்து) என்றும், ஸீபவைஹி "பிரிந்துவரல்" (கிளை ஒலி) என்றும் மாற்றொலியைச் சுட்டுகின்றனர். மாற்றொலியைக் குறிக்க அவர்கள் கையாளும் சார்ந்து – பிரிந்து என்னும் நேர்முரண் பொருள் கொண்ட கலைச்சொல் பயன்பாடு இலக்கண ஒப்பாய்வின் புதிய கண்டடைவு.

இருவேறு மரபுகளின் முதன்மையான முதல் இலக்கணங்களை ஒப்பிடும்போது அவற்றுக்குள் உள்ள வேற்றுமைகளை விட ஒற்றுமைகள் முக்கியத்துவம் பெறுகின்றன. தொல்காப்பியமும் அல்–கிதாபும் தோன்றிய இடம், காலம், மொழி, இலக்கணப் பள்ளியின் சிந்தனைமரபு *(School of thought)* முதலியவற்றில் முற்றிலும் வேறுபட்டிருந்தாலும், தத்தம் மொழிக்கு இலக்கணம் செய்யும்போது சில முக்கியமான விளக்குமுறைகளில் ஒன்றுபடு கின்றன.

அவற்றுள் குறிப்பிடத்தக்க ஒற்றுமைக்கூறுகள்: (1) பேச்சொலியை மூலஒலி–மாற்றொலி எனப் பகுத்து, அதே வரிசைமுறையில் ஒலிகளை விளக்குதல்; (2) மூலஒலி–மாற்றொலி என வகைப்படுத்துகையில், ஒவ்வொரு வகையிலும் உள்ள ஒலிகளின் கூட்டுத்தொகையை மறவாமல் குறிப்பிடுதல்; (3) ஒலிப்பிடங்களைத் தொண்டையிலிருந்து இதழ்வரை முன்னோக்கி/மேல்நோக்கி வரிசைப்படுத்துதல்; (4) பிறப்பியல் விளக்கத்தில் ஒலிகளின் அகர வரிசையை விடுத்து, ஒலிப்பிட வரிசையைப் பின்பற்றுதல்; (5) குரல்வளை மடல்களின் நிலை பற்றிய விளக்கம்; (6) உயிர்க்கும், மெய்க்கும் உள்ள ஒலிப்பியல் வேறுபாட்டை விரிவாகப் பேசுதல்; (7) உயிர்களின் பிறப்பை,

வாயறை, நாவின்நிலை, இதழ் அமைப்பு ஆகிய மூன்று கூறுகளின் வழி நிறுவுதல்; (8) மெய்யொலி விளக்கத்தில் ஒரே ஒலிப்பிடத்தில் பல்வேறு இன ஒலிகளை சுட்டுதல்; (9) ஒலிப்புமுறையின்போது, ஒலியெழுப்பிகளின் இயக்கத்தை அடிப்படையாகக் கொண்டு அவற்றை இயங்கும் ஒலியெழுப்பி – இயங்கா ஒலியெழுப்பி என இரண்டாகப் பகுத்தல்; (10) ஒலிகளின் ஒலிப்புமுறையை விளக்குகையில், முதலில் இயங்கும் ஒலியெழுப்பியையும், பின்னர் இயங்கா ஒலியெழுப்பியையும் குறிப்பிடும் முறைமை; (11) ஓர் ஒலியை மற்ற ஒலிகளிலிருந்து வேறுபடுத்திக்காட்டும் சிறப்புக்கூறுகளை மட்டும் குறிப்பிடும் சிறப்புக்கூற்றுப்பின்னல் முறையில் ஒலிகளை விளக்குதல்; (12) ஈரிணைத் தொகுப்பு முறையில் ஒலிகளை வகைப்படுத்துதல்; (13) முன்னோடிகளின் மொழியியல் சிந்தனையை மேற்கோள் காட்டுதல் முதலியன.

தொல்காப்பியத்திற்கும் அல்–கிதாப்பிற்கும் உள்ள ஒற்றுமைக்கூறுகளில் பல உலக மரபிலக்கணங்களின் பொது விளக்கக்கூறுகளாகவும் திகழ்கின்றன. ‘அஷ்டாத்யாயி’, ‘காதந்திரா’ (சமஸ்கிருதம்), ‘தெக்கனே கிராமத்திகே’ (கிரேக்கம்), ‘டி லிங்குவா லட்டினா’, ‘ஆர்ஸ் கிராமத்திகா’ (லத்தின்), ‘குதுப் அல்–லுக்ஹா’ (ஹீப்ரு), ‘பிராகிருத பிரகாசா’ (பிராகிருதம்), ‘கச்சாயாணா’ (பாலி) முதலிய உலக மரபிலக்கணங்களில் இப்பொது விளக்கக்கூறுகளைக் காணமுடிகிறது.

இனி தொல்காப்பியத்திலும் அல்–கிதாப்பிலும் மட்டும் காணப்படும் மிகச் சில ஒற்றுமைக்கூறுகளைப் பற்றிப் பார்ப்போம்.

1. ஒலி/பேச்சொலிக்கெனத் தனிக் கலைச்சொல் பயன்படுத்தாமை
2. ஒலிப்பிட வரிசையில் காற்றறையை இறுதியாகச் சுட்டுதல்

இவ்விரு கூறுகளில் இரு இலக்கணங்களும் ஒன்றுபடுவது வியப்பூட்டுகிறது.

தொல்காப்பியர் ‘எழுத்து’ என்னும் பொதுச்சொல்லால் ஒலியைக் குறிக்கிறார். அதே போன்று ஸீபவைஹியும் ‘ஹ²ர்ஃப்’ (حرف) என்னும் பொதுச்சொல்லால் ஒலியைக் குறிக்கிறார். இருவரும் தம் இலக்கணத்திற்குள் அச்சொல்லைப் பலபொருள்களில் கையாள்கின்றனர். தொல்காப்பியர் ‘எழுத்து’ என்னும் சொல்லை ‘ஒலி’யைக் குறிக்க மட்டுமன்றி, ஒலியன், ஒலியின் வரிவடிவம் ஆகியவற்றைக் குறிக்கவும் பயன்படுத்துகிறார்.

அதேபோன்று ஸீபவைஹியும் 'ஹ²ற்ஃப்' என்னும் சொல்லை ஒலியைக் குறிக்க மட்டுமன்றி, அசை, இடைச்சொல், சொல் ஆகியவற்றையும் குறிக்கும் பொதுச்சொல்லாகப் பயன்படுத்துகிறார். (மூல) ஒலியைப் பொதுச்சொல்லால் குறிக்கும் இருவருமே மாற்றொலிக்கெனத் தனிக் கலைச்சொல்லை உருவாக்குகின்றனர். தொல்காப்பியர் 'சார்ந்து வரல்', 'எழுத்தோரன்ன' என்னும் இரு சொற்களால் மாற்றொலியைக் குறிப்பிடுகிறார். ஸீபவைஹி 'ஃபுறூ' என்னும் சொல்லால் அழைக்கிறார்.

ஒலிப்பிட வரிசையில் தொல்காப்பியர் வாயறையில் தோன்றும் 'ய' வை இறுதியாகக் குறிப்பிடுகிறார், ஸீபவைஹி மூக்கறையில் தோன்றும் 'ں' [n]வை இறுதியாகச் சுட்டுகிறார். இவ்விரு ஒலிகளும் வாய், மூக்கு ஆகியவற்றின் வழி தோன்றும் காற்றறை ஒலிகளாகும். எனவே தொல்காப்பியரும், ஸீபவைஹியும் தங்கள் ஒலிப்பிட வரிசையில் இணைத்துக் கூறாமல் இறுதியாகக் குறிப்பிடுகிறார்கள். இருவருமே தொண்டையிலிருந்து இதழ் வரை முன்னோக்கி வரிசைப்படுத்தும் முறையில் (k-t-b) ஒலிப்பிடங்களைக் குறிப்பிடுகின்றனர். அவர்களின் அந்த வரிசைமுறைக்குப் பொருந்தாமல் நிற்கும் ஒரே ஒலிப்பிடம் காற்றறை. எனவே காற்றறை ஒலியை ஒலிப்பிட வரிசையின் இறுதியில் சுட்டுகின்றனர். இந்த முறையை இருவரும் பின்பற்றுகிறார்கள்.

ஒலியியல் விளக்குமுறையில் அறபு இலக்கணமரபு சமஸ்கிருத இலக்கணமரபைப் பின்பற்றுகிறது என்று வாதிடும் விவன் லா[1] *(Vivien Law)* முதலிய மொழியியலாளர்கள், தங்கள் வாதத்திற்கு ஆதாரமாகச் சுட்டும் அடிப்படையான இரு சான்றுகள், *(1)* ஒலிப்பிடங்களை குரல்வளையிலிருந்து இதழ் வரை முன்னோக்கி/மேல்நோக்கி வரிசைப்படுத்தும் முறை (k-t-b), *(2)* ஒலிப்பிட வரிசையில் உயிரையும், மெய்யையும் இணைத்துக் கூறல் முதலியன ஆகும். இதில், முதல் சான்றான ஒலிப்பிட வரிசை (k-t-b) பொது இந்திய மரபாகும். தொல்காப்பியமும் அந்த முறையில் தான் ஒலிப்பிடங்களை வரிசைப்படுத்துகிறது. தொல்காப்பியத்திற்கும் அல்–கிதாப்பிற்கும் உள்ள இதுபோன்ற அடிப்படை ஒற்றுமைகளோடு, இந்த ஒலியியல் ஒப்பாய்வில் கண்டடைந்த மேற்கண்ட ஒற்றுமைக்கூறுகளையும் இணைத்துப் பார்க்கும்போது தமிழுக்கும், அறபுக்கும் இலக்கண உறவு இருக்கலாமோ என்னும் வினா எழுவது இயல்பு. அவ்வினாவை, சிந்துவெளி எழுத்துக்களை ஆராய்ந்த இந்தியவியல் அறிஞர் ஆஸ்கோ பர்போலாவின் ஒரு முடிவோடு ஒப்புநோக்குவது

1. Vivien Law (1990:21)

பொருத்தமாக இருக்கும். "சிந்துவெளி நாகரிகத்தை முழுமையாக அறிய, சுமேரிய நாகரிகத்தையும், சிந்துவெளி நாகரிகத்தையும் ஒப்புநோக்க வேண்டும். அதற்கு சுமேரிய மொழிக்கு மூலமாக விளங்கும் அக்காடியனும், மூல திராவிட மொழியான தமிழும் நன்கறிந்த 'இருமொழித் திறவுகோல்' அவசியம்"[2] என்கிறார் பர்போலா.

அவர் குறிப்பிடும் அக்காடியன் மொழி கி.மு.300–100 வரையான காலகட்டத்தில் மத்திய கிழக்கில் வழக்கில் இருந்த மிகப் பழமையான மொழி. இன்றைய ஈராக்கை தோற்றுவாயாகக் கொண்டு, மெசபடோமிய, சுமேரிய நாகரிகங்களில் கல்வி, வாணிபம், வெளியுறவு முதலியவற்றின் பொது மொழியாக விளங்கியதோடு, சுமேரியன், அறபி, ஹீப்ரு முதலிய மொழிகளுக்கு மூல மொழியாகவும் திகழ்ந்தது.

சிந்துவெளியிலிருந்து மெசபடோமியாவிற்கு எள் எண்ணெய் ஏற்றுமதி செய்யப்பட்டதால், 'எள்/எள்ளு' என்னும் தமிழ்ச்சொல் சுமேரியன் மொழியில் 'இள்ளு' என்றும், அக்காடியன் மொழியில் 'எள்ளு' என்றும் வழங்கப்படுவதை பர்போலா சுட்டிக்காட்டுகிறார். மேலும், 'மெலுக்ஹக்ஹா' (Meluḫḫa) என்னும் சுமேரியப் பெயர் சிந்துவெளி மக்களைக் குறிக்கும் என்றும், அது 'மேலகம்' (mel-akam) என்னும் தமிழ்ச்சொல்லிலிருந்து தோன்றியது என்றும் பர்போலா முதலிய அறிஞர்கள் குறிப்பிடுகின்றனர்.[3]

தமிழுக்கும், அறபுக்கு மூலமாக விளங்கும் அக்காடியன் மொழிக்கும், சுமேரிய மொழிக்கும் தொடர்பு இருப்பதை அஸ்கோ பர்போலாவின் ஆய்வு முடிவு உறுதிப்படுத்துகிறது. அல்–கிதாப்பு தோன்றிய கிபி. எட்டாம் நூற்றாண்டில் பாக்தாத்தை தலைமையகமாகக் கொண்ட அப்பாசைத் பேரரசு *(Abbasid Empire)* ஈராக் முழுமையும் பரவியிருந்தது. அப்போது ஐரோப்பா, மத்தியகிழக்கு, இந்தியா, சீனா ஆகிய பகுதிகளுக்கு இடையிலான வணிக வழியின் மையப்பகுதியாக பாக்தாத் திகழ்ந்தது. பாக்தாத்திற்கும் பாஸ்றாவிற்கும் இடையில் யூப்ரடீஸ் நதியின் கரையில் அமைந்துள்ள 'ஊர்' (Ur) என்னும் நகரம் மெசப்டோமிய நாகரிகத்தில் (கி.மு. 4000) முக்கியத்துவம் பெற்றிருந்தது. அக்காலத்தில் இந்த 'ஊர்' என்னும் நகரத்திற்கு சிந்துவெளி நாகரிகத்தோடு முக்கிய தொடர்பு இருந்ததை ஆஸ்கோ பர்போலா, மா.சோ. விக்டர் முதலியோரின் இடப்பெயராய்வுகள் நிறுவுகின்றன. கி.பி. எட்டாம் நூற்றாண்டில் ஈராக்கில் இருந்த

2. Simo Parpola, Asko Parpola & Robert H. Brunswig (1977:132)
3. Simo Parpola, Asko Parpola & Robert H. Brunswig (1977:153)

மூன்று (பாஸ்றா, கூஃபா, பாக்தாத்) இலக்கணப்பள்ளிகளில் ‘ஊர்’க்கு மிக அருகில் இருந்தது பாஸ்றா இலக்கணப்பள்ளி ஆகும். இப்பள்ளி அறேபியரல்லாத இலக்கணிகளால் புகழ்பெற்றது. பாரசீகத்தைப் பூர்வீகமாகக் கொண்டவரும், அறபுமொழியின் முதல் இலக்கணமான அல்–கிதாப்பின் ஆசிரியருமான ஸீபவைஹி இப்பள்ளியைச் சார்ந்தவர் என்பதையும் ஒப்புநோக்க வேண்டும்.

அறபு மட்டுமன்றி மத்தியகிழக்குப் பகுதியில் வழங்கும் மொழிகளான ஹீப்ரு, பாஸ்கு ஆகிய மொழிகளுக்கும் தமிழுக்கும் உள்ள தொடர்பை விவரிக்கும் ஆய்வுகளையும் கவனத்தில் கொள்ள வேண்டும். செமிடிக் மொழியியலாளர் சைம் ரப்பின் *(Chaim Rabbin)*, மா.சோ. விக்டர் ஆகியோர் கிறிஸ்தவர்களின் வேதமான பைபிளில் உள்ள தமிழ்ச்சொற்கள் பற்றி ஆராய்ந்துள்ளனர். அதேபோன்று, பிரான்சுக்கும் ஸ்பெயினுக்கும் இடையில் அமைந்துள்ள பைரென்னிஸில் *(Pyrenness)* வழங்கப்படும் பாஸ்கு *(Basque)* மொழிக்கும் தமிழுக்கும் உள்ள தொடர்பை வேர்ச்சொல்லாய்வின் வழி நிறுவுகிறார் பிரெஞ்சு மொழியியலாளர் லஹோவரி *(N. Lahovary)*.

இஸ்லாமின் தோற்றத்திற்குப் பின் இயற்றப்பட்ட அல்–கிதாப்பை (கி.பி. 800), அதற்கு ஆயிரம் ஆண்டுகளுக்கு முன்பு தோன்றிய தொல்காப்பியத்தோடு ஒப்பிடுகையில் இஸ்லாமின் தோற்றத்திற்கு முன்பும் பின்பும் ஈராக்கை உள்ளடக்கிய மத்திய கிழக்குப்பகுதிகள் சிந்துவெளி நாகரிகத்தோடும், தமிழகத்தோடும் கொண்ட வாணிப, மொழி உறவு குறித்த வரலாற்றுச்சான்றுகள் முக்கியமானவை. அந்த வகையில் பழந்தமிழ் நாகரிகத்திற்கும், சுமேரிய நாகரிகத்திற்கும் உள்ள உறவிற்கான சான்றுகள் கிடைத்துக் கொண்டிருக்கும் சூழலில், அறபுமொழியின் முதன்மையான இலக்கணமான அல்–கிதாப்பிற்கும், தமிழ்மொழியின் முதன்மையான இலக்கணமான தொல்காப்பியத்திற்கும் உள்ள இவ்வொற்றுமைக் கூறுகளை, தமிழ்–அறபு இலக்கண உறவிற்கான அகச்சான்றுகளாகக் கொள்ளும் காலம் கனிந்துகொண்டிருக்கிறது.

## ஆய்வுக்குப் பயன்பட்ட தரவுகள்

### ஒலியியல் கோட்பாடுகள்

- Ladefoged, Peter & Ian Maddieson.1996. *The Sounds of the World's Languages*, Oxford: Blackwell, pp.448.
- Ladefoged, Peter. 2005. *Vowels and Consonants: An Introduction to the sounds of language*, John Wiley & Sons. Pp.xvii+206.
- Lindau, Mona.1978. 'Vowel features', *Language*, vol.54. no.3, sep.1978, pp.541 -563.

### தொல்காப்பியம்

முதன்மைத் தரவுகள்

- *கழகம், 2004. தொல்காப்பியம் எழுத்ததிகாரம், இளம்பூரணர் உரையுடன், தென்னிந்திய சைவசித்தாந்த நூற்பதிப்புக் கழகம், முதல் பதிப்பு 1955, பக்.12+260.*
- *சுப்பிரமணியன், ச.வே. (பதி.) 2007. தமிழ் இலக்கண நூல்கள் (மூலம் முழுவதும் –குறிப்பு விளக்கங்களுடன்), மெய்யப்பன் பதிப்பகம், பக்.799.*
- ______________. *2009. தொல்காப்பியம் உரைவளக்கோவை (சுவடி, பதிப்பு, பாட வேறுபாடுகளுடன்), எழுத்ததிகாரம் (நூன்மரபு – குற்றியலுகரப் புணரியல்), மெய்யப்பன் பதிப்பகம்.*
- Sastri, Subrahmanya, P.S. 1999. *Tolkāppiyam English translation - Eḻuttatikāram*, Kuppuswami Sastri Research Institute, First Ed. 1933, pp.XXI + 105.
- Zvelebil Kamil, 1972 -1975, "Tolkāppiyam Eḻuttatikāram - English translation", *Journal of Tamil Studies*, No.1-8.

துணைமைத் தரவுகள்

- *கிருட்டிணமூர்த்தி, கோ. 1990. தொல்காப்பிய ஆய்வின் வரலாறு சென்னைப் பல்கலைக் கழகம், பக்.392.*
- *சண்முகம், செ.வை. 2001. எழுத்திலக்கணக் கோட்பாடு, உலகத்தமிழாராய்ச்சி நிறுவனம், முதல் பதிப்பு:1980,*
- *பாணினிய சிக்ஷா.*
- *மாணிக்கம், வ.சுப. 1961. மாற்றொலியன், தெ.பொ.மீ. மணிவிழா மலர்.*

- முத்துச்சண்முகன். 1975. 'தொல்காப்பியரின் பிறப்பியல் கோட்பாடு', இ.ப.த.ம., 7வது கருத்தரங்க ஆய்வுக்கோவை, தொ.2.

- முருகையன், க. 1972. "தொல்காப்பியரின் ஒலியியல் கொள்கை", தொல்காப்பிய மொழியியல் (பதிப்பாசிரியர்கள்: ச. அகத்தியலிங்கம்; க. முருகையன்), அண்ணாமலை பல்கலைக்கழகம்.

- Kumaraswamy Raja.1986. "Classification of Kurriyal-ukaram", *AITTA, 18th conference proceeding*, vol.2.

- Murugaiyan, K.1987. *Tolkappiya Pirappiyal and Paninia Siksa -A Comparative Study*, IJDL, vol.XVI, no.1.

- Nachimuthu Krishnaswamy, 2009. *Negotiating Tamil -Sanskrit Contacts: Engagements by Tamil Grammarians*.

- Rajan, K. 2004. "Sangam Age: An Archaeological Perspective", சங்க இலக்கிய ஆய்வுகள் செய்தனவும் செய்ய வேண்டுவனவும், கருத்தரங்கக் கட்டுரைகள்.

- Simo Parpola, Asko Parpola & Robert H. Brunswig.1977. "The Meluhha Village: Evidence of Acculturation of Harappan Traders in Late Third Millennium Mesopotamia?" 1977, *Journal of the Economic and Social History of the Orient*, Vol.XX,(2). Pp.129-165.

- Subrahmanya Sastri, P.S. 1997. *History of Grammatical Theories in Tamil and their relation to the Grammatical Literature in Sanskrit*, First Ed.1934.

## அல்-கிதாப்பு

முதன்மைத்தரவுகள்

- Al-Nassir A.A.1993.*Sibawayhi the Phonologist: A critical study of the phonetics and phonological theory as presented in his treatise Al-Kitāb*, Kegan Paul International, Londan & New York, pp.142.

- Carter Michael, G. 2004. *Sibawayhi*, Oxford University Press, New Delhi,pp159.

- Muhammad Abd al -Salam Harun (Ed.). 1977. *Kitāb Sībawayhi* (كتاب سيبويه). 4th volume, First edition:1968-1976, Cairo.

துணைமைத்தரவுகள்


- Cadora, Frederic J. 1989., "Linguistic Change and the Bedouin-Sedentary Dichotomy in Old Arabic Dialects" *Anthropological Linguistics*, vol. 31, no. 3/4.
- Karin C. Ryding, 1998. *Early medieval Arabic: Studies on Al -Khalil Ibn Ahmed,*
- Law Vivien,1990. *Indian Influence on Early Arab Phonetics - or Coincidence?* Studies in the History of Arabic Grammar - II.
- Mohmoud Hassan Saaran Attia E., 1951, *A critical study of the phonetic observations of the Arab grammarians*,
- Rosenhouse Judith, 2007. "Arabic phonetics in the beginning of the third millennium" *Saarbrücken*, vol.XVI.
- Salman H.Al -Ani,1970., *Arabic Phonology an Acoustical and Physiological Investigation,*
- Sara Solomon, I.1991. "al -Khalil: The first Arabic phonologist", *International Journal of Islamic and Arabic Studies*,vol.8.
- ____________, 2006 "Sibawayhi", *Encyclopeadia of Language and Linguistics*,vol.11.


## பார்வை நூல்கள் – ஆய்வேடுகள் – கட்டுரைகள்

நூல்கள்


- *இராசாராம், சு. 1980. ஒலியியல், அனைத்திந்திய தமிழ் மொழியியல் கழகம், அண்ணாமலை நகர், பக்.180.*
- *_____________, 2010. இலக்கணவியல் மீக்கோட்பாடும் கோட்பாடுகளும், காலச்சுவடு பதிப்பகம், பக்.541.*
- *சண்முகம், செ.வை. 1985. மொழியும் எழுத்தும், அனைத்திந்திய தமிழ் மொழியியல் கழகம், பக்.101.*
- *சுப்பிரமணியன், சி. 1998. பேச்சொலியியல், நாட்டார் வழக்காற்றியல் ஆய்வு மையம், பக்.xxii+218.*
- *வேங்கடராஜுலு ரெட்டியார். 1944. தொல்காப்பியம் எழுத்ததிகார ஆராய்ச்சி, சென்னைப் பல்கலைக்கழகம்.*
- Agesthialingom, S. & Kumaraswami Raja N. (editors) 1978. *Studies in early Dravidian grammars*, Annamalai University, Annamalainagar.

- Subrahmanyan, S.1967. *A Critical Study of Tolkappiyam (Eluttu and Col) and Nannul*, University of Madras, published on 1977.
- Ucida Norihiko. 1993. *Studies in Dravidian Phonology*, Institute for the study of Languages and Cultures of Asia and Africa (ILCAA), Tokyo University, pp.182.

ஆய்வேடுகள்

- o Meenakshisundaran,T.P.1937. Tamil Sounds, M.O.L. Disst., Madras University.
- o Rajam, V.S. 1981. *A comparative study of two ancient Indian grammatical traditions: the Tamil Tolkāppiyam compared with the Sanskrit Ṛk-prātiśākhya, Taittirīya-prātiśakhya, Āpiśali-Śikṣā, and the Aṣṭādhyāyī*, Ph.D.Disst.,University of Pennsylvania.
- o Subbiah,G.1967. *Length patterns in Tamil* (sonographic analysis), Ph.D.Disst., Annamalai University.
- o Vasanthakumari,T. 1979. *Gerenrative phonology of Tamil*, Ph.D.Disst., University of Kerala.

ஆய்வுக்கட்டுரைகள்

- அரங்கன், கி. 2011. "தொல்காப்பிய ஒலியனியல் விதிகளின் இயல்பும் அமைப்பும்", தொல்காப்பிய இலக்கணக்கோட்பாடும் பிற திராவிட, வட மொழி இலக்கணக் கோட்பாடுகளும், செம்மொழித் தமிழாய்வு மத்திய நிறுவனம் & பெரியார் பல்கலை.
- அறவாணன், க.ப. 1972. "தமிழ் எழுத்து வைப்புமுறை சமஸ்கிருதத் தழுவலா?", இந்தியப்பல்கலைக்கழகத் தமிழாசிரியர் மன்றத்தின் 4வது கருத்தரங்க ஆய்வுக்கோவை, தொ.2, பக்.292-297.
- இசக்கிமுத்து, வெ. 1981. "சார்பெழுத்துக்கள்", இ.ப.த.ம. 13வது கருத்தரங்க ஆய்வுக்கோவை தொ.2, பக்.47-52.
- இரத்தினசபாபதி, வை., 1972. "உயிரும் புள்ளியும்", தொல்காப்பிய மொழியியல், அண்ணாமலை பல்கலைக்கழகம், பக்.107-120.
- இராசகோபாலன், நா. 1974. "உயிமெய்யெழுத்துக்கள்: வேற்றுமை நயமும் ஒற்றுமை நயமும்", இ.ப.த.ம. 6வது கருத்தரங்க ஆய்வுக்கோவை, பக்.607-611.

- இராமலிங்கம், 1989. "சார்பெழுத்துக்கள்", இ.ப.த.ம. 21வது கருத்தரங்க ஆய்வுக்கோவை, தொ.2, பக்.41–46.

- கார்த்திகேயன், ஆ. 2011. "பிராகிருத இலக்கணமும் தொல்காப்பியமும்: உயிர் எழுத்துக்கள்", தொல்காப்பிய இலக்கணக்கோட்பாடும் பிற திராவிட, வடமொழி இலக்கணக் கோட்பாடுகளும், செம்மொழித் தமிழாய்வு மத்திய நிறுவனம் & பெரியார் பல்கலை.

- சண்முகம், செ.வை. 1962. "எழுத்ததிகார ஆராய்ச்சியும் மொழிஇயலும்", Journal of the Annamalai University, part A Humanities, vol.24, pp17-39.

- _____, 1972. "பழந்தமிழில் ஐகார ஔகாரங்கள்", இ.ப.த.ம. 4வது கருத்தரங்க ஆய்வுக்கோவை, தொ.2, பக்.368–373.

- _____, 1975. "தொல்காப்பியரின் எழுத்து", இ.ப.த.ம. 7வது கருத்தரங்க ஆய்வுக்கோவை, திருவிதாங்கூர் இந்துக்கல்லூரி, தொகுதி.2, பக்.495.

- _____, 1977. "எழுத்தியலின் அலகு", இ.ப.த.ம. 9வது கருத்தரங்க ஆய்வுக்கோவை, தொ.2, பக்.105–109.

- சிவலிங்கனார், ஆ. 1972. "தொல்காப்பியர் கால அளபெடை", இ.ப.த.ம. 4வது கருத்தரங்க ஆய்வுக்கோவை, தொ.2, பக்.379–384.

- சீநிவாசன், அ. 2005. "தொல்காப்பியரின் சார்பெழுத்துக் கொள்கை", உதிரிப்பூக்கள், பாரத் பதிப்பகம், பக்.1–36.

- சுடலைமுத்து, கெ. 1980. "ஆய்தக் குறிப்பு மொழிகள்", இ.ப.த.ம. 11வது கருத்தரங்க ஆய்வுக்கோவை, தொ.2, பக்.185–190.

- மீனாட்சி சுந்தரன், தெ.பொ. தமிழ்மொழி வரலாறு, ப.78.

- வெள்ளைவாரணர், க. 1974. "சார்பெழுத்துக்கொள்கை", இலக்கண ஆய்வுக்கட்டுரைகள்–1, மொழியியல் துறை, அண்ணாமலை பல்கலை.

- கோதண்டபாணி பிள்ளை, கு. 1969. "ஆய்தம் ஓர் ஆய்வுரை", செந்தமிழ்ச்செல்வி, நவம்பர்.

- கந்தசாமி, சோ.ந. 1970. தொல்காப்பியத் தெளிவு, அபிராமி பதிப்பகம், சிதம்பரம்.
- சுப்பிரமணியன், ச.வே. 1974. "தமிழ்மொழி–வரலாற்று அகரவரிசையில் ஐ", இ.ப.த.ம. 6வது கருத்தரங்க ஆய்வுக் கோவை, பக்.664–668.
- ஞானமூர்த்தி, தா.ஏ. 1972. "தொல்காப்பியரின் குற்றியலுகர விளக்கம்", தொல்காப்பிய மொழியியல், அண்ணாமலை பல்கலைக்கழகம், பக்.83–93.
- நாச்சிமுத்து, கி. 1979. "னகர மகரப் போலி: சில விளக்கங்கள்", இ.ப.த.ம. 11வது கருத்தரங்க ஆய்வுக்கோவை, தொ.2, பக்.256–261.
- _____, 2011. "தொல்காப்பியர் ஆய்வுமுறைகள்", ஆதிச்சம், தொகுதி–2, பக்.10–12.
- பழநியப்பன், வெ. 1984. "தொல்காப்பியத்தில் அளபு–அளவு", இ.ப.த.ம. 16வது கருத்தரங்க ஆய்வுக்கோவை, தொகுதி.2, பக்.237–241.
- பரதராஜ், ச.அ.இரெ. 1988. "எழுத்துக்களின் பிறப்பு: நன்னூல்–இலக்கணவிளக்கம் ஓர் ஒப்பாய்வு", இ.ப.த.ம. 18வது கருத்தரங்க ஆய்வுக்கோவை, தொ.2, பக்.269–274.
- பாலசுப்பிரமணியம், க. 1972. "தொல்காப்பியரின் ஒலியனியல் கொள்கை", தொல்காப்பிய மொழியியல் (பதிப்பாசிரியர்கள்: ச. அகத்தியலிங்கம்; க. முருகையன்), அண்ணாமலை நகர், பக்.51–82.
- _____, 1983. "தொல்காப்பியத்தில் குற்றியலுகரமும் அதன் குறுக்கமும்", இ.ப.த.ம. 15வது கருத்தரங்க ஆய்வுக்கோவை, தொ.2, பக்.216–220.
- _____, 1987. "தொல்காப்பியமும் பாணினீயமும் ஓர் ஒப்பாய்வு", மொழியியல், தொகுதி10, பக்.41–75.
- பூங்காவனம், கு. 1980. "உயிர்மெய்", இ.ப.த.ம. 12வது கருத்தரங்க ஆய்வுக்கோவை, தொ.2, பக்.321–326.
- பொற்கோ, 1981. "தொல்காப்பியமும் உருபொலியனியலும்", இலக்கண உலகில் புதிய பார்வை, நியூ செஞ்சுரி புக் ஹவுஸ், பக்.58–65.

- மாணிக்கம், வ.சுப. 1961. "மாற்றொலியன்", தெ.பொ.மீ. மணிவிழா மலர், கலைக்கதிர் வெளியீடு, பக்.363–370.
- மீனாட்சிசுந்தரம், தெ.பொ. 2000. "எழுத்து", தமிழ்க்களஞ்சியம், தெ.பொ. மீனாட்சி சுந்தரனார் அறக்கட்டளை, பக்.1–172.
- முத்துச்சண்முகன், 1975. "தொல்காப்பியரின் பிறப்பியல் கோட்பாடு", இ.ப.த.ம. 7வது கருத்தரங்க ஆய்வுக்கோவை, தொ.2, பக்.588–592.
- முருகையன், க. 1972. "தொல்காப்பியரின் ஒலியியல் கொள்கை", தொல்காப்பிய மொழியியல் (பதிப்பாசிரியர்கள்: ச. அகத்தியலிங்கம், க. முருகையன்), பக்.01 –50.
- _____, 1974. "பேச்சுப்பொறி", இ.ப.த.ம. 6வது கருத்தரங்க ஆய்வுக்கோவை, பக்.831–836.
- _____, 1981. "மொழியும் மனமும்", இ.ப.த.ம. 13வது கருத்தரங்க ஆய்வுக்கோவை, தொ.2, பக்.271–276.
- _____, 1986. "மொழியும் ஒலியும்: உயிரல்லா ஒலிகள்", இ.ப.த.ம. 18வது கருத்தரங்க ஆய்வுக்கோவை, தொ.2, பக்.285–290.
- _____, 1988. "மயங்கு ஒலியன்", இ.ப.த.ம. 20வது கருத்தரங்க ஆய்வுக்கோவை, தொ.2, பக்.366–371.
- Agesthiyalingom, S.1982."Tolkappiyam and Modern Linguistics", *14th All India Tamil Teacher Association conference*, Annamalai University, vol.4, pp.01 - 06.
- Chandra Sekhar.A.1955. "The term *eluttu* in Tamil grammar", *Indian Linguistics*, vol.16, pp.302-305.
- Emeneau,M.B. and Kausalya Hart.1993."Tamil Expressives with Initial Voiced Stops", *Bulletin of the School of Oriental and African Studies*, University of London, vol.56, no.1, pp.75-86.
- Firth, J.R.A.1953."Short Outline of Tamil pronunciation".
- Ganeshsundaram, P.C.1955. "A note on the morphemic values of consonants in Tamil", *Indian Linguistics*, vol.16, pp.209-213.

- Jean-Luc Chevillard. 2011."உரப்பியும் எடுத்தும் கனைத்தும்: Contrastive Phonetics or how to describe one language with the Help of Another One" *The Tamils: From the Past to Present*, Peter Schalk (Editor).

- Kameswari,T.M. 1977. "The form and behaviour of Phonemes", *9th AITTA conference*, Annamalai University, vol.2, pp.61-66.

- Krishnamurti, Bh.1968. "Some observations on the Tamil phonology on the 12th and 13th centuries", *Proceedings of a second International conference seminar of Tamil studies*, vol.1. pp.356-361.

- Kuiper F.B.J.1958."Two problems of old Tamil phonology", *Indo-Iranian Journal*, vol.02, pp.191-207.

- Kumaraswamy Raja, N. 1970. "Tolkappiyar's morphophonemics", *Journal of the Annamalai University*, vol.27, pp.169-177.

- _____, 1972. "The increment akku", *4th AITTA conference*, Annamalai University, vol.1, pp.342-346.

- _____, 1975. "A Note on Kurr-Iyal-Ukaram", *Journal of Tamil Studies*, vol.08, pp.01-07.

- _____,1978. "Sanskrit r in Tamil", *10th AITTA conference*, Annamalai University, vol.2, pp.88 -91.

- _____,1986. "*Classification of Kurriyal-ukaram*", *18th conference*, Annamalai University, vol.2, pp.62-67.

- Lakshimipathy, V. 1975. "The phonetic analyser", *7th AITTA conference*, Annamalai University, vol.2, pp.643-646.

- Leigh Lisker. 1958. "The Tamil Occlusives: Short vs. Long or Voiced vs.Voiceless?", *Indian Linguistics* (Turner Jubilee vol.I), pp.294-301.

- Leigh Lisker & Vaidyanathan S.1972."On Nasals and Nasalization in Modern Tamil", *Journal of the American Oriental Society*, vol.92, no.1(Jan.-Mar.), pp.96-100.

- Manickam.V.Sp. "A Phonological Study of Tolkāppiyam", *Proceedings of a Second International conference seminar of Tamil studies*. pp.618-622.

- Meenakshi, K. 1976. "Ai and Au in Tamil", *International Journal of Dravidian Linguistics*, vol.5. no.2, pp.343-353.
- _____,1984. "Grammatical method in Astadhyayi and Tolkappiyam", *IJDL*,vol.8, no.1, pp.1-16.
- Meenakshisundaran Pillai, T.P. 1957. "Nasal vowels in Tamil", *Indian Linguistics*, vol.16. pp.51-53.
- Murugaiyan, K.1970. "Tolkāppiyar Concept of Phonetics", *Seminar on Tolkāppiyam*, Annamalai University.
- _____, 1971. "Quantification and Predictability in Tamil phonetics", *3$^{rd}$ AITTA conference,* Annamalai University, vol.1, pp.260-265.
- _____, 1972. "Cluster and abutting consonants in Tamil", *4$^{th}$ AITTA conference*, Annamalai University, vol.1, pp.481-486.
- _____, 1973. "Articulation as Described by Tamil Grammarians", *Journal of Tamil Studies*, vol.03, pp.44-55.
- _____, 1975. "Retroflex articulation in Tamil", *7$^{th}$ AITTA conference.*
- _____, 1977. "What is aspiration?", *9$^{th}$ AITTA conference*, Annamalai University, vol.2, pp.289-293.
- _____,1979. "Experimental Techniques in Analysing Speech Sounds", *11$^{th}$ AITTA conference*, Annamalai University, vol.2, pp.319-323.
- _____, 1980. "Tamil stops and their Allophones", *12$^{th}$ AITTA conference*, Annamalai University, vol.2, pp.385-390.
- _____, 1982. "Puranatai cūttirams of Eluttu", *14$^{th}$ AITTA conference*, Annamalai University, vol.4, pp.161-163.
- _____, 1983. "Speech and Music", *15$^{th}$ AITTA conference*, Annamalai University, vol.2, pp.238-241.
- _____, 1987. "Tolkappiya Pirappiyal and Paninia Siksa - A Comparative Study", *IJDL*, vol.XVI, no.1, pp.126-132.
- Nachimuthu, Krishnaswamy. 2009. "Negotiating Tamil - Sanskrit Contacts: Engagements by Tamil Grammarians", *Workshop on*

*Bilingual Discourse and Cross-cultural Fertilisation: Sanskrit and Tamil in Mediaeval India*. 22 and 23 May, 2009 at Cambridge, Wolfson College.

- Natanasapabathy, S.1974. "Vowel quality in Tamil (An Experimental study)", *6th AITTA conference*, Annamalai University, vol.1, pp.807-812.

- _____,1984. "Some aspects of Tamil phonemes i: and i-a palatography study", *16th AITTA conference*, Annamalai University, vol.2, pp.208-213.

- _____, 1986. "Intonation Patterns in Tamil", *Acoustic studies in Indian Languages*, Ed.by B.B. Rajapurohit, Central Institute of Indian Languages, pp.92-98.

- Paramasivam, K.1984. "When a Phoneme is not a Phoneme", *16th AITTA conference*, Annamalai University, vol.2, pp.212-217.

- Ramasubramanian, N. 1968. "An outline of a phonological grammar of Tamil and its application to speech-synthesis", *Proceedings of a second International conference seminar of Tamil studies*, vol.1.pp.368-377.

- Ramaswamy Aiyar, L.V. 1964. "Lilatilakam on unique Tamil-Malayalam sounds", *Indian Linguistics*, vol.25, pp.270-274.

- Sankaran, C.R.& Ganeshsundaram, P.C. 1957. "A note on the Aytam-phonemenon", *Indian Linguistics*, vol.18, pp.89-95.

- Sankaran, C.R. 1961."On Aytam", *Tamil Culture*, vol.09, no.1, pp.27-32.

- _____, 1961. "Tolkappiyar and the sceince of Phonetics", *Tamil Culture*, vol.09, no.2, pp.117-130.

- Sankaran, C.R. & Gai, G.S.1965. "The demonstrative u element in Dravidian", *Indian Linguistics*, comprising volume 9-15 (1935-1944), pp.398-405.

- Saroja Ramakrishnan, G. Balasubramanian & A. Nallaswamy, 1986. "Intervocalic /t, t, c/ in Tamil", *Acoustic studies in Indian Languages,* Ed.by B.B. Rajapurohit, Central Institute of Indian Languages, pp.32-38.

- Shanmugham, S.V. 1971. "Some problems in old Tamil phonology", *Indo-Iranian Journal*, vol.13, pp.31-43.
- Shanmugam Pillai, M. 1965. "The Phonemic variation of Kurriyalukaram in Tamil", *Indian Linguistics*, comprising volume 9-15 (1935-1944), pp.683-690.
- _____, 1989. "Comparative Dravidian Phonology and Tolkappiyam", *Jouranal of Tamil Studies*, vol.36, pp.1-11.
- Siddhswar Varma, 1965. "Tamil Vowels in connected Speech", *Indian Linguistics* Comprising volume 9-15 (1944-1956), pp.490-494.
- Souleymane Faye, 1980. "The glottal stop in Tamil and Seereer", *12th AITTA conference*, Annamalai University, vol.2, pp.202-207.
- Subbiah, A.1956. "Voiced and Voiceless stops in Tamil", *Tamil Culture*, vol.5, no.2, pp.186-195.
- _____, 1966. "Is Phonetic change Universal and Inevitable? (A study based on the Phonological structure of Tamil)", *Tamil Culture*, Vol.12, no.2&3, pp.139-158.
- Vasanthakumari.T.1983. "The Alveolar Stops in Tamil", *15th AITTA conference*, Annamalai University, vol.2, pp.318-321.
- _____, 1985. "Nasal consonants in Tamil", *17th AITTA conference*, Annamalai University, vol.2, pp.321-326.

## அல்-கிதாப்பு

நூல்கள்

- Kees Versteegh & Versteegh C. H. M. 1997. *Landmarks in linguistic thought III: the Arabic linguistic tradition.*
- Kinga Dévényi, Tamás Iványi and Avihai Shivtiel (Eds.), 1993. *Proceedings of the Colloquium on Arabic Lexicology and Lexicography (C.A.L.L.)*, Eötvös Loránd University Chair for Arabic Studies, pp.260.
- Owens Jonathan, 2006. *Linguistic History of Arabic*, Oxford University Press, pp.x+316.

- Ryding Karin, C.1998. *Early medieval Arabic: Studies on Al-Khalil Ibn Ahmed*, Georgetown University Press.
- Salman, H. Al-Ani. 1970. *Arabic Phonology an Acoustical and Physiological Investigation*, Mouton, pp.104.
- Sara Solomon, I. 2008. *Sibawayh on Imalah (Inclination): Text, Translation, Notes and Analysis*, Edinburgh University Press, pp.200.
- Semaan, Khalil I.1968. *Linguistics in the middle Ages: Phonetic Studies in Early Islam*. Ej Brill, Leiden.
- Troupeau, G.1976. *Lexique-Index du Kitāb de Sībawayhi*, Paris.

ஆய்வேடுகள்

o Abdulrahman Ibrahim Alfozan,1989. *Assimilation in Classical Arabic A phonological study*, University of Glasgow.

o Osman, E.S.A., 1988. The *Phonological Theory of Sibawayhi;an Eigth Century Arab Grammarian*, Unpubl. Georgetown University.

o Saaran Mohmoud Hassan Attia E.,1951. *A critical study of the phonetic observations of the Arab grammarians*, University of London.

ஆய்வுக்கட்டுரைகள்

- Abdullah Y. Samarah, 2011, "Arabic Linguistics and Sibawayhi", *International Journal of Academic Research*, vol.3, No.2, pp.937-944.
- Ahsan ur Rehman, 2011. "The Consonant ṢĀD (SAAD) in three Qur'anic chapters ṢĀD, Mary and Al-A'ra:f", *International Journal of Academic Research*,Vol.3.No.1.pp.1006-1014.
- Amal Magory, 2010. "Kitāb Sībawayhi and Modern Linguistics: A Synoptic View of a Complementary Ralationship", *Synergies Mondearabe*, pp.29-34.
- Anani, M., 1985, "Phonetic description of Arabic consonants by early Arab linguists", *The Bulletin of The Phonetic Society of Japan*, 179, pp.14-17.

- Aryeh Levin, 2000, "Sībawayhi", *History of the language sciences: An International Handbook on the Evolution of the Study of Language from the Beginnings to the Present* (Edited by herausgegeben von, edité par Sylvain Auroux, E. F. K. Koerner, Hans-Josef Niederehe and Kees Versteegh), pp.252-263.

- Bakalla, Muhammad Hasan,1979, "Sibawayhi´s contribution to the study of Arabic phonetics", *Al-Arabiyya*,12:1-2, pp.68-76. Biographia Linguistica, 8:2-3, pp.285-305.

- _____, 1981. "The treatment of Nasal Elements by Early Arab and Muslim Phoneticience", *Histoire*, Épistémologie,

- Cadora Frederic, J. 1989. "Linguistic Change and the Bedouin-Sedentary Dichotomy in Old Arabic Dialects", *Anthropological Linguistics*, vol.31, No.3/4 (Fall - Winter, 1989), pp.264-284.

- Carter Michael, G. 1973. "An Arab Grammarian of the Eighth Century AD.: A Contribution to the History of Linguistics", *Journal of the American Oriental Society*, vol.93, No.2, pp.146-157.

- _____, 1980. "Sībawayhi and Modern Linguistics", *Histoire*, 2:21-26.

- _____, 1997. "Sibawayhi", *The Encyclopaedia of Islam* (new edition), 9:524 -531.

- _____, 2000. "The development of Arabic linguistics after Sıbawayhi: Basra, Kufa and Baghdad", *History of the language sciences:An International Handbook on the Evolution of the Study of Language from the Beginnings to the Present* (Edited by herausgegeben von, edité par Sylvain Auroux, E. F. K. Koerner, Hans-Josef Niederehe and Kees Versteegh), pp.263-272.

- Coetzee, Andries W. 1998. "The phonology of the two hamza's of Qur'anic Arabic", *Theoretical Linguistics*, vol.24, pp.219-244.

- Danecki, Janusz. 1978. "Early Arabic phonetical theory. Phonetics of Al-Khalil Ibn Ahmed and Sibawayhi", *Rocznik Orientalistyczny*-39. pp.51-56.

- _____, 1985. "Indian phonetical theory and the Arab grammarians", *Rocznik Orientalistyczny*, vol.44, pp.127-134.

- Ebrahim Safa'ie. *Muslims' Contributions to the Modern Linguistics: The Descriptive Framework of Tajweed of the Holy Qur'an and the Generative Phonology in Contrast.*

- Etzard Lutz, 2000. "Sibawayhi's Observations on Assimilatory Processes and Re-Syllabification in the Light of Optimality Theory", *Journal of Arabic and Islamic Studies*, vol.3, pp.48-65.

- Fleisch, H. 1971. "Idgham", *The Encyclopaedia of Islam* (new edition), 3:1013-1014.

- Frederic J. Cadora.1989. "Linguistic Change and the Bedouin -Sedentary Dichotomy in Old Arabic Dialects", *Anthropological Linguistics*, Vol. 31, No. 3/4, pp.264-284.

- Ghali M. M. 1983. "Pharyngeal Articulation", *Bulletin of the School of Oriental and African Studies*, Vol. 46, No.3 (1983), pp.432-444.

- Gouma Taoufik. *A Diachronic Phonetic and Phonological Study of the Uvular Stop [q] in Arabic.*

- Herbert Berg, 1995. "Ṭabarī's Exegesis of the Qur'ānic Term al -Kitāb", *Journal of the American Academy of Religion*, vol.63, No.4, pp. 761-774.

- Judith Rosenhouse, 2007. "Arabic phonetics in the beginning of the third millennium", *Saarbrücken*, vol.XVI, pp.131-134.

- Kees Versteegh, 2000."Grammar and logic in the Arabic grammatical tradition", *History of the language sciences: An International Handbook on the Evolution of the Study of Language from the Beginnings to the Present* (Edited by herausgegeben von, edité par Sylvain Auroux, E. F. K. Koerner, Hans-Josef Niederehe and Kees Versteegh), pp.300-306.

- _____, 2001. "Linguistic Contacts between Arabic and Other Languages", *Arabica*, 48:4, pp.470-508.

- Law, Vivien 1990, "Indian Influence on Early Arab Phonetics - or Coincidence?", *Studies in the History of Arabic Grammar-*

*II*, Kees Versteegh & Michael G.Carter(eds.), John Benjamins publication, pp.215-228.

- Levin, A. 1994. "Sibawayhi's Attitude to the Spoken Language", *Jerusalem Studies in Arabic and Islam* 17:204-243.

- _____, 1999. "The First Book of Arabic Dialectology: Sibawayhi's al-Kitab", *Jerusalem Studies in Arabic and Islam* 23:208-220.

- Nasser Saleh Al-Mansour, 2001, "A Brief History of Arabic Linguistics", *Linguistica communicatio* (International Journal of General Linguistics), vol.11, No.1-2, pp.81-100.

- Newman Daniel, L. 2002. "The phonetic status of Arabic within the world's languages: the uniqueness of thelughat al-daad", *Antwerp papers in linguistics*-100, pp.65-75.

- Odisho, E.1988. "Sibawayh's Dichotomy of Majhura / Mahmusa Revisited", *Al-Arabiyya* 21:81-91.

- Owens Jonathan, 2000. "Traditional Arabic grammar", *History of the language sciences: An International Handbook on the Evolution of the Study of Language from the Beginnings to the Present* (Edited by herausgegeben von, edité par Sylvain Auroux, E. F. K. Koerner, Hans-Josef Niederehe and Kees Versteegh),pp.67-75.

- Sara, Solomon I. 1991. "Al-Khalil: The first Arabic phonologist". International Journal of Islamic and Arabic Studies, vol.8,1-57.

- _____, 2006. "The Treatise of lbn-Sina Phonetics: Translation and Commentary", *Georgetown University Working Paers in Theoretical Linguistics* (GUWPTL), vol.VI.pp.168-122.

- _____, 1993. "The beginning of phonological terminology in Arabic". *Proceedings of the Colloquium on Arabic Lexicology and Lexicography* (C.A.L.L.). Budapest, 1-7 September, 1993, ed. By K. Dévényi, T. Iványi and A. Shivtiel, Budapest: Eötvös Loránd University Chair for Arabic Studies and Csoma de Kórös Society Section of Islamic Studies, pp.181-194.

- Staal Frits, 2006. "Artificial languages across science and civilizations", *Journal of Indian Philosophy*, no.34, pp.87-139.

- Suleiman M.Y.I.H.1989. "On the Underlying Foundations of Arabic Grammar: A Preliminary Investigation", *British Society for Middle Eastern Studies*, vol.16, No.2, pp.176-185.
- Talmon, Rafael. 1985. "Who was the first Arab grammarian?: A new approach to an old problem". *SHAG-I*, 128-45.
- _____, 1985. "An Eighth-Century Grammatical School in Medina: The Collection and Evaluation of the Available Material", *Bulletin of the School of Oriental and African Studies*, University of London, Vol.48, No.2, pp.224-236.
- _____, 2000. "The first beginnings of Arabic linguistics: The era of the Old Iraqi School", *History of the language sciences: An International Handbook on the Evolution of the Study of Language from the Beginnings to the Present* (Edr. Sylvain Auroux, E. F. K. Koerner, Hans-Josef Niederehe and Kees Versteegh), pp.245-252.
- Temple Gairdner W. H.1935,"The Arab Phoneticians on the Consonants and Vowels", *The Muslim World*, vol.25, Iss.3, pp.242-256.
- Vollers, K. 1892. "The system of Arabic sounds as based upon Sibawayhi and Ibn Yacish", *Transcription of the 9th International Congress of Orientalists-II*, Londan, pp.130-151.
- Zeki Majeed Hassan and John H. Esling. 2007. "Laryngoscopic (Articulatory) and Acoustic of a prevailing emphatic feature over the word in Arabic", *Saarbrücken*, pp.1753-1756.

**பின்னிணைப்பு: 1**

# இயல் 3: தொல்காப்பியத்தின் பிறப்பியல்

83.

உந்தி முதலா முந்துவளி தோன்றித்
தலையினும் மிடற்றினும் நெஞ்சினும் நிலைஇப்
பல்லும் இதழும் நாவும் மூக்கும்
அண்ணமும் உளப்பட எண்முறை நிலையான்
உறுப்பற் றமைய நெறிப்பட நாடி
எல்லா வெழுத்துஞ் சொல்லுங் காலைப்
பிறப்பின் ஆக்கம் வேறுவே றியல
திறப்படத் தெரியுங் காட்சி யான.

84.

அவ்வழிப்
பன்னீ ருயிரும் தன்நிலை திரியா
மிடற்றுப் பிறந்த வளியின் இசைக்கும்.

85.

அவற்றுள்,
அ ஆ ஆயிரண் டங்காந் தியலும்.

86.

இ ஈ எ ஏ ஐயென இசைக்கும்
அப்பால் ஐந்தும் அவற்றோ ரன்ன;
அவை தாம்
அண்பல் முதல்நா விளிம்புறல் உடைய.

87.

உ ஊ ஒ ஓ ஔ என இசைக்கும்
அப்பால் ஐந்தும் இதழ்குவிந் தியலும்.

88.

தத்தந் திரிபே சிறிய வென்ப.

89.

ககார ஙகாரம் முதல்நா அண்ணம்.

90.

சகார ஞகாரம் இடை நா அண்ணம்.

91.

டகார ணகாரம் நுனிநா அண்ணம்.

92.

அவ்வா றெழுத்தும் மூவகைப் பிறப்பின.

93.

அண்ணம் நண்ணிய பல்முதல் மருங்கின்
நாநுனி பரந்து மெய்யுற வொற்றத்
தாமினிது பிறக்கும் தகார நகாரம்.

94.

அணரி நுனிநா அண்ணம் ஒற்ற
றஃகான் னஃகான் ஆயிரண்டும் பிறக்கும்.

95.

நுனிநா அணரி அண்ணம் வருட
ரகார ழகாரம் ஆயிரண்டும் பிறக்கும்.

96.

நாவிளிம்பு வீங்கி யண்பல் முதலுற
ஆவயின் அண்ணம் ஒற்றவும் வருடவும்
லகார ளகாரம் ஆயிரண்டும் பிறக்கும்.

97.

இதழியைந்து பிறக்கும் பகார மகாரம்.

98.

பல்லிதழ் இயைய வகாரம் பிறக்கும்.

99.

அண்ணஞ் சேர்ந்த மிடற்றெழு வளியிசை
கண்ணுற் றடைய யகாரம் பிறக்கும்.

100.

மெல்லெழுத் தாறும் பிறப்பின் ஆக்கஞ்
சொல்லிய பள்ளி நிலையின வாயினும்
மூக்கின் வளியிசை யாப்புறத் தோன்றும்.

101.

சார்ந்துவரி னல்லது தமக்கியல் பிலவெனத்
தேர்ந்துவெளிப் படுத்த ஏனை மூன்றும்

தத்தஞ் சார்பிற் பிறப்பொடு சிவணி
ஒத்த காட்சியின் தம்மியல் பியலும்.

102.

எல்லா வெழுத்தும் வெளிப்படக் கிளந்து
சொல்லிய பள்ளி யெழுதரு வளியின்
பிறப்பொடு விடுவழி உறழ்ச்சி வாரத்
தகத்தெழு வளியிசை யரில்தப நாடி
அளபிற் கோடல் அந்தணர் மறைத்தே.

103.

அஃதிவண் நுவலா தெழுந்துபுறத் திசைக்கும்
மெய்தெரி வளியிசை அளபுநுவன் றிசினே.

## இயல்: 565 அல்–கிதாப்பின் பிறப்பியல்

### هذا باب الإدغام

**هذا باب عدد الحروف العربيةِ، ومَخارجها، ومهموسِها ومجهورها، وأحوالِ مجهورها ومهموسِها، واختلافها.**

فأصل حروف العربية تسعة وعشرون حرفا:

الهمزة، والألف، والهاءُ، والعَيْن، والحاء، والغَيْن، والخاء، والكاف، والقاف،[1] والضاد، والجيم، والشّين، والياء، واللام، والراء، والنون، والطاء، والدال،[2] والتاء، والصاد، والزاى، والسّين، والظاء، والذال، والثاء، والفاء، والباء، والميم، والواو.

وتكون خمسة وثلاثين حرفا بحروفٍ هنّ فروعٌ، وأصلها من التسعة والعشرين، رهى كثِيرةٌ يؤخَذ بها وتُستَحسن فى قراءَة القرآن والأشعار، وهى:

النون الخفيفة، والهمزة التى بَيْنَ بَيْنَ، والألف التى تُمال إمالة شديدة، والشّين التى كالجيم، والصاد التى تكون كالزاى، وألف التفخيم، يُعنىَ بلغة أهل الحجاز، فى قولهم: الصّلاة والزّكاة والحَيَاة.

وتكون اثنَين وأربعين حرفا بحروف غير مستحسنَةٍ ولا كثيرةٍ فى لغة من تُرتَضَى عربيته،[3] ولا تستحسن فى قراءة القرآن ولا فى الشعر،[4] وهى:

الكاف التى بين الجيم والكافِ، والجيمُ التى [كالكاف، والجيمُ التى] كالشين،[5] والضاد الضعيفة، والصاد التى كالسين، والطاء التى كالتاءِ، والظاء التى كالثاء، والباء التى كالفاء.

1 ا، ب : "والقاف ، والكاف"

2 والدال، ساقطة من ا

3 ا، ب : "ترضى عربية"

4 ا، ب : "فى قراءة ولا شعر"

5 عد سيبويه هذين الجيمين جيما واحدة . وفى ا : "والحيم التى تكون كالشين" فقط

وهذه الحروفُ التى تمّمتها اثنين وأربعين جيّدُها ورديئُها أصلُها التسعة والعشرون، لا تُبيّن إلا بالمشافهة إلا أنّ (الضاد الضعيفة) تُتكلف من الجانب الأيمن، وإن شئتَ تكلفتَها من الجانب الأيسر وهو أخفُ، لأنها من حافة اللِسان مطبَقة، لأنك جمعت فى الضاد تكلّف الإطباق مع إزالته عن موضعه. وإنّما جاز هذا فيها لأنك تحوّلها من اليسار إلى الموضع الذى فى اليمين.[6] وهى أخفُ لأنها من حافةِ اللسان، وأنّها تُخالِط مُخْرَجَ غيرها بعد خروجها، فتَستطيلُ حين تُخالط حروف اللسان، فسهُل تحويلها إلى الأيسرلأنّها تصير فى حافة اللسان فى الأيسر إلى مثل ما كانت فى الأيمن، ثم تنسلُ من الأيسر حتى تتصل بحروف اللسان، كما كانت كذلك فى الأيمن .

**ولحروف العربية ستة عشرَ مُخْرَجا:**

فللحَلق منها ثلاثة. فأقصاها مُخْرَجا:الهمزةُ والهاء والألف. ومن أوسطِ الحلق مُخْرَجُ العين والحاء. وأدناها مُخْرَجا من الفَم: الغين والخاء .

ومن أقصى اللسان وما فوقه من الحَنَك الأعلى مُخْرَجُ القاف. ومن أسفلَ من موضع القاف من اللِسان قليلاً ومما يليه من الحنك [الأعلى] مُخْرَجُ الكاف.ومن وسط اللسان بينه وبين وسط الحنك الأعلى مُخْرَجُ الجيم والشين والياء. ومن بين أوّل حافةِ اللسان وما يليها[7] من الأضراس مُخْرَجُ الضاد. ومن حافة اللسان من أدناها إلى منتهى طرف اللسان ما بينها وبين ما يليها من الحنك الأعلى وما فُوَيْقَ الثّنايا مُخْرَج النون.

وممّا بين طَرف والسين، والصاد. وممّا بين طَرف اللسان وفُوَيْقَ الثنايا مُخْرَجُ الزاى، اللسان وأصول الثنايا مُخْرَجُ الطاء، والدال، والتاء

وممّا بين طَرف اللسان وأطرافِ الثنايا مُخْرَجُ الظاء والذال، والثاء.

---

6 الكلام بعده إلى نهاية الفقرة ساقط من ا، ب.

7 ط : "وما يليه"

ومن باطن الشفةِ السُفلى وأطرافِ الثنايا العُلى[8] مُخْرَجُ الفاء.

وممّا بين الشّفتين مُخْرَجُ الباء، والميم، والواو.

ومن الخَياشيم مُخْرَجُ النون الخفيفة.

فأمّا **(المجهورة)** فالهمزة، والالف، والعين، والغين، والقاف، والجيم، والياء، والضاد، واللام، والنون، والراءُ، والطاء، والدال، والزاى، والظاء، والذال، والباء، والميم، والواو. فذلك[9] تسعة عشر حرفا .

وأمّا **(المهموسة)** فالهاء، والحاء، و الخاء، والكاف، والشين، والسين، والتاءُ، والصاد، والثاء، والفاء. فذلك عشرة أحرف.

**فالمجهورة:** حرفٌ أشبعَ الاعتماد فى موضعه، ومَنَعَ النّفسَ أن يجرَى معه حتّى ينقضى الاعتماد [عليه] ويجرى الصوت. فهذه حالُ المجهورة[10] فى الحلق والفم، إلا أنّ النون والميم قد يُعتمد لهما ف الفم والخياشيم فتصير فيهما غُنّة. والدليل على ذلك أنك لو أمسكتَ بأنفك ثمّ تكلّمت بهما لرأيت ذلك قد أخَلّ بهما.

وأما المهموس فحرفٌ أضعِف الاعتماد فى موضعه حتّى جرى النّفسُ معه، وأنت تعرف ذلك إذا اعتبرتَ فردّدتَ الحرف مع جَرْى النّفس. ولو أردت ذلك فى المجهورة لم تَقدر عليه. فإذا أردت إجراء الحروف .

ومنها **(الرّخْوَة)** وهى: الهاء، والحاء، والغين، والخاء، والشين،والصاد، والضاد، والزاى، والسين، والظاء، والثاء، والذال، والفاء. وذلك إذا قلت الطّسْ وانقض، وأشباه ذلك أجريتَ فيه الصوت إن شئت.

---

8 ا، ب: "العليا "

9 ا، ب: "فهذه"

10 ا، ب: "فكذلك المجهورة هذه حالها"

وأمّا العين فبينَ الرّخْوَة والشديدة، تصل إلى الترديد فيها لشبَهها بالحاء .

فأنت ترفع صوتك إن شئت بحروف اللِين والمدِ، أو بما فيها منها . وإن شئت أخفيت .

ومن الحروف (**الشديدُ**)، وهو الذى يمنع الصوتَ أن يجرَى فيه. وهو الهمزة، والقاف، والكاف، والجيم، والطاء، والتاء، والدال، والباء. وذلك أنك لو قلت ألْحَجَ ثم مددتَ صرتك لم يَجرِ ذلك.

ومنها (**المُنْحَرِف**)، وهو حرفٌ شديد جَرى فيه الصّوت لانحراف اللسان مع الصّوت، ولم يعترض على الصّوت كاعتراض الحروف الشديدة، وهو اللام. وإن شئت مددت فيها الصّوت. وليس كالرّخوة، لأنّ طَرف اللسان لا يتجافى عن موضعه. وليس يخرّج الصّوت من موضع اللام ولكن من ناحِيَتَيْ مُسْتَدَقّ اللسان فُوَيْقَ ذلك.

ومنها (**حرفٌ شديد**) يجرى معه الصّوت [لأنّ ذلك الصوت غُنّةٌ] من الأنف، فإنما تُخرجه من أنفك واللسانُ لازم لمَوْضع الحرف، لأنك لو أمسكت بأنفك لم يجرِ معه الصّوت. وهو النون، وكذلك الميم .

ومنها (**المكرّرُ**) وهو حرفٌ شديد يجرى[11] فيه الصوت لتكريره وانحرافه إلى اللام، فتجَافى للصّوت كالرّخوة، ولو لم يكرّر لم يجر الصوت فيه. وهو الراء.

ومنها (**المطبَقة،والمُنْفتِحة**).فأما المُطْبَقة فالصاد، والضاد ، والطاء، والظاء.

والمُنْفتِحة: كلُ ما سِوَى ذلك من الحروف، لأنك لا تُطْبِقُ لشيءٍ منهنّ لسانَك، تَرْفعه إلى الحَنَك الأعلى.

---

[11] ا، ب: "جرى "

وهذه الحروفُ الأربعة إذا وضعت لسانَك فى مواضعهنّ انطبق لسانُك من مواضعهنّ[12] إلى ما حاذى الحَنَك الاعلى من اللسان ترفعه إلى الحَنَك، فإذا وضعتَ لسانك فالصوت مَحصورٌ فيما بين اللسان والحَنَك إلى موضع الحروف.

ومنها **(اللّيّنة)**، وهى الواو والياء، لأنّ مَخْرَجهما يَتّسع لهواء الصّوت أشدّ من اتّساع غيرهما كقولك: وأيّ ، والواو.[13] وإن شئت اجريت الصوت ومددت .

ومنها **(الهاوى)** وهو حرفٌ[14] اتّسع لهواءِ الصوتِ مُخْرَجُه أشَدّ من اتساع مُخْرَج الياء والواو،لأنك قد تَضم شَفَتَيْك فى الواو وترفع فى الياء لسانك قِبَل الحَنَك، وهى الألف.

وهذه الثلاثةُ أخْفَى الحروف لاتساع مُخْرجها. وأخفاهنّ وأوسعُهنّ مُخْرَجًا: الألفُ، ثم الياء، ثم الواو.

وأما الدال والزاى ونحوهما فإنما يَنحصر الصوت إذا وضعت لسانكفى مواضعهنّ.

فهذه الأربعةُ لها موضعان من اللسان، وقد بُيِّن ذلك بحَصْر الصوت. ولولا الإطباق لصارت الطاءُ دالا، والصاد سينا، والظاء ذالا، ولخرجتِ الضادُ من الكلام، لأنه ليس شىءٌ من موضعهَا غيرُهَا.

وإنما وصفت لك حروفَ المُعْجَم بهذه الصِّفات لتَعرف ما يَحْسُن فيه الإدغام وما يجوز فيه، وما لا يَحسن فيه ذلك ولا يجوز فيه، وما تُبدِله استثقالا كما تُدغِم ، وما تخفيه وهو بزنة المتحرِّك.

---

12 ا:"فى مواضعهن"

13 ا، ب: "ووْوْو"

14 ا، ب:" وهو حرف لين"

**பின்னிணைப்பு: 2**

## அல்–கிதாப்பின் பிறப்பியல்: 1800இல் எகிப்தில் கிடைத்த கையெழுத்துப்படி

1. இருபத்தொன்பது மூல அறபு ஒலிகளையும், குற்ஆனும் அறபுக்கவிதைகளும் ஏற்றுக்கொள்ளும் ஆறு மாற்றொலிகளையும் குறிப்பிடும் பகுதி

هذا باب الادغام

هذا باب عدد الحروف

العربية ومخارجها ومهموسها ومجهورها

واحوال مجهورها ومهموسها واختلافها

فاصل حروف العربية تسعة وعشرون حرفا

الهمزة والالف والهاء والعين والحاء والغين

والخاء والكاف والقاف والضاد والجيم والشين

والياء واللام والراء والنون والطاء والدال

والتاء والصاد والزاي والسين والظاء والذال

والثاء والفاء والباء والميم والواو وتكون

خمسة وثلاثين حرفا بحروف هن فروع واصلها من

التسعة والعشرين وهي كثيرة يؤخذ بها وتستحسن في

قراءة القرآن والاشعار وهي النون الخفيفة والهمزة

التي بين بين والالف التي تمال امالة شديدة

والشين التي كالجيم والصاد التي تكون كالزاي والف

التفخيم يعني بلغة اهل الحجاز في قولهم الصلوة والزكوة

والحيوة

2. குற்ஆனும், அறபுக்கவிதைகளும் ஏற்றுக்கொள்ளாத ஏழு மாற்றொலிகளை விவரிக்கும் பகுதி

وتكون اثنين واربعين حرفا بحروف غير مستحسنة
ولا كثيرة في لغة من ترتضى عربيته ولا تستحسن في قراءة
القرآن ولا في الشعر وهي الكاف التي بين الجيم والكاف
والجيم التي كالكاف والجيم التي كالشين والضاد
الضعيفة والصاد التي كالسين والطاء التي كالتاء
والظاء التي كالثاء والباء التي كالفاء وهذه الحروف
التي تممتها اثنين واربعين جيدها ورديئها اصلها
التسعة والعشرون لا تتبين الا بالمشافهة الا ان الضاد
الضعيفة تتكلف من الجانب الايمن وان شئت
تكلفتها من الجانب الايسر وهو اخف لانها من حافة
اللسان مطبقة لانك جمعت في الضاد تكلف الاطباق
مع ازالته عن موضعه وانما جاز هذا فيها لانك تحولها

من اليسار الى الموضع الذي في اليمين وهي اخف لانها
من حافة اللسان وانها تخالط مخرج غيرها بعد خروجها
فتستطيل حين تخالط حروف اللسان فسهل تحويلها
الى الايسر لانها تصير في حافة اللسان في الايسر الى مثل
ما كانت في الايمن ثم تنسل من الايسر حتى تتصل بحروف
اللسان كما كانت كذلك في الايمن

3. அறபு ஒலிகளின் பதினாறு ஒலிப்பிடங்களைக் குறிப்பிடும் பகுதி

وللحروف العربية
ستة عشر مخرجا فللحلق منها ثلاثة فاقصاها مخرجا
الهمزة والهاء والالف ومن اوسط الحلق مخرج العين
والحاء وادناها مخرجا من الفم الغين والخاء ومن
اقصى اللسان وما فوقه من الحنك الاعلى مخرج القاف
من اسفل من موضع القاف من اللسان قليلا ومما يليه
من الحنك الاعلى مخرج الكاف ومن وسط اللسان
بينه وبين وسط الحنك الاعلى مخرج الجيم
والشين والياء ومن بين اول حافة اللسان وما
يليها من الاضراس مخرج الضاد ومن حافة اللسان
من ادناها الى منتهى طرف اللسان ما بينها وبين ما
يليها من الحنك الاعلى وما فويق الضاحك والناب
والرباعية والثنية مخرج اللام ومن طرف اللسان بينه
وبين ما فويق الثنايا مخرج النون ومن مخرج النون
غير انه ادخل في ظهر اللسان قليلا لانحرافه الى اللام
مخرج الراء ومما بين طرف اللسان واصول الثنايا
مخرج الطاء والدال والتاء ومما بين طرف اللسان
وفويق الثنايا الزاي والسين والصاد ومما بين
طرف اللسان واطراف الثنايا مخرج الظاء والذال
والثاء ومن باطن الشفة السفلى واطراف الثنايا

العليا مخرج الفاء ومما بين الشفتين مخرج الباء
والميم والواو ومن الخياشيم مخرج النون الخفيفة

4. குரல்நாள அதிர்வு (voiced), அதிர்வில்லா (unvoiced) ஒலிகளை விவரிக்கும் பகுதி

فأما
المجهورة فالهمزة والألف والعين والغين والقاف
والجيم والياء والضاد واللام والنون والراء
والطاء والدال والزاي والظاء والذال والباء
والميم والواو فذلك تسعة عشر حرفا. وأما المهموسة
فالهاء والحاء والخاء والكاف والشين والسين
والتاء والصاد والثاء والفاء فذلك عشرة أحرف
فالمجهورة حرف أشبع الاعتماد في موضعه ومنع النفس
أن يجري معه حتى ينقضي الاعتماد عليه ويجري
الصوت فهذه حال المجهورة في الحلق إلا أن النون
والميم قد يعتمد لهما في الفم والخياشيم فتصير فيهما
غنة والدليل على ذلك أنك لو أمسكت أنفك ثم
تكلمت بهما لرأيت ذلك قد أخل بهما وأما المهموس ف
فحرف أضعف الاعتماد في موضعه حتى جرى النفس
معه وأنت تعرف ذلك إذا اعتبرت فرددت الحرف
مع جري النفس ولو أردت ذلك في المجهورة لم تقدر
عليه فإذا أردت إجراء الحروف فأنت ترفع صوتك
إن شئت بحروف اللين والمد أو بما فيها منها وإن
شئت أخفيت

5. இறுக்கமான (Tight), இறுக்கமற்ற (Slack) மெய்யொலிகளையும்
நெட்டுயிர்களையும் விளக்கும் பகுதி

ومن الحروف الشديد وهو الذي يمنع
الصوت ان يجري فيه وهو الهمزة والقاف والكاف
والجيم، والطاء، والتاء، والباء، والدال، وذلك
انك لو قلت الحج ثم مددت صوتك لم يجر ذلك ومنها
الرخوة وهي الهاء، والحاء، والغين، والخاء، والشين
والصاد، والضاد، والزاي والسين، والظاء والثاء
والذال والفاء وذلك اذا قلت الطس وانقض
وانقض واشباه ذلك اجريت فيه الصوت ان شئت
واما العين فبين الرخوة والشديدة تصل الى الترديد
فيها لشبهها بالحاء ومنها المنحرف وهو حرف شديد
جرى فيه الصوت لانحراف اللسان مع الصوت ولم
يعترض على الصوت كاعتراض الحروف الشديدة وهو
اللام وان شئت مددت فيها الصوت وليس كالرخوة
لان طرف اللسان لا يتجافى عن موضعه وليس يخرج الصوت
من موضع اللام ولكن من ناحيتي مستدق اللسان فويق
ذلك ومنها حرف شديد يجري معه الصوت لان ذلك
الصوت غنة من الانف فانما تخرجه من انفك واللسان لازم
لموضع الحرف لانك لو امسكت بانفك لم يجر معه الصوت
وهو النون وكذلك الميم ومنها المكرر وهو حرف
شديد يجري فيه الصوت لتكريره وانحرافه الى اللام
فتجافى للصوت كالرخوة ولو لم يكرر لم يجر الصوت فيه
وهو الراء ومنها اللينة وهي الواو والياء لان مخرجهما
يتسع لهواء الصوت اشد من اتساع غيرهما كقولك
واي والواو وان شئت اجريت الصوت ومددت ومنها
الهاوي وهو حرف لين اتسع لهواء الصوت مخرجه اشد
من اتساع مخرج الياء والواو لانك قد تضم شفتيك في
الواو وترفع في الياء لسانك قبل الحنك وهي الالف
وهذه الثلاثة اخفى الحروف لاتساع مخرجها واخفاهن
واوسعهن مخرجا الالف ثم الياء ثم الواو

6. மூடிய நிலையில் தோன்றும் ஒலிகளையும் (cover) திறந்த நிலையில் தோன்றும் ஒலிகளையும் (open) விவரிக்கும் பகுதி

ومنها
المطبقة والمنفتحة فأما المطبقة فالصاد والضاد والطاء
والظاء والمنفتحة فأما المنفتحة فكل ما سوى ذلك من
الحروف لأنك لا تطبق لشيء منهن لسانك ترفعه
إلى الحنك الأعلى وهذه الحروف الأربعة إذا وضعت
لسانك في مواضعهن انطبق لسانك من مواضعهن
إلى ما حاذى الحنك الأعلى من اللسان ترفعه إلى
الحنك فإذا وضعت لسانك فالصوت محصور فيما
بين اللسان والحنك إلى موضع الحروف وأما الدال
والزاي ونحوهما فإنما ينحصر الصوت إذا وضعت
لسانك في مواضعهن فهذه الأربعة لها موضعان
من اللسان وقد بين ذلك بحصر الصوت ولولا الإطباق
لصارت الطاء دالا والصاد سينا والظاء ذالا ولخرجت
الضاد ~~دالا والصاد سينا~~ من الكلام لأنه ليس شيء من
موضعها غيرها

7. இறுதிப்பகுதி (முடிவுரை)

وإنما وصفت لك حروف المعجم بهذه
الصفات لتعرف ما يحسن فيه الإدغام وما يجوز فيه وما
لا يحسن فيه ذلك ولا يجوز فيه وما تبدله استثقالا كما
تدغم وما تخفيه وهو بزنة المتحرك .

## பின்னிணைப்பு 3

# அல்–கிதாப்பின் பிறப்பியல்: தமிழ் ஒலிபெயர்ப்பும் மொழிபெயர்ப்பும்

### நூல்–நூலாசிரியர் பற்றிய சிறு அறிமுகம்

அல்–கிதாப்பின் ஆசிரியர் ஸீபவைஹி

*கி.பி. 600 முதல் 900 வரை ஈராக்கில் மூன்று இலக்கணப் பள்ளிகள் இருந்தன. அவை: 1. பஸறா இலக்கணப்பள்ளி (Basra School of Grammar), 2. கூஃபா இலக்கணப்பள்ளி (Kufa School of Grammar), 3. பாக்தாத் இலக்கணப்பள்ளி (Baghdad School of Grammar). இம்மூன்றில் பஸறா இலக்கணப்பள்ளியே முதன்மையானதாகத் திகழ்ந்தது. மிகச் சிறந்த அறபு மொழியறிஞர்களான அபு அல்–அஸ்வத் அல்–துவாலி (இ.688); அல்–க்ஹலீல் இப்ன் அஹமது (இ.791); ஸீபவைஹி (இ.793); அல்–அக்ஹ்ஃபாஷ் (இ.835); முபாறித் (இ.895) முதலியோர் இப்பள்ளியைச் சார்ந்தவர்கள்.*[1] பஸறா இலக்கணப் பள்ளியைச் சார்ந்த ஸீபவைஹியின் *அல்–கிதாபு* அறபு இலக்கண மரபின் முழுமுதல் இலக்கணமாகத் திகழ்கிறது. சமஸ்கிருத இலக்கண மரபில் பாணினி, கிரேக்க இலக்கண மரபில் டையொனிஸியஸ் த்ராக்ஷ், தமிழ் இலக்கண மரபில் தொல்காப்பியர் முதலிய மூத்த இலக்கணிகளைப் போன்று அறபு இலக்கண மரபில் அல்–கிதாப்பின் ஆசிரியராகிய ஸீபவைஹி தன்னிகரற்றவராகத் திகழ்கிறார். இவர் பிற்கால அறபு இலக்கணிகளுக்கு ஆதர்சமாக விளங்கினார்.

ஸீபவைஹியின் பிறப்பையும் இறப்பையும் பற்றித் துல்லியமாகக் குறிப்பிடும் ஆதாரங்கள் குறைவு. அவரது காலம் கி.பி. எட்டாம் நூற்றாண்டின் பிற்பகுதி என்பதைச்

1. Nasser Saleh Al-Mansour (2001: 87)

சில துணைத்தரவுகளின் (ஸீபவைஹி பற்றி, அவர் காலத்திலும் பிற்காலத்திலும் வாழ்ந்தவர்களின் குறிப்புகள்) மூலம் அறபு அறிஞர்கள் நிறுவுகின்றனர். ஸீபவைஹியின் காலத்தை, ஹாறுன் கி.பி. 760–796 என்றும், அபுஅல்–தயிப் கி.பி. 750–790 என்றும், அல்–நஸ்ஸிர் கி.பி. 760–798 என்றும், எம்.ஜி. கார்டர் கி.பி. 752–794 என்றும் கூறுகின்றார்கள். இவர்களில் இன்று தலைசிறந்த அறபுமொழியியல் அறிஞராக விளங்கும் எம்.ஜி. கார்டர், ஸீபவைஹியின் காலத்தைப் பல்வேறு ஆதாரங்களின் வழித் துல்லியமாக நிறுவுகிறார். “தெற்கு ஈரானில் உள்ள ஷி$^{1}$றாஜ் (شيراز) நகரின் ப$^{3}$ய்தா (بعيدا) என்னும் இடத்தில் அ.ஹி.[2] 135/கி.பி. 752ஆம் ஆண்டு ஸீபவைஹி பிறந்தார்.”[3] இவ்விடத்தை பை$^{3}$ஜா (بيزا) என்றும் அழைப்பர். ஸீபவைஹியின் காலத்திலிருந்து இன்று வரை ஷி$^{1}$றாஜ் ஒரு பண்பாட்டு மையமாகத் திகழ்கின்றது. இன்று ஃபாற்ஸ் (فارس) என்னும் மாநிலத்தின் தலைநகராக விளங்குகிறது. எனவே ஸீபவைஹியின் காலம் கி.பி. எட்டாம் நூற்றாண்டு என்பது அனைவராலும் ஏற்றுக்கொள்ளப்படுகின்றது.

ஸீபவைஹி என்பது அவருக்கு அவரது மூதாதையர் வைத்த செல்லப்பெயர் (*Nickname*).[4] ஃபாற்ஸியில் (பாரசீகம்) ஸீபுயஹ் (سيبويه) என்றும், அறபியில் ஸீபவைஹி (سيبويه) என்றும் அழைப்பர். ஸீபவைஹி என்றால் “சிறிய ஆப்பிள்” என்று பொருள்.[5] ஸீபவைஹியின் உண்மையான பெயர், “அபு பிஷ்ற் அம்ற் இப்ன் உஃத்மான் இப்ன் கன்பற்” أبو بشر عمرو بن عثمان بن قنبر / *Abū Bishr ‘Amr ibn ‘Uthmān ibn Qanbar*). இவர் பெரும்பாலும் ஸீபவைஹி எனும் பெயராலேயே அறியப்படுகிறார்.

கி.பி. எட்டாம் நூற்றாண்டில் ஈராக்கின் பஸறா (பஸறஹ்) ஒரு இஸ்லாமியக் கல்வி மையமாக விளங்கியதால் அறபியரல்லாத பிற நாட்டு இஸ்லாமியரும் அங்குக் குடிபெயர்ந்தனர்.[6] ஸீபவைஹிக்குப் பத்து வயதாகும்போது ஸீபவைஹியின் குடும்பமும் ஈரானின் பய்தாவிலிருந்து வடமேற்கில் 470 கி.மீ தொலைவிலுள்ள ஈராக்கின்

---

2. அ.ஹி. (A.H) என்பது *அல்–ஹிஜ்றிஹ்*ஹின் சுருக்கமாகும். அல்–ஹிஜ்றிஹ் என்பது இஸ்லாமிய நாட்காட்டி. கி.பி.622ல் முஹம்மது நபி தான் பிறந்த மெக்கா நகரிலிருந்து, மதினாவிற்கு தன் குழுவினருடன் யாத்திரை தொடங்கிய ஆண்டே அல்–ஹிஜ்றிஹ் ஆண்டின் தொடக்கமாகும். அறபியில் ஹிஜ்றிஹ் என்றால் குடிபெயர்தல் என்று பொருள்.
3. M.G. Carter (2004: 10)
4. Aryeh Levin (2000: 252)
5. M.G. Carter (2004: 9)
6. A.A.Al-Nassir (1993: 4)

பஸறா (بصرة/Basra) நகருக்குக் குடிபெயர்ந்தது.[7] பஸறாவில் ஸீபவைஹி முதலில் இஸ்லாமிய மார்க்கச்சட்டங்களைப் படிக்கத் தொடங்கினார். அதற்காகத் தன் முதல் ஆசிரியரான ஹமாத் பின் ஸலாமஹ் பின் தினாற் அல் பஸ்றிய் (d.167/784) حماد بن سلمة بن دينار البصرى/Hammad ibn Salamah ibn Dinaral-Basri)யிடம் சேர்ந்தார். அவரிடம் மார்க்கப்பாடம் பயின்று கொண்டிருந்த போது, ஒருநாள் ஹமாத் பின்வரும் ஹதீத்தை[8] ஓதிக்காட்டினார்.

*"mā min ahadin min ashabi illa man situ la ahadtu alayhi **laysa abā** l dardāi"*

இதைத் திரும்ப ஓதிக்காட்டிய ஸிபவைஹி, 'லய்ஸ அபா' (laysa abā) என்பதை 'லய்ஸ அபூ' (laysa abū) எனத் தவறாக உச்சரித்தார். ஹமாத் ஸீபவைஹியின் உச்சரிப்பைத் திருத்தினார். ஆனால் ஹமாத் திருத்திய முறை ஸீபவைஹிக்குச் சங்கடத்தை ஏற்படுத்தியது. எனவே, முதலில் அறபு இலக்கணத்தில் தேர்ச்சி பெறவேண்டும் என முடிவு செய்து, அப்போது அறபு அறிஞராக இருந்த பாரசீகரான அபு அப்த் அற்–றஹ்மன் அல்–க்ஹலீல் இப்ன் அஹ்மத் அல்–ஃபறாஹிதியிடம் (இ.791) ஸீபவைஹி அறபு மொழி மாணவராகச் சேர்ந்தார்.[9] ஸீபவைஹி அல்–க்ஹலீல் மாணவராக அவருடன் நெடுங்காலம் இணைந்திருந்தார்.[10] அல்–க்ஹலீலின் *அல்–அய்னி* (العين/al-'Ayn) தான் அறபு மொழியின் முதல் அகராதி. அல்–க்ஹலீல் இறந்த பின்பு ஸீபவைஹி மீண்டும் பய்தாவிற்கே சென்றார். அங்குச் சென்ற சிறிது காலத்தில் தனது 35–45 வயதில் இறந்தார்.[11]

## அல்–கிதாப்பு

ஸீபவைஹிக்கு முன்பு அபு அல்–அஸ்வத் அல்–துவாலி (இ.688) என்பவர் அறபு இலக்கணம் ஒன்றைச் சிறிய அளவில் எழுதியிருக்கிறார். அவ்விலக்கணம் கற்பனை, கதை நிறைந்த புராணக்கதை போன்று இருப்பதால் அறபு அறிஞர்கள் அதை இலக்கணமாக ஏற்றுக்கொள்வதில்லை. தற்கால அறபு மொழி அறிஞர்களில் முதன்மையானவர்களாகத் திகழும் குய்தி, மொர்க்ஸ், பிரெடோரியஸ், ருட்ஜெர்ன், வெர்ஸ்தீத்,

---

7. M.G. Carter (2004: 10)
8. ஹதீத் (حديث/Hadīth) என்றால் முஹம்மது நபியவர்கள் கூறிய செய்தி என்று பொருள். தமிழ் முஸ்லீம்கள் இதனை ஹதீஸ் என்று அழைப்பர்.
9. M.G. Carter (2004: 11)
10. A.A.Al-Nassir (1993: 5)
11. மேலது, ப.15.

அல்–நஸ்ஸிர், கார்டர் முதலியோர் அல்–கிதாப்பை முதல் அறபு இலக்கணமாகக் கருதுகின்றனர். எனவே, முறையான அறபு இலக்கணம் ஸீபவைஹியின் *அல்–கிதாப்பிலிருந்து* தான் தொடங்குகின்றது.[12]

ஸீபவைஹி அல்–கிதாப்பின் உருவாக்கத்திற்கு, அல்–க்ஹலீல் போன்ற சமகால அறிஞர்களின் அறபுமொழி அறிவோடு பின்வரும் தரவுகளையும் அடிப்படை ஆதாரமாகப் பயன்படுத்துகிறார்.[13] அவை:

1. அவர் காலத்தில் மக்களின் பேச்சுவழக்கில் உயிர்ப்புடன் திகழ்ந்த பீடுய்ன் *(Bedoin)* (நாடோடி) கிளை மொழி
2. பழைய அறபுக்கவிதைகளின் புனைவு மொழி
3. அல்–குற்ஆனுக்குள் இயற்கையாக அமைந்த கிளை மொழி வேறுபாடு (குற்ஆனுக்குள் ஏழு கிளை மொழிகள் உள்ளன)[14]
4. நபி மரபும் ஹதீத்/ஹதீஸூம்
5. அக்காலத்தில் நடைமுறையில் இருந்த சொற்றொடர்கள், பழமொழிகள்

ஸீபவைஹி தன் நூலிற்கு பெயரிடவில்லை. அதனால் அதனை 'நூல்' (அல்–கிதாப்பு) என்னும் பொதுப்பெயரிலே அழைத்தனர். குறிப்பாக பஸறாவைச் சார்ந்தவர்கள் அதனை "ஸீபவைஹியின் நூல்" என்றே வழங்கினர். அதோடு "இலக்கணங் களின் குற்ஆன்" *(The Quran of Grammar)* என்னும் சிறப்புபெயரும் அல்–கிதாப்பிற்கு உண்டு.

அறபு மொழியின் முதல் இலக்கணமான அல்–கிதாப்பு ஒரு விளக்கமுறை இலக்கணமாகும் *(Descriptive Grammar)*. சில மேற்கத்திய விளக்கமுறை இலக்கணங்களைப் போன்று அறபு மொழியின் அமைப்பைத் தொடரனியல் *(Syntax)*, உருபனியல் *(Morphology)*, ஒலியனியல் *(Phonology)* என்ற முறையில் அல்–கிதாப்பு விவரிக்கின்றது. அல்–கிதாப்பின் மொத்த இயல்களின் எண்ணிக்கை 571.

அறபு மொழி குறித்துச் சிறு முன்னுரையாக முதல் 7 இயல்களும், தொடரனியல் பற்றி 276 இயல்களும், உருபனியல்

---

12. Rafael Talmon (2000: 246)
13. M.G. Carter (2004: 39)
14. மேலது, ப.10.

குறித்து 281 இயல்களும், உருபொலியனியல், ஒலியனியல் பற்றி இறுதி 7 இயல்களும் பேசுகின்றன. ஒலியனியல் பகுதியில் உள்ள ஏழு இயல்களில் (565–571), முதல் இயல் (565) அறபு ஒலிகளின் பிறப்பு பற்றி விளக்குகின்றது. இவ்வியலில், ஸீபவைஹி அறபு ஒலிகளின் பிறப்பை, ஒலிப்பிடத்தின் அடிப்படையிலும், ஒலிப்புமுறையின் அடிப்படையிலும் விரிவாக விளக்குகின்றார்.

அல்–கிதாப்பின் தொடக்கத்தில் தலைப்பு, கடவுள் வாழ்த்து போன்றவை ஏதும் இல்லை. “அறபியில் உரையாடல்” (هذا بابُ علمِ ما الكَلِمُ من العربية / *speech in Arabic*) என்ற தொடருடன் அல் கிதாப்பு தொடங்குகின்றது. [15]ஆனால், Derenbourg, Bulaq, Hārūn ஆகிய மூவரின் பதிப்பிலும் நூலின் தொடக்கத்தில், கடவுளையும் முஹம்மது நபியையும் பற்றிச் சில தொடர்கள் இடம்பெற்றுள்ளன. [டிரன்பர்க் (Derenbourg) பதிப்பில், “இது ஸீபவைஹியின் நூல்” (هذا كتاب سيبويه) என்று தலைப்பிட்டு, அதனைத் தொடர்ந்து, “கடவுளின் பெயரில் அருளும் இரக்கமும் உள்ளது. அதை (அப்பெயரை), நாம்பயன்படுத்துவோம்” (بسم الله الرحمن الرحيم وبه نستعين) என்னும் தொடர்வருகின்றது. அதன் பின்பு தான், “அறபியில் உரையாடல்” என்ற தொடருடன் முதல் இயல் தொடங்குகின்றது. பூலக் (Bulaq) பதிப்பின் தலைப்பு, “ஸீபவைஹியின் நூல்” (كتاب سيبويه) என்று உள்ளது. அதனைத் தொடர்ந்து, “கடவுளின் பெயரில் அருளும் இரக்கமும் இருக்கின்றது” (بسم الله الرحمن الرحيم) என்னும் தொடர் வருகின்றது. அதன் பின்பு தான் முதல் இயல் தொடங்குகின்றது. ஹாரூன் (Hārūn) பதிப்பின் தலைப்பும், “ஸீபவைஹியின் நூல்” (كتاب سيبويه) என்பது தான். அதனைத் தொடர்ந்து டிரன்பர்க்கின் தொடரையே (கடவுளின் பெயரில் அருளும் இரக்கமும் உள்ளது. அதை நாம் பயன்படுத்துவோம்) குறிப்பிட்டு, அத்துடன், “கடவுளிடமும் முஹம்மது நபியிடமும் அமைதி வேண்டி வழிபடுவோம்” (وصلى الله على محمد وعلى آله وسلم) என்னும் ஒரு தொடரை புதிதாக இணைக்கின்றார். அதன் பின்பு முதல் இயல் தொடங்குகின்றது].

தமிழில் உள்ளது போல் அதிகாரம், இயல், நூற்பா என்ற பகுப்பு அறபியில் இல்லை அதிகார பகுப்பு மட்டுமே உண்டு. அல்–கிதாப்பிற்குள், அதிகாரத்தைக் குறிக்க باب /பா$^3$பு$^3$ என்னும் சொல்லை ஸீபவைஹி கையாள்கின்றார். இது, தமிழில் அதிகாரம், இயல் என்னும் பொருளில் வரும். (தமிழ்ச்சூழலில், அதிகாரத்திற்கும் இயலுக்கும் வேறுபாடு உண்டு. இயல், அதிகாரத்தின் ஒரு கூறு) باب /பா$^3$பு$^3$வை ஆங்கிலத்தில் *Chapter*

---

15. A.A.Al-Nassir (1993: 6)

என்று அழைக்கின்றனர். அல்–கிதாப்பின் باب /பா$^3$பு$^3$வின் எல்லையும், தொல்காப்பியத்தின் இயல்களின் எல்லையும் ஏறத்தாழ சமஅளவுடையன. அல்–கிதாப்பில் அதிகாரங்களின் எல்லை நான்கு தொடர்களில் இருந்து பதினேழு பக்கங்கள் வரை அமைந்துள்ளது. எனவே, باب /பா$^3$பு$^3$வை தமிழில் இயல் என்று குறிப்பிடுவதே பொருத்தமாக இருக்கும். அதிகாரம் என்று அழைத்தாலும் தவறில்லை. இம்மொழிபெயர்ப்பிலும், ஆய்விலும் باب /பா$^3$பு$^3$, இயல் என்றே குறிக்கப்படுகின்றது. தமிழ் மரபில் உள்ள யாப்பு முறை அறபியில் இல்லை. அல்–கிதாப்பு உரைநடை அமைப்பில் உள்ளது. பிற்காலத்தில் வந்த இப்ன் மாலிக் (d.672/1274) (ابن مالك عبد الله بن محمد / Ibn Mālik, Abū ʻAbd Allāh Djamāl Al-Dīn Muhammad) போன்றோர் அறபு மொழிக்கு கவிதை வடிவில் இலக்கணம் எழுதினர்.[16]

கி.பி.எட்டாம் நூற்றாண்டில் தோன்றிய அல்–கிதாப்பிற்கு இதுவரை கிடைத்த கையெழுத்துப்படிகள், இதுவரை வந்துள்ள உரைகள், பதிப்புகள், மொழிபெயர்ப்புகள் ஆகியன பற்றி பின்வரும் பகுதி விளக்குகின்றது.

## I. கையெழுத்துப்படிகள்

அல்–கிதாப்பிற்கு மொத்தம் 78 கையெழுத்துப்படிகள் கிடைக்கின்றன. ஆனால் அவையனைத்தும் முழுமையானவை யல்ல. இக்கையெழுத்துப்படிகள் கி.பி ஒன்பதாம் நூற்றாண்டு முதல் பதினெட்டாம் நூற்றாண்டு (கி.பி. 352/A.D. 962 முதல் கி.பி. 1200/A.D. 1800) வரையான காலப்பகுதியைச் சார்ந்தவை. இவற்றுள் சில கையெழுத்துப்படிகள் மட்டுமே முழுமையாகக் கிடைக்கின்றன. முழுமையான கையெழுத்துப் படிகளில் மிகப்பழமையானதாகப் பன்னிரெண்டாம் நூற்றாண்டைச் (A.H. 588/1192–93) சார்ந்த கையெழுத்துப்படி விளங்குகின்றது.[17] மேலும், கிடைத்த கையெழுத்துப்படிகளில், பாடவேறுபாடுகள் குறைந்தவைகளாகப் பின்வரும் மூன்று கையெழுத்துப்படிகளை அறபு அறிஞர்கள் குறிப்பிடுகின்றனர்.

1. எகிப்தில் கிடைத்த கையெழுத்துப்படி. இது கி.பி.18ஆம் நூற்றாண்டைச் சார்ந்தது. இந்தக் கையெழுத்துப்படி அல்–கிதாப்பின் 571 இயல்களுக்கும் கிடைக்கிறது. இது தற்பொழுது ஃபிரான்ஸின் பாரிஸில் உள்ள தேசிய நூலகத்தில் உள்ளது.

---

16. Abdullah Y.Samarah (2011: 938)
17. M.G. Carter (2004: 147)

2. கி.பி. 18ஆம் நூற்றாண்டைச் சார்ந்தது (அ.ஹி 1138/கி.பி. 1725-6). இது ரஷ்யாவில் உள்ள பீட்டர்ஸ்பர்க்கில் இருக்கிறது. இதில், 285-302, 565-71 ஆகிய இயல்கள் இல்லை.

3. கி.பி. 12ஆம் நூற்றாண்டைச் சார்ந்தது (அ.ஹி. 547/ கி.பி.1152). இதுவும் ரஷ்யாவில் உள்ள பீட்டர்ஸ்பர்க்கில் இருக்கிறது. இதிலும் 285-302, 565-71 முதலிய இயல்கள் இல்லை.

## II. உரைகள்

அல்-கிதாப்பிற்கு 80 உரைகள் இருந்ததாக Sezgin *(Geschichte des arabischen Schrifttums)* குறிப்பிடுகிறார். ஆனால் தற்பொழுது சில உரைகளே கிடைக்கின்றன.[18]

அவை

1. Al-Zajjaji (337/949 or later), *al-Idah fi ilaal al nahw*, published in Translation by Kees C.H.M. Versteegh as The explanation of Linguistic Causes: Al-Zaggagi's Theory of Grammar, Intoduction, Translation,Commentary (Amsterdam,1995); a translation of the most important discussion of Sibawayhi's Risala. The Arabic text of the work was published by Mazin al-Mubarak (1 st edn.Cairo,1959; reprinted Beirut, 1979).

2. Ibn al-Nahhas (338/950), *Sarh abyat Aibawayhi*, ed. Z.G. Zahid (Beirut, 1986), on the poetic verses in the Kitab.

3. al-Sīrāfī (368/979), Sarh Kitab Sibawayhi, ed. R. Abd alTawwab (Cairo, 1986) 2 vols.

4. Al-Farisi, Abu Ali (377/987), *al-Taliqa, ed. A. ibn H. al-Quzi (el-Kozi)*, 5 vols. and index (Cairo, 1990-6): a collection of comments on differenttopics by a tenth century Kitab enthusiast.

5. Al-Zubaydi (379/989), Abu Bakr, *Kitab al-istidrak*, ed. I. Guidi (Rome, 1890; reprinted Baghdad, n.d), list of word patterns overlooked by Sibawayhi.

6. Al-Rummani (384/994), E.Ambros,*Sieben Kapital des Sarh Kitab Sibawayhi von al-Rummani in Edition und Übersetzung* (Vienna, 1979); only vols. 2-5 of the impotant Mutazilite commentary survive in manuscript, but only this part (dealing with chapter 411-417) ha been published so far.

---

18. M.G.Carter (2004: 148)

7. Ibn al-Sīrāfī (385/995), *Sarh abyat Sibawayhi*, ed. M.A. Sultan (n.p.1979), on the poetic verses in the Kitab.

8. Harun ibn Musa (401/1011), *Sarh uyun Kitab Sibawayhi*, ed. A. R.A.L. Abd Robbih (Cairo, 1984), on a miscellany of topics in the Kitab.

9. Al-Santamari (476/1083), *Tahsil ayn al-dahab*, on the poetry quoted in the kitab, published at the foot of the page in the Bilaq edition.

10. ___________ *al-Nukat fi tafsir Kitab Sibawayhi*, ed. Rasid Bilhabib (Rabat, 1999); a 1987 Kuwait edotion (no futher details), is mentioned in secondary sources, on topic from the Kitab.

11. Al-Jawaliqi (539/1144), *Muhtasar sarh amtilat Sibawayhi*, ed. S.B. Abu L-Suud (Asyut,1979), on the word patterns in the Kitab.

12. Ibn al-Dahhan (569/1174), *Sarh abniyat Sibawayhi*, ed. H.S. Farhud (Riyath, 1987), on the word patterns in the Kitab.

## III. பதிப்புகள்

அல்–கிதாப்பிற்கு முழுமையான பதிப்புகள் நான்கு உள்ளன. சிலர் ஒரு சில இயல்களை மட்டும் பதிப்பித்துள்ளனர். அவ்வகையில் மூன்று பதிப்புகள் உள்ளன.

i. முழுமையான பதிப்புகள்

1. Hartwig Derenbourg (Editor), *Hadā Kitāb Sībawayhi,* 2 vols. (Vol.I 441pp., Vol.II 481pp.), Paris, 1881-89, repr. Hildesheim & New York, 1970.

2. Calcutta edition,1889.

3. Būlāq (Editor), *Kitāb Sībawayhi*, 2 vols.,1898-1900, repr. Baghdad,1965.

4. Muḥammad'Abd al-Salām Hārūn (Editor), *Kitāb Sībawayhi*, 5 vols., Cairo, 1968-77, 2nd ed. Cairo, 1977.

ii. சில இயல்களுக்கு மட்டும் அமைந்த பதிப்புகள்

1. Sylvestre de Sacy, *Anthologie grammaticale arabe*,Ch.1, 3, 4 and 5, Paris, 1829.

இது, ஐரோப்பிய அச்சுக்கூடத்தில் பதிப்பிக்கப்பட்ட அல்–கிதாப்பின் முதல் பதிப்பு.[19] இப்பதிப்பு, மேற்கண்ட நான்கு இயல்களுக்கு உரிய அறபு மூலம் (pp.152–154), பிரஞ்சு மொழிபெயர்ப்பு (pp.361–363) மற்றும் சில குறிப்புகள் (pp.381–388) என்று மூன்று பகுதிகளாக, மொத்தம் 14 பக்கங்களில் அமைந்துள்ளது.

2. V. Girgas and Rosen, *Arabic Chrestomathy* (in Russian), Ch.1, 2, 7 and 30, St. Petersburg, 1875, 1876, 1900, pp.352-377.
3. A. Matveev, M.G. Carter and L. Edzard, Ch.1-7 (the Risaala) and Ch.565-571 (Phonology), Oslo, 1999-2000.

## IV. மொழிபெயர்ப்புகள்

அல்–கிதாப்பிற்கு இதுவரை எட்டு மொழிபெயர்ப்புகள் வந்துள்ளன. ஜெர்மன், பிரஞ்சு, ஆங்கிலம் முதலிய மொழிகளில் பெயர்க்கப்பட்டுள்ளது. இவற்றுள், ஜெர்மன் மொழிபெயர்ப்பு மட்டுமே முழுமையான மொழிபெயர்ப்பாகும். மற்றவையெல்லாம் ஒரு சில இயல்களுக்கு மட்டும் அமைந்தவை.

### i. முழுமையான மொழிபெயர்ப்பு

#### அறபு–ஜெர்மன்

1. Gustav John (Translator), *Sībawaihis Buch über die Grammatik übersetzt und erklärt*, Berlin 1895, repr. Hildesheim 1969.

குஸ்தவ் ஜானின் இந்த ஜெர்மன் மொழிபெயர்ப்பு விரிவான விளக்கவுரையாக அமைந்துள்ளது. அல்–கிதாப்பின் உரையாசிரியர்களான அல்–ஸீறாஃபீ (368/979), யாஅய்ஷ், ஜமாஹ்ஷறீ போன்றோரின் உரைகளிலிருந்து விரிவான விளக்கம் கொடுக்கின்றார். *Hartwig Derenbourg* பதிப்பை அடிப்படையாகக் கொண்டு மொழிபெயர்த்துள்ளார்.

### ii. சில இயல்களுக்கு மட்டும் அமைந்த மொழிபெயர்ப்புகள்

#### a. அறபு–பிரஞ்சு

1. Sylvestre de Sacy (editor and translater), Chapters 1, 3, 4 and 5 in *Anthologie grammaticale arabe*, Paris 1829, Arabic text

19. M.G. Carter (2004: 148)

pp.152-154, translation 361-363, notes 381-88. This has the distinction of being the earliest published fragment of the Kitāb.

2. (i) Gérard Troupeau,(Translater) *'La Risālat al-Kitāb de Sībawayhi', in Mélanges de l'Université* Saint-Joseph 40 (1973-4), 323-38, a translation of Chapters 1 to 7 of the Kitāb, though omitting all the poetic material in the final sections.

   (ii) Gérard Troupeau, (Translater), *'Le commentaire d'al-Sīrāfī sur le chapitre 565 du Kitāb de Sībawayhi'*, Arabica 5, 1958, pp.168-182.

*அல்–கிதாப்பின் பிறப்பியலுக்குரிய (565) அல்–ஸீறாஃபீ (368/979)யின் உரையை ஜெராா்ட் பிரஞ்சு மொழியில் பெயர்த்துள்ளார்.*

3. Pierre Larcher (Translater), *Prolégomènes au Kitāb de Sībawayhi*, Chapters 01 to 07, 2003.

4. Georges Bohas and M.G. Carter, (Translaters), *'Prolégomènes au Kitāb de Sībawayhi, traduction'*, in 'A propos du préambule au Kitāb de Sībawayhi', Translation with notes of Chapters 01 to 06. *Langues et Littératures du Monde Arabe 5*, 2004, 43-59.

5. D. Kouloughli (Translater), *Prolégomènes au Kitāb de Sībawayhi*, Translation, Chapters 01 to 06, Langues et Littératures du Monde Arabe 5, 2004.

b. அறபு–ஆங்கிலம்

1. Solomon I Sara S.J., (Translater), *Sibawayhi's Al-Kitab, Translation & Notes, Chapters 01-40*, Journal of Arabic Linguistics Tradition (International Electronic Journal), vols.01-07, 2003-2009.

*தமிழில் பெயர்த்துள்ள இந்த பிறப்பியலை (ஒலிப்பியல்) (Chapter:565) இதற்கு முன்பு ஜெர்மனிலும் (பார்க்க: அறபு–ஜெர்மன், s.no.1), பிரஞ்சிலும் (பார்க்க: அறபு–பிரஞ்சு, s.no. 2, ii) பெயர்த்துள்ளனர். இத்தமிழ் மொழிபெயர்ப்பு ஹாறூன்* (Muḥammad'Abd al-Salām Hārūn) *பதிப்பை அடிப்படையாகக் கொண்டது. அதில் உள்ள தொடர் அமைப்பே இங்கும் பின்பற்றப்படுகின்றது. ஹாறூன் பதிப்பில், பிறப்பியல்*

நான்காவது தொகுதியில் பக்.431–436 (vol.04.pp.431–436) வரையான ஆறு பக்கங்களில் அமைந்துள்ளது. ஹாறூன் பதிப்பைத் தேர்ந்தெடுப்பதற்கான காரணம்: மற்ற மூன்று பதிப்புகளும் கையெழுத்துப்படியில் உள்ளது போல் அப்படியே இருக்கின்றன. தொடர் அமைப்பை எளிதில் அடையாளப்படுத்தும் காற்புள்ளி, முற்றுப்புள்ளி போன்ற உரைநடைக் கூறுகள் ஏதும் இல்லை (அம்மூன்று பதிப்புகளும் ஹாறூன் பதிப்பை விட காலத்தால் முற்பட்டவை). ஹாறூன் பதிப்பு, சிறுசிறு பத்திவடிவிலும், தலைப்புக்களைத் தனித்தொடராக அமைத்தும், கலைச்சொற்களை அடைப்புக்குள்ளிட்டும், துல்லியமான உரைநடை அமைப்பில் செம்பதிப்பாக அமைந்துள்ளது.

அல்-கிதாப்பின் பிறப்பியலை (இயல்:565) அறபியிலிருந்து தமிழில் பெயர்ப்பதற்கு அல்-கிதாப்பு பற்றிய ஆங்கிலத்தரவுகள் வாயிலாகவும் துணை ஆதாரங்களாகவும் உதவின. பிறப்பியலைப் பொருண்மை அடிப்படையில் கீழ்க்கண்டவாறு ஏழு பகுதியாகப் பகுத்து அணுகும் முறையை எம்.ஜி. கார்டர் கையாள்கிறார். அந்த முறைப்படியே இங்குப் பிறப்பியல் விளக்கப்படுகிறது.

# 1. இருபத்தொன்பது மூல அறபு ஒலிகளும் குற்ஆனும், அறபுக்கவிதைகளும் ஏற்றுக்கொள்ளும் ஆறு மாற்றொலிகளும்

*அறபு மூலம்* (Arabic Text): 01

**هذا باب الإدغام**

**هذا باب عدد الحروف ،العربيةِ ،ومَخارجها ومهموسِها ،ومجهورِها وأحوالِ مجهورِها ،ومهموسِها** (الإدغام) .

**தமிழ் ஒலிபெயர்ப்பு** (Tamil Transcription):

***ஹஃதா$_{3}$ பா$_{3}$பு$_{3}$ இத்$_{3}$கா$_{3}$மி***

***ஹஃதா$_{3}$ பா$_{3}$பு$_{3}$ அய்த$_{3}$தி$_{3}$ அல்ஹுறூவ்ஃபி அல் அய்றபி$_{3}$ய்யஹ ,வ மஹறஜஹா மஹ்மூ ஸிஹா வ மஜ்ஹுூறிஹா, வ அஹ்$_{2}$வலி மஜ்ஹுூறிஹா வ மஹ்மூ ஸிஹா, வ இக்ஹ்திலாஃபிஹா***

فأصلُ حروف العربيَة تسعة وعشرون حرف :

*ஃபாஷ்$_{2}$லு ஹுூறுவ்ஃபு அல்அய்றபி$_{3}$யஹ் திஸ்அய்துன் இய்ஷ்$_{1}$றுவ்ன ஹற்ஃபன் .*

الهمزة، ،والالف ،والهاء ،والعَيْن ،والحاء ،والغَيْن ،والخاء ،والكاف ،والقاف ،والضاد ،والجِيم ،والشِّين ،والياء ،واللام ،والراء ،والنون ،والطاء ،والدال ،والتاء ،والصاد ،والزائ ،والسِّين ،والظاء ،والذال ،والثاء ،والفاء ،والباء ،والميم والواو.

*அல்ஹம்ஃஜ$_{1}$ஹு, வ அல்அலிஃபு , வ அல்ஹாவு, வ அல்அய்னு, வ அல்ஹா$_{2}$வு , வ அல்கய்னு, வ அல்க்ஹாவு, வ அல்காஃபு, வ அல்கா$^{5}$பு, வ அல்ஃட்$_{3}$ஃடா$_{3}$து$_{3}$, வ அலிஜியமு, வ அல்ஷ்$_{1}$ஷி$_{1}$ய்னு , வ அல்யாவு, வ அல்லாமு, வ அல்ற்றாவு , வ அல்னுவ்னு, வ அல்ட்டாவு, வ அல்த்தா$_{3}$லு , வ அல்த்தாவு , வ அல்ஷ்$_{2}$ஷா$_{2}$து$_{3}$, வ அல்ஃஜ்$_{1}$ஃஜா$_{1}$யு , வ அல்ஸ்ஸிய்னு , வ அல்ஃஜ்$_{2}$ஃஜா$_{2}$வு , வ அல்ஃத்$_{3}$ஃதா$_{3}$லு , வ அல்ஃத்ஃதாவு , வ அல்ஃபாவு , வ அல்பா$_{3}$வு, வ அல்மிய்மு, வ அல்வாவு .*

وتكون خمسةٌ وثلاثين حرفا بحروفٍ هنّ ،فروعٌ وأصلها من التسعة ،والعشرين رهى كثِيرةٌ يؤخَذ بها وتُستَحسن فى قراءة القرآن ،والأشعار وهى.

*வ தகூனு க்ஹம்ஸதுன் வ ஃதலாஃதீ ய்ன ஹ$_{2}$ற்ஃபன் பஹுூ$_{2}$றுவ்ஃபின் ஹுூன்ன ஃபுறுவ்உய் வ அஷ்$_{2}$லுஹா மின்ன அல்த்திஸ்அய்ஹி வ அல்இய்ஷ$^{1}$றீ ன வஹிய கஃய்றதுன் யூ க்ஹஃது$_{3}$ பி$_{3}$ஹாகீ வது ஸ்தஹ்$_{2}$ஸனு ஃபிய் கி$^{5}$றாஅதி அல்கு$^{5}$ற்ஆனி வ அல்-அஸ்ஹ்$^{1}$ஆறி , வஹிய :*

النون ،الخفيفة والهمزة التى بَيْنَ ،بَيْنَ والألف التى تُمال إمالةٌ ،شديدة والشِّين التى ،كالجِيم والصاد التى تكون ،كالزاى وألف ،التفخيم يُعنىَ بلغة أهل ،الحجاز فى قولهم: الصّلاة والزّكاة والحَيَاة.

*அல்ன்னுவ்ன் அல்க்ஹஃபியஃபஹு வ அல்ஹம்ஃஜ$^{1}$ஹு அல்லதிய் ப$^{3}$ய்ன ப$^{3}$ய்ன வ அல்அலிஃபு அல்த்தய் துமாலு இமாலதன் ஷ$^{1}$தி$^{3}$ய்த$^{3}$ஹன் வ அல்ஷ்$^{1}$ஷி$^{1}$ய்ன் அல்லதி ய் கால்ஜியமி த் வ அல்ஷ்$^{2}$ஷா$^{2}$ தி$^{3}$ அல்லதீ ய் தகூ னு காஃஜ்$^{1}$ஃஜா$^{1}$யி வ அலிஃபு அல்_த்தஃப்க்ஹிய்மியி* (حرف) *பிலுஃகதி அஹ்லி அல்_ஹி$_{2}$ஜாஃஜி$_{1}$, ஃபிய் க$^{5}$வ்லஹிம் : அல்_ஷ்$_{2}$ஷ$^{2}$லாது வ அல்ஃஜ்$_{1}$ஃஜ$^{1}$காது வ அல்ஹ$^{2}$யாது.*

❖ 212 ❖

த. சுந்தரராஜ்

மொழிபெயர்ப்பும் கருத்து விளக்கமும்

"هذا باب الإدغام" *ஹாஃதா³ பா³பு³ இத்³கா³மி* என்றால், 'இந்த இயல், அறபு ஒலிகளின் ஒருமையாதல் பற்றி விளக்குகின்றது' என்று பொருள். (هذا – இந்த/This; باب – அதிகாரம்/ இயல்/Chapter; الإدغام – ஒன்றுபடல்/Assimilation). இப்பகுதியில் அறபியின் மூல ஒலிகளையும் மாற்றொலிகளையும் ஸீபவைஹி தொகுக்கின்றார். பின்பு, அவற்றை ஒலிப்புடைய ஒலிகள், ஒலிப்பில்லா ஒலிகள், அழுத்தமுடைய ஒலிகள், தளர்வுடைய ஒலிகள் என ஒலிப்புமுறையின் அடிப்படையில் பல்வேறு வகைகளாகப் பகுத்து விளக்குகின்றார். அதிகாரம் அல்லது அத்தியாயம் என்னும் பொருளைக் குறிக்க(باب/பா³பு³) என்னும் சொல்லைக் கையாள்கின்றார். அறபியில் இச்சொல்லை நேர்பொருளில் *(Literal meaning)* கதவு, வாயில் என்றும், மரபுவழக்கில் *(Idiomatical meaning)* பக்கம், அதிகாரம் என்றும் வழங்குகின்றனர்.[20] "இத்³கா³மி" الإدغام என்னும் சொல்லின் நேர்பொருள் செருகுதல் அல்லது நுழைத்தல் என்பதாகும்.[21] "இத்³தி³கா³மி" என்னும் சொல்லை கூஃபா இலக்கணிகள் *(Kufian grammarians)* இதே பொருளில் பயன்படுத்துகின்றனர்.[22] இச்சிறு தலைப்பு இந்த ஒரு இயலுக்கு (565) மட்டும் உரியதல்ல. ஒலியனியல் இயல்களாகப் பிறப்பியலைத் தொடர்ந்து வரும் ஏழு இயல்களுக்கும் (565–571) பொதுவானதாகும்.

இப்பொதுத்தலைப்பைத் தொடர்ந்து பிறப்பியலுக்கென்று (இயல்:565) ஒரு தலைப்பை ஸீபவைஹி அமைக்கிறார். (அறபு மூலத்திலும் தமிழ் ஒலிபெயர்ப்பிலும் தடித்த எழுத்துக்களில் குறிக்கப்பட்டுள்ளது) ஒவ்வொரு இயலின் தொடக்கத்திலும், அவ்வியலின் சாரத்தை தலைப்பாக அமைக்கும் வழக்கத்தை ஸீபவைஹி அல்–கிதாப்பின் எல்லா இயல்களிலும் பின்பற்றுகின்றார். இத்தலைப்புக்களின் எல்லை மூன்று சொற்களாலான சிறு தொடர் முதல் நூற்றுப் பதினைந்து சொற்களாலான சிறு பத்தி வரை அமைந்துள்ளது.[23] பிறப்பியலின் தலைப்பு பதினெட்டுச் சொற்களில் அமைந்துள்ளது.

"இந்த இயல் அறபு எழுத்துக்களின் மொத்த எண்ணிக்கை, அவ்வொலிகளின்[24] ஒலிப்பிடம், குரல்நாள அதிர்வு

20. A.A.Al-Nassir (1993: 6)

21. Lutz Etzerd (2000: 49)

22. KeesVersteegh&Versteegh C.H.M. (1997: 32)

23. A.A.Al-Nassir (1993: 6)

24. ஸீபவெய்ஹி அறபு ஒலியைக் குறிக்க *(حرف)*, *(ஹர்ஃப்)* என்னும் சொல்லைப் பயன்படுத்துகின்றார். இது தொல்காப்பியரின் "எழுத்து" என்னும் சொல்லுக்கு நிகரானது. அதாவது, இச்சொல் ஒலியின் ஒலிவடிவம், வரிவடிவம் ஆகிய இரண்டையும் குறிக்கும்.

((المجهورِها) / *voiced*) – அதிர்வில்லா ((المهموسة) / *unvoiced*) தன்மை, அவற்றின் இயல்பு, (أحوالِ) அவற்றிற்கிடையிலான வேறுபாடு (اختلافِه) முதலியன பற்றி விளக்குகின்றது" என்று ஸீபவைஹி பிறப்பியலுக்குத் தலைப்பிடுகிறார்.

> "هذا باب عدد الحروف العربيةِ، ومَخارجها، ومهموسِها ومجهورِها، وأحوالِ مجهورِها ومهموسِها، واختلافها"

*ஹாஃதா$^{3}$ பா$^{3}$பு$^{3}$ அய்த$^{3}$தி$^{3}$ அல்ஹ¬$^{2}$றுவ்ஃபி அல்அய்றபி$^{3}$ய்யஹ, வ மஹறஜஹா மஹ்மூஸிஹா வ மஜ்ஹ¬றிஹா, வ அஹ்சுவலி மஜ்ஹ¬வ்றிஹா வ மஹ்மூஸிஹா, வ இக்ஹ்திலாஃபிஹா.*

மேற்கண்டவாறு தலைப்பில் குறிப்பிடுகின்ற வரிசை முறையிலேயே பிறப்பியலின் உள்ளடக்கம் அமைந்துள்ளது. பிறப்பியல் பேசும் பொருண்மையின் அடிப்படையில் அதனை ஏழு பகுதிகளாகப் பின்வருமாறு பகுக்கிறார் எம்.ஜி. கார்டர்.

1. இருபத்தொன்பது மூல அறபு ஒலிகள், குர்ஆனும் அறபுக்கவிதைகளும் ஏற்றுக்கொள்ளும் ஆறு மாற்றொலிகள்

2. குர்ஆனும், அறபுக்கவிதைகளும் ஏற்றுக்கொள்ளாத ஏழு மாற்றொலிகள்

3. மூல அறபு ஒலிகளின் பதினாறு ஒலிப்பிடங்கள்

4. குரல்நாள அதிர் மற்றும் அதிர்வில்லா ஒலிகள்

5. இறுக்கமான மற்றும் இறுக்கமற்ற ஒலிகளும், உயிரொலிகளும்

6. மூடிய நிலையில் தோன்றும் ஒலிகள், திறந்த நிலையில் தோன்றும் ஒலிகள்

7. இறுதிப்பகுதி (முடிவுரை).

என்ற வரிசைமுறையில் ஸீபவைஹி இவ்வியலை அமைத்துள்ளார். இவற்றுள், முதல் மூன்று பகுதிகளில் ஒலிப்பிடத்தின் அடிப்படையிலும், பின்னான்கு பகுதிகளில் ஒலிப்புமுறையின் அடிப்படையிலும் அறபு ஒலிகளை விளக்குகின்றார். பிறப்பியலின் தொடக்கத்தில் அறபியின் இருபத்தொன்பது மூல ஒலிகளை அவற்றின் ஒலிப்பிடத்தின் அடிப்படையில், குரல்வளையில் தொடங்கி இதழ் வரை வரிசைப்படுத்துகின்றார்.

## இருபத்து ஒன்பது மூல அறபு ஒலிகள்

فأصل حزوف العربية تسعت و عشزوى حزف

*ஃபாஷ்[2]லு ஹு[2]றுவ்ஃபு அல்அய்றபி[3]யஹ் திஸ்அய்துன் இய்ஷ்[1]றுவ்ன ஹற்ஃபன்* (இருபத்து ஒன்பது அறபு ஒலிகளின் தோற்றம்)

*(ஸீபவைஹியின் வரிசைப்படி)*

*1. ஹம்ஃஜ*[1 25] (ء)[26] hamza [']27

*2. அலிஃபு* (ا) alif [ā]

*3. ஹாவு* (ة) hā [h]

*4. அய்னு* (ع) ayn [ ]

*5. ஹா[2]வு* (ح) ḥā [ḥ]

*6. க[3]ய்னு* (غ) ġayn [ġ]

*7. க்ஹாவு* (خ) ḫā [ḫ]

*8. காஃபு* (ك) kāf [k]

*9. கா[5]ஃபு* (ق) qāf [q][28]

*10. ஃட்[3]ஃடா[3]து[3]* (ض) dād [ḍ]

*11. ஜிய்மு* (ج) jīm [j]

*12. ஷ்[1]ஷீ[1]ய்னு* (ش) shīn [š]

*13. யாவு* (ى) yā [y]

*14. லாமு* (ل) lām [l]

---

25. தமிழில் அறபு ஒலிகளின் பெயர்கள்

26. அறபுக்குறியீடுகள்.

27. ஆங்கிலத்தில் அறபு ஒலிகளின் பெயர்கள்

28. Derenbourg, Bulaq, Hārūn ஆகிய மூவரின் பதிப்பிலும், எகிப்தில் கிடைத்த கையெழுத்துப்படியிலும், காஃபு (ك)[k] வை அடுத்து தான் கா[5]ஃபு (ق)[q] வருகின்றது. இது ஸீபவெய்ஹியின் ஒலிப்பிட வரிசைக்குப் பொருத்தமாக இல்லை. இவ்வொலிகளுக்குரிய ஒலிப்பிடத்தைக் குறிப்பிடும்போது, கா[5]ஃபு (ق) [q] வினை அடுத்து தான் காஃபு (ك)[k]வின் இடத்தைச் சுட்டுகிறார் (பார்க்க: 29 அறபு ஒலிகளின் 16 ஒலிப்பிடங்கள்). Gustav Jahn, Gérard Troupeau ஆகிய இருவரும் தத்தம் மொழிபெயர்ப்பில், ஸீபவெய்ஹியின் ஒலிப்பிட வரிசைக்குப் பொருத்தமாக கா[5]ஃபு (ق) [q] வினை அடுத்து தான் காஃபு (ك) [k]வை குறிப்பிடுகின்றனர்.

15. *றாவு* (ر) rā [r]

16. *னூனு* (ن) nūn [n]

17. *ட்டாவு* (ط) ṭā [ṭ]

18. *தா³லு* (د) dāl [d]

19. *தாவு* (ت) tā [t]

20. *ஷா²து²* (ص) sād [ṣ]

21. *ஃஜா¹யு* (ز) zāy [ẓ]

22. *ஸ்ஸிய்னு* (س) sīn [s]

23. *ஃஜா²வு* (ظ) zā [z]

24. *ஃதா³லு* (ذ) dhāl [ḏ]

25. *ஃதாவு* (ث) ṯā [ṯ]

26. *ஃபாவு* (ف) fā [f]

27. *பா³வு* (ب) bā [b]

28. *மிய்மு* (م) mīm [m]

29. *வாவு* (و) wāw [w]

*மூல ஒலிகளை ஒலிப்பிடத்தின் அடிப்படையில் வரிசைப் படுத்திய ஸீபவைஹி, அதற்கு மேல் அவ்வொலிகள் பற்றிய எந்த விளக்கமும் கொடுக்கவில்லை. இதற்கு உரை எழுதிய ஸீறாஃபீயும், இவ்வொலிகள் பற்றிய விரிவான விளக்கம் ஏதும் கொடுக்கவில்லை. "இவற்றை அனைவரும் அறிவர், எனவே விளக்கம் தேவையில்லை" என்று அவர் (ஸீறாஃபீ) கூறுகின்றார்.*[29] *(حرف) (ஹ²ற்ஃப்)* என்னும் சொல்லை அல்–கிதாப்பிற்குள் நான்கு பொருள்களில் ஸீபவைஹி பயன்படுத்துகிறார் (பார்க்க:பக்.59). பிறப்பியலில் பேச்சொலி என்ற பொருளில் கையாள்கின்றார். ஆனால், *(حرف)(ஹ²ற்ஃப்)* பேச்சொலி என்பதற்கான விளக்கம் ஏதும் கொடுக்கவில்லை.[30]

*மூல அறபு ஒலிகளை ஒலிப்பிட வரிசைப்படி விளக்கிய பின்பு, ஆறு மாற்றொலிகள் பற்றிப் பேசுகின்றார். "இருபத்தொன்பது மூல அறபு ஒலிகளிலிருந்து புதிதாக 6 கிளை ஒலிகள் தோன்றி, மொத்தம் 35 ஒலிகளாக அதிகரிக்கும்" என்று மாற்றொலி விளக்கத்தைத் தொடங்குகின்றார். இந்த ஆறு கிளை ஒலிகளையும்*

29. Gérard Troupeau (1958: 168)

30. A.A.Al-Nassir (1993: 10)

(فُروع)*(ஃபுறூ)* என்று வகைப்படுத்துகின்றார். (فُروع) *(ஃபுறூ)* என்றால் "மூல ஒலிகளிலிருந்து தோன்றிய ஒலிகள்" *(Derived letters)* அல்லது "கிளை ஒலிகள்" *(branches)* என்று பொருள். (فُروع) (ஃபுறூ) விற்கு ஸீபவைஹி தரும் விளக்கம்: "இவை மிக நுட்பமான ஒலிவேறுபாடுகளுடன் பேசுவதற்கு உதவுகின்றன. அல்–குற்ஆனின் மனப்பாடப்பகுதியும், அறபுக்கவிதைகளும் இவற்றைக் சிறப்பொலிகளாக ஏற்றுக்கொள்கின்றன"[31]

و هي كثيزة يؤخذ بها و تستحسي في قزأءة القزآى و الأشعار

*வஹிய கஃதிய்றதுன் பு[3]க்ஹஃது[3] பி[3]ஹா வதுஸதன்ஹ்[2]ஸனு ஃபிய் க[5]றஅஹி அல்–கு[5]ற்ஆனி வ அல்லாஷ[1]அய்றி*

(فُروع)(ஃபுறூ) என்றால் என்ன என்பதை, மேற்கண்டவாறு விளக்கிய பின்பு, அந்த ஆறு (فُروع) (ஃபுறூ) ஒலிகளையும் பின்வருமாறு வரிசைப்படுத்துகின்றார். அவை:

30. 1. மெல்லிய மூக்கொலியான (light) [n]. "النون الخفيفة"

31. 2. தளர்வுடைய குரல்வளை அடைப்பொலியான['] (hamza). "والهمزة التى بيْنَ بيْنَ"

32. 3. உச்ச அளபு அங்காப்புடைய [ā]. "والألف التى تُمال إمالةٌ شديدة"

33. 4. ஜிய்மு (ج) jiim [j] போன்று ஒலிக்கும் [ž]. "والشّين التى تكون كالجيم"

34. 5. ஃஜா[2]வு (ظ) zaa [z] போன்று ஒலிக்கும் [ẓ]. "والصاد التى تكون كالزاى"

35. 6. [ā]விலிருந்து சிறிது வேறுபட்டு பின்னுயிர் போல் ஒலிக்கும் [ō]. "وألف التفخيم"

இந்த ஆறு கிளை ஒலிகளில் பின்னுயிரான [ō] பற்றிச் சிறு குறிப்பு கொடுக்கின்றார். மற்ற ஒலிகள் பற்றிய குறிப்பு ஏதுமில்லை. பின்னுயிரான [ō] பற்றி ஸீபவைஹியின் குறிப்பு: "ஹிஜாஜ் மக்கள், ṣalāt (prayers), zakāt (religious tax), ḥayāt (life) முதலிய சொற்களில் இவ்வொலியைப் பயன்படுத்துகிறார்கள்"[32]

"أهل الحجاز، فى قولهم : الصّلاة والزّكاة والحيَاة"

*அஹ்லி அல்–ஹி[2]ஜாஃஜி[1], ஃபிய் க[5]வ்லஹிம்: அல்–ஷ்[2]ஷ[2]லாது வ அல்ஃஜ்[1]ஃஜ[1]காது வ அல்ஹ[2]யாது.*

---

31. A.A.Al-Nassir (1993: 17)

32. மேலது.ப.1

# 2. குற்ஆனும், அறபுக்கவிதைகளும் ஏற்றுக்கொள்ளாத ஏழு மாற்றொலிகள்

*அறபு மூலம்:*

**02**

**தமிழ் ஒலிபெயர்ப்பு :**

وتكون اثنين واربعين حرفا بحروفٍ غيرِ مستحسَنة ولا كثيرةٍ فى لغة من تُرْتَضَى ،عربيّته ولا تُستحسن فى قراءة القرآن ولا فى ،الشعر وهى:

வதகூ3னு இஃத்னய்னி வ அற்ப3யீ னி ஹ2ற்ஃபன் பிஹூ ஹுஃபின் ஃகய்றி முஸ்தஹ்2ஸனதி ன் வலா கஃதிய்ற தின் ஃபிய் லுக3தி மன் துற்தஃடா ;ய் அறபிய்யது ஹு, வலா துஸ்தஹ் 2ஸனு ஃபிய் கி5றாஅதி அல்கு5ற்ஆனி வலா ஃபிய் அல்ஷ்,ஷி ,அய்றி, வஹி , ய.

الكاف التى بين الجيم ،والكافِ والجيمُ التى ،كالكافِ والجيم التى ،كالشِّين والضاد الضعيفة،والصاد التى كالسين والطاء، ء التى كالتاء والظاء التى ،كالثاء والباء التى كالفاء.

அல்காஃபு அல்லதிய் ப;ய்ன அல்ஜ;ய்மி வா அல்கா ஃபி வ அல்ஜி;ய்மு அல்லதிய் கா,ல் கா,ஃபி வ அல்ஜிய்மி அல்லதீ காலஷ்,ஷி;ய்னி வ அல்ஃட்,ஃடா;தி; லஃட,அய்ஃபதி வஷ்ஷாதி, அல்லதீ கா,ஸ்ஸிய்னி வ அல்ட்டாஹி, அல்லதிய் கா'ல்த்தாஇ வ அல்ஃட், ஃடா;இ அல்லதிய் கா,ஃத்ஃதாஇ வ அபா;இ அல்லதிய் கா,ல்ஃபாஇ.

وهذه الحروفُ التى تمّمتها اثنين وأربعين جيّدُها ورديئُها أصلُها التسعة ،والعشرون لا تُبيّن إلا ،بالمشافَهة إلا أنَّ (الضاد الضعيفة) تُتكلّف من الجانب ،الأيمن وإن شئتَ تكلّفتها من الْجانب الأيسر وهو ،أخفّ لأنّها من حافَة اللِّسان ،مطبَقةٌ لأنّك جمعت فى الضاد تكلُّف الإطباق مع إزالته عن موضعه . وإنّما جاز هذا فيها لأنّك تحوّلها من اليسار إلى الموضع الذى فى اليمين. وهى أخفُّ لأنها من حافَةِ ،اللسان وأنّها تُخالِط مُخْرَجَ غيرها بعد ،خروجها فتستطيلُ حين تُخالط حروف ،اللسان فسهُل تحويلها إلى الأيسر.

வ ஹ,ஃதி ;ஹி, அல்ஹுறாவ்ஃபு அல்லதிய் தம்ம்மதஹா, இத்னய்னி வ அற்ப1ஈன ஜய்யுது;ஹா, வறதி;ய்து; ஹா,அல்த்திஸ்அ து வ அல்இய்ஷ்'று ன லா துதப,ய்யனு இல்லா பா; ல்முஸாஃபஹ தி இல்ல அஹ்ன்ன அல்ஃட்;ஃ டா;த அல்ஃட;இய்ஃபது துதக,ல்லஃபு மின அல்ஜானுபின் அல்-அய்மனி வஇன் ஷி'ஃ த்;த தக,ல்லஃபதஹா, மின் அல்-ஜானிபி; அல்_ அய்ஸறி வாஹுவ அக்ஹஃப்ஃபு லிஅன்னஹா மின் ஹா2ஃப்பதி அல்-லிஸானி வாஅன்னஹா துக்ஹாலித்து முக்ஹ்றஜ க;ய்றிஹா பஃத க்ஹுறா ஜிஹா ஃபதஸ்திய்லு ஹீ2ய்ன துக்ஹாலிது ஹுறுவ்ஃப அல்-லிஸானி ஃபஸஹுல தஹ்2வீலுஹா இல்ய அல்-அய்ஸறி.

لأنّها تصير فى حافة اللسان فى الأيسر الى مثل ما كانت فى ،الأيمن ثم تَنسلُّ من الأيسر حتَّى تتّصل بحروف ، اللسان كما كانت كذلك فى الأيمن.

லிஅன்னஹா தஷீ2ய்று ஃபிய் ஹாஃபதி அல்-லி ஸானி ஃபிய் அல்-அய்ஸறி இலா மிஃத்லி மா கானத் ஃபிய் அல்-அய்மனி ஃதும்ம தன்ஸல்லு மின் அல்-அய்ஸறி ஹ2த்தா தத்தஷி2லபி;, ஹு2றுவ்ஃபி அல்_லிஸானி கமா கானத் கஃதா3லிக ஃபிய் அல்-அய்மனி.

## மொழிபெயர்ப்பும் கருத்து விளக்கமும்

ஸீபவைஹி இப்பகுதியில் மேலும் ஏழு மாற்றொலிகளைக் குறிப்பிடுகின்றார். "முப்பத்தைந்து ஒலிகளுடன் இந்த ஏழு சார்பாயிராதகிளை ஒலிகளும் சேர்ந்து மொத்தம் நாற்பத்திரெண்டு ஒலிகளாக அதிகரிக்கும்" என்று தொடங்குகின்றார். இறுதியில் வரும் இந்த ஏழு ஒலிகளையும் "சார்பாயிராதகிளை ஒலிகள்" எனக் குறிப்பிடுகின்றார். குற்ஆனையும், அறபுக்கவிதைகளையும் அடிப்படையாகக் கொண்டு, குற்ஆனை ஓதுவதற்கும், அறபுக்கவிதைகளை வாசிப்பதற்கும் துணைபுரியாத ஒலிகளையே இவ்வாறு "சார்பாயிராதகிளை ஒலிகள்" என்று வகைப்படுத்து கின்றார். இவற்றை "குற்ஆனும் அறபுக்ககவிதைகளும் ஏற்றுக் கொள்ளாத கிளை ஒலிகள்/மாற்றொலிகள்" என்றும் அழைப்பர்.

## "சார்பாயிராத கிளை ஒலிகள்" குறித்து ஸீபவைஹி தரும் விளக்கம்

"அவர்கள் மொழியில் இவை அருநிகழ்வாக (அடிக்கடி வருவதில்லை) இருக்கின்றன. அவர்களுடைய மொழி (வட்டார வழக்கு) இவற்றை ஏற்றுக்கொள்கின்றது. ஆனால், குற்ஆனை ஓதுவதற்கும் அறபுக்கவிதைகளை வாசிப்பதற்கும் இவை உதவுவதில்லை"[33]

غير مستحسنَةٍ ولا كثيرةٍ فى لغة من تُرْتَضَى عربيته، ولا
تستحسن فى قراءة القرآن ولا فى الشعر

"சார்பாயிராதகிளை ஒலிகள்" என்றால் என்ன என்பதை விளக்கிய பின்பு, அவற்றைப் பின்வருமாறு வரிசைப்படுத்துகின்றார்.

*(36)* *1.* காஃபு (ك) [k]வுக்கும், ஜிய்மு (ج) [j] க்கும் இடைப்பட்ட ஒலியான [č]. "الكاف التى بين الجيم والكاف"

*(37)* *2.* a. ஜிய்மு (ج) [j] விலிருந்து சிறிது வேறுபட்டு, காஃபு (ك) [k] போன்று ஒலிக்கும் ஒலியான [ġ].

b. ஜிய்மு (ج) [j] விலிருந்து சிறிது வேறுபட்டு, ஷ்[1]ஷீ[1]ய்னு (ش) [š] போன்று ஒலிக்கும் ஒலியான [ç]. "والجيمُ التى [كالكاف، والجيمُ التى كالشين"

*(38)* *3.* weak ழ்ட்[3]ழ்டா[3]து[3] (ض) [ḍ]. "والضاد الضعيفة"

*(39)* *4.* ஸ்ஸிய்னு (س) [s] போன்ற [ṣ]. "والصاد التى كالسين"

---

33. A.A.Al-Nassir (1993: 19)

(40) 5. தாவு (ت) [t] போன்ற [ṭ]. "والطاء التى كالتاء"

(41) 6. ஃஜா[1]யு (ز) [ẓ] போன்ற[ṭ]. "والظاء التى كالثاء"

(42) 7. பா[3]வு (ب) [b]வுக்கும்,ஃபாவு (ف) [f]வுக்கும் இடைப்பட்ட பல்லிதழ் ஒலியான [v]. "والباء التى كالفاء"

மொத்த ஒலிகள் நாற்பத்து இரண்டு எனக் குறிப்பிட்டாலும், முப்பத்தேழாவது ஒலி [j], ஒரே இனம் சார்ந்த இரு வகை ஒலியாக வரும்.[34]

இக்கிளை ஒலிகளைச் சுட்டும்போது அவற்றை மூல ஒலிகளுடன் ஒப்பிட்டு விளக்குகின்றார். அவ்வாறு ஒப்பிடும்போது, மூல ஒலிகளைச் சுட்டி "அதுமாதிரி/ அதுபோன்று", "அவற்றிற்கு இடைப்பட்டு" என்று கூறுகின்றார். அதற்கு மேல், இக்கிளை ஒலிகள் எவ்வாறு மூல ஒலிகளிலிருந்து வேறுபடுகின்றன என்பதற்கான விளக்கம் ஏதும் அவர் கொடுக்கவில்லை.[35] எடுத்துக்காட்டாக, [ç] என்னும் கிளை ஒலியினைக் குறிப்பிடும் போது, "காஃபு (ك) [k]வுக்கும், ஜிய்மு (ج) [j] க்கும் இடைப்பட்டு ஒலிக்கும்" என்கின்றார். இக்கிளை ஒலி [ç], மூல ஒலிகளான [k], [j] ஆகியவற்றிலிருந்து எவ்வாறு வேறுபடுகின்றது என்பதை அவர் கூறவில்லை.

இருபத்து ஒன்பது மூல ஒலிகளை 'நல்ல ஒலிகள்' என்றும், குர்ஆனும், கவிதைகளும் ஏற்றுக்கொள்ளாத இறுதி ஏழு மாற்றொலிகளை (சார்பாயிராதகிளை ஒலிகள்) 'பிழையான' அல்லது 'குறைபாடுடைய ஒலிகள்' என்றும் குறிப்பிடுகின்றார்.[36]

---

34. M.G.Carter (2004: 124)
35. A.A.Al-Nassir (1993: 19)
36. A.A.Al-Nassir (1993: 19)

# 3. அறபு ஒலிகளின் பதினாறு ஒலிப்பிடங்கள்

| *அறபுமூலம்:* 03 | *தமிழ் ஒலிபெயர்ப்பு:* |
|---|---|
| **ولحروف العربية ستةَ عَشَرَ مُخْرَجا:** | ***அல்ஹுருவ்ஃபி அல்அய்றபி ய்ஹ் ஸித்தஹ அய்ஸற முக்ஹ்றஜா :*** |
| فللحَلْق منها ثلاثةٌ. فأقصاها مُخْرَجاً: الهمزةُ والهاء والألف. ومن أوسطِ الحلق مُخْرَجُ العينِ والحاء. وأدناها مُخْرَجا من الفَمِ: الغين والخاء. | *ஃபாலி ல்ஹல்கி மின்ஹா ஃதலாத்துன் ஃபாஅக்ஷாஹா முக்ஹ்றஜா. அல்ஹம்ஃஜது வ அல்ஹாவு அல்அலிஃபு. வமின் அவ்ஸதி அல்ஹல்கி முஹ்றஜு அல்அய்னி வ அல்ஹா. வ அத்னாஹா முக்ஹ்றஜா மின் அல்ஃபமி. அல்-அய்னு வ அல்_க்ஹாவு.* |
| ومِن أقصى اللسان وما فوقه من الحَنَك الأعلى مُخْرَجُ القاف. | *வமின் அஹகஷய அல்_லிஸானி வமா ஃபவ்கது மனி அல்ஹனகி அல்அஃஅலா முக்ஹ்றஜு அல்காஃபி.* |
| ومن أسفلَ من موضع القاف من اللسان قليلا وممّا يليه من الحنَك الأعلى مُخْرَجُ الكاف. | *வ மின் அஹஸ்ஃபல மின் மவ்ஃஜிஇய் அல்காஃபி மின் அல்லிஸானி கலீலன் வ மிம்மா யாலீஹி வமின் அல்ஹனகி அல்_அஹ்அலாய முக்ஹ்றஜு அல்-காஃபி.* |
| ومن وَسَطِ اللسان بينه وبين وَسَط الحَنَك الأعلى مُخْرَجُ الجيم والشين والياء. | ***வ மின் வஸடி அல்-லிஸானி ப'ய்னஹீ வ ப'ய்ன வஸடி அல்ஹனகி அல்அஃலா முக்ஹ்றஜு அல்-ஜீய்மி வ அல்-ஷி'ய்னி வ அல்-யாயி.*** |
| ومن بين أوّلِ حافة اللسان وما يَليها من الأضراس مُخْرَجُ الضاد. | *வ மின் பய்னி அஹ்வ்வலி ஹாஃபதி அல்லிஸானி வ மா யலீ ஹா மின் அல் அஹ்ஃட்றாஸி முக்ஹ்றஜு அல்ஃட்ஃடஅதி* |
| ومن حافة اللسان من أدناها الى منتهى طَرَف اللسان ما بينها وبين ما يَليها من الحَنك الأعلى وما فُوَيْقَ الضاحِك | *வமின் ஹாஃபடி அல்லிஸானி மின் அத்னாஹா இலா முன்த ஹா டறஃபி அல்_லிஸானி மா பய்னஹா வ பய்ன மா யாலீ ஹா மி ன் அல்ஹனகி அல்அஃலா வ மா ஃபுவய்க அல்_ஃட்ஃடஅஹிகி.* |
| والنابِ والرَّباعِيَةِ والثَّنِيَّة مُخرَ اللاموبن طَرَفِ اللسان بينه وبين ما فُوَيْقَ الثَّنايا مُخْرَج النون | *வ அல்-ன்னாபி, வ அல்றப இய்யதி வ அல்-ஃதஃதனிய்ய்தி முக்ஹ்றஜ அல்ல லாமு மின் டறஃபி அல்-லிஸானி பய்னஹு வ ப'ய்ன மா ஃபுவய்க அல்-ஃத்ஃதனாயா முக்ஹ்றஜு அல்-ன்னூனி.* |

| அறபு மூலம் | தமிழ் மொழிபெயர்ப்பு |
| --- | --- |
| ومن مُخْرَجُ النون غيرَ أنّه أدخلُ فى ظهر اللسان قليلا لانحرافِه الى اللام مُخْرَجُ الراء | வ மின் முக்ஹ்றஜு அல்_ன்னூ னி க₃ய்ற அஹன்னஹு அத்³க்ஹ்லு ஃபிய் ஃஜ₂ஹ்றி அல்_லிஸானி கா³லீ லன் லிஇ ன்ஹி²றா அஃபி ஹி இலா அல்_லாமி முக்ஹ்றஜு அல்_ற்றாஇ |
| وممَّا بين.طرَف اللسان واصولِ الثّنايا مُخْرَجُ الطاء والدال والتاء. | வ மிம்மா ப₃ய்ன டறஃபி அல்_லிஸானி வவுஷு₂லி அல்_ஃத்ஃதனாயா முக்ஹ்றஜு அல்-ட்டாஇ வ அல்_த்₃தா₃லி வ அல்_த்தாஇ |
| وممَّا بين طرَف اللسان وفُوَيْقَ الثّنايا مُخْرَجُ الزاى والسين والصاد. | வ மிம்மா ப₃ய்ன டறஃபி அல்_அல்-லிஸானி வ ஃபுவய்க ⁵ அல்ஃதனாயா முக்ஹ்றஜு அல்_ஃஜ்₃ஜா₃யி வ அல்_ஸ்ஸீ ய்னி வ அல்_ஷ்₂ஷா₂தி |
| وممَّا بين طرَف اللسان وأطرافِ الثّنايا مُخْرَجُ الظاء والذال والثاء. | வ மிம்மா ப₃ய்ன டறஃபி அல்_லிஸானி வ அஹ்ட்றாஃபி அல்ஃத்ஃத்னாயா முக்ஹ்றஜு அல்_ஃஜ்₃ஃஜா₂ஹி வ அல்_ஃத்₃ஃதா₃லி வ அல்_ஃத்ஃதாஇ |
| ومن باطِنِ الشَفةِ السُفْلى وأطرافِ الثّنايا العُلى مُخْرَجُ الفاء | வ மின் பா³டினி அல்ஷ்₁ஷ₁ஃபதி அல்ஸ்ஸீ ஃப்லா வ அஹ்ட்றாஃபி அல்ஃத்ஃத்னாயா அல்உலா முக்ஹ்றஜு அல்_ஃபாஇ |
| وممّا بين الشَفَتينِ مُخْرَجُ الباء ،والميم والواو. | வமிம்மா ப₃ய்ன அல்_ஷ்₁ஷ₁ஃபதய்னி முக்ஹ்றஜு அல்_பா³இ வ அல்_மிய்மி வ அல்_வாவி |
| ومن الخَياشِيم مُخْرَجُ النون الخفيفة. | வ மின் அல்-க்ஹிஸிய்ம் முக்ஹ்றஜு அல்_ன்னூ னி அல்-ஹவிவஹ். |

## மொழிபெயர்ப்பும் கருத்து விளக்கமும்

அறபு ஒலிகளின் ஒலிப்பிடம் பற்றி விளக்கும்போது, 'அறபு ஒலிகளின் பதினாறு வெளியேறும் வழிகள்:' ("ولحروف العربية ستةَ عشرَ مُخْرَجا" *அல்ஹ¬²றுவ்ஃபி அல்–அய்றபி³ய்ஹ் ஸித்தஹ அய்¹ஸற முக்ஹ்றஜா:)* என்று தொடங்குகின்றார். ஒலிப்பிடத்தைக் குறிக்க, (مخْرَج) *(மக்ஹ்றஜ்)* எனும் சொல்லைக் கையாள்கின்றார். (مخْرَج) *(மக்ஹ்றஜ்)* என்றால் 'வெளியேறும் வழி' *(exit/outlet)*

என்று பொருள்.[37] அல்–க்ஹலீல் ஒலி தோன்றும் இடத்தை, (مَخْرَج) (மத்[3]றஜ¬) "இயங்கும் இடம்" *(Place of movement)* என்றும், (حيز)(ஹ[2]ய்யிஃஜ்[1]) "இடப்பரப்பு/ இடஎல்லை" *(Space)* என்றும் குறிப்பிடுகின்றார்.[38] அறபியின் மூல ஒலிகளை அவற்றின் ஒலிப்பிடத்தின் அடிப்படையில், குரல்வளையில் தொடங்கி இதழ் முடிய பதினாறு ஒலிப்பிடங்களில் ஸீபவைஹி வரிசைப்படுத்து கின்றார்.

அறபு ஒலிகளின் ஒலிப்பிடத்தை விளக்கும் இப்பகுதி, ஸீபவைஹி குறிப்பிடும் முறையிலேயே தமிழில் பெயர்க்கப்படு கின்றது.

**அறபு ஒலிகளின் பதினாறு (16) ஒலிப்பிடங்கள்**

அறபு ஒலிகளின் வெளியேறும் வழிகள் (ஒலிப்பிடம்) பதினாறு:

*(ஸீபவைஹியின் வரிசைப்படி)*

1. தொண்டையின் கடைப்பகுதியிலிருந்து வெளியேறுபவை:

   ['] ஹம்ஃஜ்[1] (ء), [h] ஹாவு (ه), [ā] அலிஃபு (ا).

   "فأقصاها مُخْرَجاً: الهمزةُ والهاء والألف"

   *ஃபாக[3]ஷா[2]ஹா முக்ஹ்றஜா: அல்ஹம்ஃஜ[1]து வ அல்ஹாஹ¬ அல்அலிஃபு*

   "ومن أوسطِ الحلق مُخْرَجُ العينِ والحا"

2. [ʿ] அய்னும் (ع), [ḥ] ஹாவும் (ح) வெளியேறும் வழி நடுத்தொண்டை.

   *வமின் அவ்ஸடி அல்ஹல்கி[5] முஹ்[2]றஜ¬ அல்அய்ன்னி வ அல்ஹா*

   "وأدناها مَخْرَجا من الفَمِ : الغين والخاء"

3. வாயின் கீழ்ப் பகுதியிலிருந்து வெளியேறுபவை: [ġ] க[3]ய்னு (غ), [ẖ] க்ஹாவு (خ).

   *வ அத்[3]னாஹா முக்ஹ்றஜா மின் அல்ஃபமி: அல்க[3]ய்னு வ அல்க்ஹாவு*

---

37. Vivien Law (1990: 219)

38. A.A.Al-Nassir (1993: 14)

ஸீபவைஹி இம்மூன்று ஒலிப்பிடங்களையும் முறையே ஒரேதொடரில் குறிப்பிடுகின்றார். ஒலிப்பிடங்களை எளிதில் புரிந்துகொள்வதற்காக இங்கு வரிசை எண் இடப்படுகின்றது. இவற்றுள் முதல் ஒலிப்பிடத்தை வரையறுக்கும்போது, (أقصاها) *(அக்$^{5}$ஷா$^{1}$ஹா)* என்னும் சொல்லை நேர்பொருளில் *(lit.)* கையாள்கின்றார். இச்சொல்லின் நேர்பொருள் *(தொண்டையின்)* ‘கடைப்பகுதி’ *(furthest part of throat)* என்பதாகும். இரண்டாவது ஒலிப்பிடத்தை வரையறுக்கும்போது நேரடியாக, ‘நடுத்தொண்டை’ (أوسطِالحلق) *(அவ்ஸடி அல்ஹல்கி$^{5}$)* என்றே குறிப்பிடுகின்றார். மூன்றாவது ஒலிப்பிடத்தை வரையறுக்கும்போது, (أدناها) *(அத்$^{3}$னாஹா)* என்னும் சொல்லை நேர்பொருளில் *(lit.)* கையாள்கின்றார். ‘வாயின் கீழ்ப் பகுதி’ அல்லது ‘தொண்டையின் மேல்பகுதி’ என்பது இச்சொல்லின் நேர்பொருள்.

4. கடைநாவிற்கும் (கடை நாவின் முன் பகுதி) கடையண்ண முகட்டிற்கும் இடையிலிருந்து [q] கா$^{5}$ஃபு (ق) வெளியேறும்.

”ومن أقصى اللسان وما فوقه من الحَنَك الأعلى مُخْرَجُ القاف“

*வமின் அஹ்க$^{5}$ஷ$^{2}$ய அல்லிஸானி வமா ஃபவ்க$^{5}$து மனி அல்ஹ$^{2}$னகி அல்அஹ்அய்ல்ய முக்ஹ்றஜு அல்கா$^{5}$ஃபி*

5. கடை நாவில், [q]வின் ஒலிப்பிடத்திற்குச் சிறிது கீழே உள்ள பகுதிக்கும், (கடை நாவின் பின் பகுதி) கடையண்ண முகட்டிற்கும் இடையிலிருந்து, [k] காஃபு (ك) வெளியேறும்.

”ومن أسفلَ من موضع القاف من اللّسان قليلاً ومما يليه
من الحنك [الأعلى] مُخْرَجُ الكاف“.

*வ மின் அஹ்ஸ்ஃபல மின் மவ்ஃஜி$^{2}$இய் அல்–கா$^{5}$ஃபி மின் அல்–ல்லிஸானி கா$^{5}$யிலான் வ மிம்மா யாய்தி மின் அல்–ஹனகி அல்–அஹ்அய்ல்ய முக்ஹ்றஜு அல்–காஃபி*

6. நாவின் நடுப்பகுதிக்கும் மேல் அண்ணத்தின் நடுப்பகுதிக்கும் இடையிலிருந்து [j] ஜிய்மு (ج), [š] ஷ$^{1}$ஷீ$^{1}$ய்னு (ش), [y] யாவு (ى) முதலியன வெளியேறும்.

”ومن وسط اللسان بينه وبين وسط الحنك الأعلى مُخْرَجُ الجيم والشين والياء“

*வ மின் வஸடி அல்ல்லிஸானி ப$^{3}$ய்னது வ ப$^{3}$ய்ன வஸடி அல்ஹனகி அல்–அஹ்அய்ல்ய முக்ஹ்றஜு அல்–ஜிய்மி வ அல்–ஷி$^{1}$ய்னி வஅல்–யாவு*

7. நாவின் முன்விளிம்பு கடைவாய்ப்பல்லின் அருகில் ஒருங்கிணையும்போது [ḍ] ஃட்$^{3}$ஃடா$^{3}$து$^{3}$ (ض) வெளியேறும்.

”ومن وسط اللسان بينه وبين وسط الحنك الأعلى مُخْرَجُ الجيم والشين والياء“

*வ மின் ப$^{3}$ய்னி அஹ்வ்வலி ஹா$^{2}$ஃபதி அல்–ல்லிஸானி வ மா யாய்ஹா மின் அல்–அஹ்ஃட்றாஸி முக்ஹ்றஜ¬ அல்–ஃட்$^{3}$ஃட$^{3}$அதி*

8. நுனிநா விளிம்பு,கடைவாய்ப்பல்லுக்கு சற்று மேல் பொருந்தும்போது [l]லாமு(ل) வெளியேறும். [l]லாமு (ل) lāmவின் ஒலிப்பிடம் பற்றிய இந்த விளக்கம் ஹாரூன் பதிப்பில் இல்லை. ஆனால் கல்கத்தா பதிப்பில் உள்ளது.[39]

”ومن بين أوّل حافَةِ اللسان وما يليها من الأضراس مُخْرَجُ الضاد“

9. நுனிநா விளிம்பின் நுனி, மேல்வாய்ப்பற்களின் மேல் உள்ள பகுதியில் (முன் அண்ணம்) இணையும் இடத்திலிருந்து [n]னுவ்னு (ن) வெளியேறும்.

”من الحنك الأعلى وما فُوَيْقَ الثَّنايا مُخْرَجَ النون ومن حافة اللسان
من أدناها إلى منتهى طرف اللسان ما بينها وبين ما يليها“

*வ அல்ன்னாபி$^{3}$ வ அல்ற்றப$^{3}$ இய்யதி வ அல்–ஃதஃதனிய்யதி முக்ஹ்றஜ அல்–லா மிவ்மினி டறஃபி அல்–லிஸானி ப$^{3}$ய்னது வ ப$^{3}$ய்ன மா ஃபுவய்க$^{5}$ அல்–ஃத்ஃதனாயா முக்ஹ்றஜ¬ அல்னுவ்னி.*

10. [n]வின் ஒலிப்பிடம் தான் [r]றா (ر)வின் ஒலிப்பிடமும். ஆனால் ஒலிப்புமுறையில், நுனிநாவின் பின்பகுதி பின்னோக்கி [l]வின் ஒலிப்பிடத்தை நோக்கி சாய்ந்து *(Inclined)* வரும்.

”ومن مُخْرَجُ النون غيرَ أنه أدخلُ فى ظهر اللسان قليلا
لانحرافه إلى اللام مُخْرَجُ الراء“

*வ மின் முக்ஹ்றஜ¬ அல்–னுவ்னி க$^{3}$ய்ற அஹன்னது அஹத$^{3}$க்ஹ்லு ஃபிய் ஃஜ$^{2}$ஹ்றி அல்–லிஸானி கா$^{5}$ய்லான் லிஇனஹ$^{2}$றி அஃபிதி இலய் அல்லாமி முக்ஹ்றஜ¬ அல்–றாஇ.*

---

39. A.A.Al-Nassir (1993: 15)

தொல்காப்பியர் குறிப்பிடுவது போல், [n] என்னும் மூக்கொலியையும், [r] என்னும் ஆடொலியையும் (அதிர்வொலி) ஒரே ஒலிப்பிடத்தில் ஸீபவைஹியும் குறிப்பிடுகின்றார். ஒலிப்புமுறையில் தான் [n]விலிருந்து [r] ([ṟ]) வேறுபடுகின்றது என்னும் விதியில் தொல்காப்பியரும் ஸீபவைஹியும் ஒன்றுபடுகின்றார்கள். அறபியில் ஒரு ر [r] மட்டுமே இருப்பதால், அதைத் தமிழில் பெயர்க்கும்போது, சிலர் வல்லின 'ற' (அறபு) வையும், சிலர் இடையின 'ர' (அரபு) வையும் பயன்படுத்துகின்றனர். ஆனால், ஸீபவைஹியின் ஒலிப்பிட விளக்கப்படி, அறபு ر [r] விற்கு பொருத்தமாக வல்லின 'ற' [ṟ] வே வரும்.

11. நுனி நாவுக்கும் மேல்வாய்ப்பற்களின் அடிப்பகுதிக்கும் இடையிலிருந்து, [ṭ] ட்டாவு (ط), [d] தா³லு (د), [t] தாவு (ت) முதலியன வெளியேறும்.

"وممّا بين طَرف اللسان وأصول الثنايا مُخْرَجُ الطاء ، والدال ، والتاء"

*வ மிம்மா ப³ய்ன டறஃபி அல்ல்லிஸானி வவுஷ¬²வ்லி அல்–ஃதேஃதனாயா முக்ஹ்றஜ¬ அல்–டாஹி வ அல்–த்³தா³லி வ அல்–தாஇ.*

12. நுனி நாவுக்கும் மேல்வாய்ப்பற்களின் மேல் பகுதிக்கும் இடையிலிருந்து, [ṣ] ஷா¹து³ (ص), [s] ஸ்ஸிய்னு (س), [ẓ] ஃஜா¹யு (ز) முதலியன வெளியேறும்.

"وممّا بين طَرف اللسان وفُوَيْقَ الثنايا مُخْرَجُ الزاى، والسين، والصاد"

*வ மிம்மா ப³ய்ன டறஃபி அல்–லிஸானி வ ஃபுவய்க⁵ அல்ஃதனாயா முக்ஹ்றஜ¬ அல்–ஃஜ்¹ஜா¹யி வ அல்ஸ்ஸிய்னி வ அல்ஷ்²ஷா²தி*

13. நுனி நாவிற்கும் மேல்வாய்ப்பற்களின் (உளிப்பற்களின்) நுனி மற்றும் அடிப்பகுதிகளுக்கும் இடையிலிருந்து, [z] ஃஜா²வு (ظ), [ḏ] ஃதா³லு (ذ), [ṯ] ஃதாவு (ث) ṯā முதலியனவெளியேறும்.

"وممّا بين طَرف اللسان وأطرافِ الثنايا مُخْرَجُ الظاء، والذال، والثاء"

*வ மிம்மா ப³ய்ன டறஃபி அல்ல்லிஸானி வ அஹ்ட்றாஃபி அல்ஃதேஃதேனாயா முக்ஹ்றஜ¬ அல்ஃஜ்²ஃஜா²ஹி வ அல்ஃதெ³ஃதா³லி வ அல்ஃதேஃதாஇ*

14. கீழிதழின் மேல்பகுதி மேல்வாய்ப் பற்களை மோதும் போது [f] ஃபாவு (ف) வெளியேறும்.

"ومن باطن الشّفةِ السُّفلى وأطرافِ الثنايا العُلَى مُخْرَجُ الفاء"

*வ மின் பஹுடினி அல்ஷ்புஷபுஃபதி அல்ஸ்ஸிஃப்லய் வ அஹ்ட்றாஃபி அல்ஃதேஃதேனாயா அல்உய்லய் முக்ஹ்றஜ அல்ஃபாஇ.*

15. இரு இதழ்களுக்கும் நடுவிலிருந்து, [b] பா[3]வு (ب), [m] மிய்மு (م), [w] வாவு (و) முதலியன வெளியேறும்.

"وممّا بين الشَّفتين مُخْرَجُ الباء ، والميم ، والواو"

*வமிம்மா ப[3]ய்ன அல்ஷ்[1]ஷ[1]ஃபதய்னி முக்ஹ்றஜ அல்பா[3]ஹிவஅல்மிய்மி வ அல்வாவி*

16. மூக்கறையிலிருந்து *(Nasal cavities)*, மெல்லிய [n] னுவ்னு (ن) *light* nūn வெளியேறும்.

"ومن الخَياشيم مُخْرَجُ النون الخفيفة"

*வ மின் அல்க்ஹயஅஷி[1]ய்மி முக்ஹ்றஜ அல்ன்னுவ்னி அல்க்ஹஃபிய்ஃபஹ்*

மேற்கண்ட பதினாறு ஒலிப்பிடங்களில் முதல் மூன்று இடங்களை மிகத் துல்லியமாகக் குறிக்கின்றார் ஸீபவைஹி. அல்–க்ஹலீல் தொண்டையினைக் குறிக்கப் பயன்படுத்தும் حلق *(ஹல்கி [5])* என்னும் சொல்லை ஸீபவைஹியும் கையாள் கின்றார். அல்–க்ஹலீல் நடுத்தொண்டையில் பிறக்கும் நான்கு ஒலிகளைக் [ʿ, ḥ, ẖ, ġ] குறிப்பிடுகிறார். ஆனால், ஸீபவைஹி தொண்டையினைக் கடைத்தொண்டை فالحلق *(அல்ஹல்கி[5]) (lit.) Glottal*, நடுத்தொண்டை أوسط الحلق *(அவ்ஸடி அல்ஹல்கி [5]) (Pharyngeal)*, மேல்தொண்டை أدنا *(அத்[3]னாஹா) (lit.) Velar* என மூன்று பகுதிகளாகப் பகுக்கின்றார். தொண்டையின் கடைப்பகுதியில் மூன்று ஒலிகள் ['], [h], [ā], நடுப்பகுதியில் இரண்டு ஒலிகள் [ʿ], [ḥ], மேல்பகுதியில் இரண்டு ஒலிகள் [ġ], [ẖ] என மொத்தம் ஏழு ஒலிகள் தொண்டையிலிருந்து பிறக்கின்றன என்று தொண்டை ஒலிகளின் ஒலிப்பிடத்தை மிகத் துல்லியமாக விளக்குகின்றார்.[40]

40. A.A.Al-Nassir (1993: 14)

அல்–க்ஹலீல் [n] *(light nūn)*விற்கு ஒலிப்பிடம் குறிப்பிட வில்லை. ஆனால், ஸீபவைஹி குறிப்பிடுகின்றார். இவ்வொலி ஸீபவைஹியின் ஆறு கிளை ஒலிகளில் *(derived acceptable letters)* வரும். ஸீபவைஹி இவ்வொலியை الخفيفة *(அல்–க்ஹஃபீய்ஃபஹ்)* (மெல்லிய 'ன' / *light nūn*) என்று அழைக்கின்றார்.[41] ஸீபவைஹி, ஒலியுறுப்புகளில் இருந்து ஒலி வெளிப்படும் இடத்தை, முதன்மையானதாகக் கருதுகின்றார். ஒலியுறுப்புகளின் இயக்கத்தை இரண்டாம் நிலையில் தான் சுட்டுகின்றார்.[42]

ஸீபவைஹி ஒலிப்பிடங்களை வரையறுக்கும்போது தொல்காப்பியர் போன்று முதலில் இயங்கும் ஒலியுறுப்பையும் (ஒலியெழுப்பி) (நாக்கு) பின்பு, இயங்கா ஒலியுறுப்பையும் (அண்ணம்) குறிப்பிடுகின்றார்.

41. மேலது, ப.16.

42. Vivien Law (1990: 219)

# 4. குரல்நாள அதிர்வு ஒலிகளும் அதிர்வில்லா ஒலிகளும்

*அறபு மூலம்* **04** *தமிழ் ஒலிபெயர்ப்பு*

فامّا (المجهورةُ) فالهمزة، ،والالف والعين، ،والغين والقاف، والجيم، والياء، والضاد، واللام، والنون، والراء، والطاء، والدال، والزاى، والظاء، والذال، والباء، والميم، والواو. فذلك تسعة عشر حرفا

ஃபஅம்மா (அல்_மஜ்ஹூறத்து) ஃபால்ஹம்ஃஜது, வ அல்-ஆலி ஃபு, வ அல்_அய்ய்னு, வ அல்_கய்னு, வ அல்_காஃபு, வ அல்-ஜீ ய்மு, வ அல்_யாவு, வ அல்_ஃட்ஃடாது, வ அல்_லாமு, வ அல்-னூ னு, வ அல்_ற்றாவு, வ அல்_ட்டாவு, வ அல்_த்தாலு, வ அல்_அல்-ஃஜ்'ஃஜா'யு, வ அல்_ஃஜ்ஃஜாவு, வ அல்_ஃத்ஃதாலு, வ் அல்_பாவு, வ அல்-மீ ய்மு, வ அல்_வாவு. ஃபஃதாலிக திஸ்அய் து அஷ்ற ஹறஃபன்

وامّا (المهموسة) ،فالهاء ،والحاء ،والخاء ،والكاف ،والشين ،والسين ،والتاء ،والصاد ،والثاء والفاء.فذلك عشرةُ احرف.

வஅம்மா(அல்_மஹ்மூ ஸத்து) ஃபல்ஹாவு, வ அல்_ஹாவு, வ அல்_க்ஹாவு, வ அல்_காஃபு, வ அல்_ஷ்ஷி ய்னு, வ அல்_ஸ்ஸிய்னு, வ அல்_த்தாவு, வ அல்_ஷ்ஷாது, வ அல்_ஃத்ஃதாவு, வ அல்_ஃபாவு. ஃபாஃதாலிக அஷ்றது அஹ்றுஃபின்

فالمجهورةُ . حرفت أشْبِعَ الاعتمادُ فى ،موضعه ومَنَعَ النَّفسَ أن يَجرى معه حتّى يَنقضى الاعتمادُ [عليه] ويجرى الصوتُ. فهذه حالُ المجهورة فى الحَلْق ،والفَم الاّ أنّ النون والميم قد يُعتَمَد لهما ف الفَم والخياشيم. فتَصيرَ فيهما غُنَّةٌ والدليل على ذلك أنّك لو أمسكتَ بأنفك ثمّ تكلّمت بهما لرأيت ذلك قد أخَلَّ بهما.

ஃபஅல்_மஜ்ஹூறத்து . ஹறஃபு வுஷ் பி அஹி அல்இய்திமாது , ஃபிய் மவ்ஃடி இய்ஹி வமனஅ ன்னஃபாஸ அன் யஜ்றிய மஅஹூஹத்தா யன்கஃடா, அல்_கு ய்தி மாது , (அலய்ஹி) வயஜ்றிய் அஸ்ஸவ்த்து ஃபஹஃதி ஹி ஹாலு அல்மஜ்ஹூறதி ஃபி அல்ஹல்கி வ அல்ஃபகு அலா அன்ன அல்_னூன வ அல்_மீ ய்ம் கத்யுஅ ஃதமது லஹூ மா ஃபிய் அல்ஃபமி வ அல்க்ஹயாஷிய் மி ஃபதஷி ய்ற ஃபிய்ஹிமா கு ன்னது வ த்தலிய்லு அலர ஃதாலிக அன்னக லவ் அம்ஸக்த பி அன்ஃபிக ஃதும்ம தகல்லம்த பி ஹிமா லறஅய்த ஃதலிக கத் அக்ஹல்ல பி ஹிமா.

وامّا المهموس فحرفٌ أُضعِف الاعتمادُ فى موضعه حتّى جرى النَّفسُ ،معه وأنت تعرف ذلك اذا اعتَبرت فرددتَ الحرف مع جَرْيِ النَّفس. ولو أردتَ ذلك فى المجهورة لم تَقدر عليه. فاذا اردتَ إجراء الحروف فأنت تَرفع صوتك إن شئتَ بحروف اللّين والمدّ،أو بما فيها منها.وان شئت أخفيتَ.

வ அம்மா அல்_மஹ்மூஸீ ஃபஹறஃபு உஃட்இய்ஃப அல்இய்திமாது ஃபிய் மவ்ஃடி இய்ஹி ஹத்தா ஜறய் அன்னஃபஸூ மஅஹூ வஅன்த தஅறிஃபு ஃதாலிக இஃதா இய்தபறத ஃபறதத்த அல்_ஹறஃப மஅ ஜற்யி அல்ன்னஃஸி வலவ் அறத்த ஃதாலிக ஃபிய் அல்_மஜ்ஹூறதி லம் தக்திற் அலய்ஹி ஃபஇஃதா அறத்த்த இஜ்றா அல்_ஹூறுவ்ஃபி ஃபஅன்த தற்பஉ ஷவ்தக இன்ஷிஃத பி ஹூறுவ்ஃபி ல்லிய்னி வ அல்மத்தி அவ் பி மா ஃபீய்ஹா மின்ஹா. வ இன் ஷிஃத அக்ஹ்ஃபய்த்த.

மொழிபெயர்ப்பும் கருத்து விளக்கமும்

ஸீபவைஹி அறபு ஒலிகளை ஒலிப்பிடத்தின் அடிப்படையில் மேற்கண்டவாறு விளக்கிய பின்பு, அவ்வொலிகளின் சிறப்பு ஒலிப்புமுறையின் அடிப்படையில் பல்வேறு வகைகளாகப் பகுத்துப் பின்வரும் பகுதிகளில் விளக்குகின்றார்.

அறபு ஒலிகளை ஒலிப்புமுறையின் அடிப்படையில் விளக்கும் போது, ஸீபவைஹி (ஒப்பீட்டடிப்படையில், முரண்பட்ட இரு பண்புகளைச் சுட்ட) வேறுபட்ட இரு பண்புகளை ஒரு தொகுதியாக்கி விளக்கும் முறையைக் *(binary contrasts)* கையாள்கின்றார். அவ்வாறு அறபு ஒலிகளை நான்கு தொகுதி களாகப் பகுக்கிறார். அவை:

(வரிசை எண் 1, 2,... என்பது தொகுதியையும், அதன் உள்வரிசையான a, b என்பது வேறுபட்ட இரு பண்புகளையும் சுட்டும்)

1. a. குரல்நாள அதிர்வு ஒலிகள் (المجهورة) (அல்–மஜ்ஹூறத்து))

   b. குரல்நாள அதிர்வில்லா ஒலிகள் (المهموسة) (அல்–மஹ்மூஸத்து))

2. a. இறுக்கமான ஒலிகள் (الشَّديد) (அல்–ஷ்[1]ஷ[1]திய்து))

   b. இறுக்கமற்ற ஒலிகள் (الرِّخْوَة) (அல்–ற்றிக்ஹ்வஹூ))

3. a. மென்மையான ஒலிகள் ((அல்–ல்லைனஹ் (اللَّيِّنَة))

   b. நீட்டம் உடைய ஒலிகள் ((அல்–மத்[3]து[3] (المددت))

4. a. மூடிய நிலையில் தோன்றும் ஒலிகள் (அல்–முட்ப[3]க்[5] (المُطْبَقَة))

   b. திறந்த நிலையில் தோன்றும் ஒலிகள் (المُنْفَتِحة) (அல்–முன்ஃபதிஹ்)

இந்த நான்கு தொகுதிகளுள் முதல் தொகுதியான குரல்நாள அதிர்வு ஒலிகள், குரல்நாள அதிர்வில்லா ஒலிகள் ஆகியன பற்றி முதலில் விவரிக்கின்றார். இவ்விரண்டில் குரல்நாள அதிர்வு ஒலிகள் பற்றி முதலில் பேசுகிறார்.

"இவையெல்லாம் குரல்நாள அதிர்வு ஒலிகள்" [(المجهورة) فَأَمَّا] என்று தொடங்கிப் பின்வரும் ஒலிகளை வரிசைப் படுத்துகின்றார் (ஸீபவைஹியின் வரிசைப்படி).

1. ['] ஹம்ஃஜ$^{1}$ (ء) hamza
2. [ā] அலிஃபு (ا) alif
3. [ʿ] அய்னு (ع) ayn
4. [ġ] க$^{3}$ ய்னு (غ) ghayn
5. [q] கா$^{5}$ஃபு (ق) qāf
6. [j] ஜிய்மு (ج) jīm
7. [y] யாவு (ی) yā
8. [ḍ] ஃட்$^{3}$ஃடா$^{3}$து$^{3}$ (ض) dād
9. [l] லாமு (ل) lām
10. [n] னுவ்னு (ن) nūn
11. [r] றாவு (ر) rā
12. [ṭ] ட்டாவு (ط) ṭā
13. [d] தா$^{3}$லு (د) dāl
14. [z] ஃஜா$^{2}$வு (ظ) zāz
15. [ẓ] ஃஜா$^{1}$யு (ز) ẓāy
16. [ḏ] ஃதா$^{3}$லு (د) ḏāl
17. [b] பா$^{3}$வு (ب) bā
18. [m] மிய்மு (م) mīm
19. [w] வாவு (و) wāw

குரல்நாள அதிர்வு ஒலிகள் பற்றிப் பேசும் பத்தியின் இறுதியில், இவ்வகையில் பத்தொன்பது ஒலிகள் உள்ளன என்று அவ்வின ஒலிகளின் கூட்டுத்தொகையைக் கூறுகிறார். "இவ்வொலிகளில் ஸீபவைஹி குறிப்பிடும் [q], [ṭ] ஆகிய இரு குரல்நாள அதிர்வு ஒலிகளும் இன்றைய அறபியில் *(Modern Standard Arabic)* குரல்நாள அதிர்வில்லா ஒலிகளாகும்."[43] அதனைத் தொடர்ந்து, குரல்நாள அதிர்வில்லா ஒலிகள் பற்றிப் பேசுகின்றார். "இவை குரல்நாள அதிர்வில்லா ஒலிகள்" [وأمّا (المهموسة)] என்று தொடங்கி, அவ்வொலிகளை பின்வருமாறு வரிசைப்படுத்துகின்றார் (ஸீபவைஹியின் வரிசைப்படி):

1. [h] ஹாவு (ة) hā
2. [ḥ] ஹா$^{2}$வு (ح) ḥā

43. M.G. Carter (2004: 126)

3. [ḫ] க்ஹாவு (خ) ḫā
4. [k] காஃபு (ك) kāf
5. [š] ஷ்[1]ஷீ[1]ய்னு (ش) šīn
6. [s] ஸ்ஸிய்னு (س) sīn
7. [t] தாவு (ت) tā
8. [ṣ] ஷா[2]து[3] (ص) ṣād
9. [t̲] ஃதாவு (ث) t̲ā
10. [f] ஃபாவு (ف) fā

இப்பத்து ஒலிகளும் குரல்நாள அதிர்வில்லா ஒலிகளாகும் என்று பத்தியின் இறுதியில் கூறுகின்றார். குரல்நாள அதிர்வு ஒலிகள், குரல்நாள அதிர்வில்லா ஒலிகள் என்ற இரண்டையும் மேற்கண்டவாறு வரிசைப்படுத்திய பின்பு, குரல்நாள அதிர்வுத் தன்மை (المجهورِها) *அல்–மஜ்ஹ¬றத்து* என்றால் என்ன, குரல்நாள அதிர்வில்லாத் தன்மை (المهموسة) *அல்–மஹ்மூஸத்து* என்றால் என்ன என்று அவற்றின் தன்மையினை விளக்குகிறார். முதலில், குரல்நாள அதிர்வுத் தன்மை பற்றிக் குறிப்பிடும்போது,

“குரல்நாள அதிர்வுத் தன்மை என்பது, ஒலியுறுப்புகள் ஒலிப்பிடத்தில் அழுத்தமாகப் பொருந்தி விலகும் வரை மூச்சோட்டம் தடைபட்டிருப்பதாகும்”[44]

فالمجهورة : حرفٌ أُشْبِعَ الاعتماد فى موضعه ، ومَنَعَ النَّفَسَ
أن يجرَى معه حتَّى ينقضى الاعتماد [عليه] ويجرى الصوت .
فهذه حالُ المجهورة فى الحلْق والفَم“

*ஃபஅல்–மஜ்ஹ¬றது: ஹற்ஃபு அவுஷ்[1]பி[3]அய் அல்–இய்திமாது[3] ஃபிய் மவ்ஃடி[3]இய்து வமனஅய் அல்–ன்னஃபஸ அன் யஜ்றிய மஅய்ஹ¬ஹ[2]த்தய யனக[5]ஃட[3]ய் அல்–அய்தமாது[3] அய்லய்ஹி வயஜ்றிய் அல்–ட்டவ்துஃபஹஃதி[3]தி ஹா[2]லு அல்–மஜ்ஹ¬ வ்றது ஃபிய் அல்–ஹசுல்கி[5] வ அல்–ஃபமு.*

குரல்நாள அதிர்வுத் தன்மையை விளக்கிய பின்பு, [n], [m] ஆகிய இரு மூக்கொலிகளைப் பற்றிக் குறிப்பிடுகின்றார். “[n], [m] ஆகிய இரு ஒலிகளுக்கும், மூச்சுக்காற்றின் மேல் தோன்றும் அழுத்தம் வெவ்வேறு இடங்களில் நிகழும். [n]விற்கு வாயிலும், [m]விற்கு மூக்கிலும் நிகழும்.” என்கின்றார். அதனைத் தொடர்ந்து குரல்நாள அதிர்வில்லாத் தன்மை பற்றிக் குறிப்பிடுகிறார்.

44. A.A.Al-Nassir (1993: 35)

“குரல்நாள அதிர்வில்லாத் தன்மை என்பது ஒரு ஒலி தன் ஒலிப்பிடத்தில் வலுக்குறைந்த நிலையில் மூச்சோட்டத்தைத் தடுத்து, அம்மூச்சோட்டத்துடன் வெளியேறும்” என்கின்றார்.[45]

”وامّا المهموس فحرفٌ أضْعِفَ الاعتمادُ فى موضعه
حتّى جرى النَّفسُ معه، وأنت تعرف ذلك اذا اعتَبرتَ
فرددتً الحرف مع جَرْىِ النَّقس“

*வ அம்மா அல்மஹ்முஸ ஃப்ஹறற்ஃபு உஃட்$^{3}$இய்ஃப அல்இய்திமாது$^{3}$ ஃபிய் மவ்ஃடி$^{3}$ இய்ஹி ஹ$^{2}$த்தய் ஜறய் அல்ன்னஃபஸ¬ மஅய்ஹ¬ வஅன்த தஅய்றிஃபு ஃத$^{3}$லிக இஃதா இய்தப$^{3}$ற்த ஃபத$^{3}$த்$^{3}$த$^{3}$த்த அல்–ஹற்ஃப மஅய் ஜற்யி அல்–ன்னக்$^{5}$ஸி.*

மூச்சோட்டத்தில் சில தடைகள் ஏற்படுவது, குரல்நாள அதிர்வுத் தன்மை என்றும், எந்தத் தடையும் இல்லாமல் மூச்சோட்டம் சீராக இயங்குவது குரல்நாள அதிர்வில்லாத் தன்மை என்றும் ஸீபவைஹி வரையறுக்கிறார். குரல்நாள அதிர்வில்லாத் தன்மைக்குரிய விளக்கத்தோடு இந்நான்காம் பகுதி முடிகின்றது.

அறபியில் ஒலிகளைக் குரல்நாள அதிர்வு ஒலிகள், குரல்நாள அதிர்வில்லா ஒலிகள் எனப் பகுக்கும் முறையினை முதன் முதலில் ஸீபவைஹி தான் புகுத்துகிறார். அல்–க்ஹலீல் அறபு ஒலிகளை இவ்வாறு பகுக்கவில்லை. ஸீபவைஹி இவற்றிற்கெனக் கலைச்சொற்களை உருவாக்குகிறார். ஸீபவைஹிக்குப் பின் வந்த இபின் ஜின்னி *(Ibn Jinni)* ஜமஹ்க்ஷாறி *(Zamakhshari)* இப்ன் யாய்ஷ் *(Ibn Yaish)* முதலிய அறபு இலக்கணிகள் ஸீபவைஹியின் இப்பகுப்பைப் பின்பற்றுகின்றனர்.[46] ஒலிகளின் குரல்நாள அதிர்வுத் தன்மை, குரல்நாள அதிர்வில்லாத் தன்மைகளைக் குறிக்க ஸீபவைஹி கையாளும் *அல்–மஜ்ஹ¬றத்து* (المجهورِها) , *அல்–மஹ்மூஸத்து* (المهموسة)ஆகிய இரு சொற்களையும், அவற்றிற் கான விளக்கத்தையும், ஸீபவைஹிக்குப் பின் இரு நூற்றாண்டுகள் கழித்து வந்த முக்கியமான அறபு இலக்கணியான இப்ன் ஜின்னி *(Ibn Jinni)* தன் “*ஸிற்ஷினா அத் அல் அறபி*””யில் அப்படியே சொல்பிறழாமல் மீண்டும் கூறுகின்றார்.[47]

ஒலிகளின் குரல்நாள அதிர்வுத் தன்மை, குரல்நாள அதிர்வில்லாத் தன்மையைக் குறிக்க ஸீபவைஹி கையாளும் *அல்–மஜ்ஹ¬றத்து* (المجهورِها), *அல்–மஹ்மூஸத்து* (المهموسة)ஆகிய

---

45. மேலது.

46. A.A.Al-Nassir (1993: 35)

47. மேலது, ப.8.

இரு சொற்களுக்கும் உரிய நேர்ப்பொருள் *(lit.)* பின்வருமாறு அமையும்.

(المجهورها) *(மஜ்ஹூறத்து)* – உரத்த குரலாக வெளிப்படுதல் *(shouted out loud)*[48]

(المهموسة) (மஹ்மூஸத்து) – சலசலப்பு/குசுகுசுப்பு (whispered)[49]

ஸீபவைஹியின் *அல்–மஜ்ஹூறத்து* (المجهورها), *அல்–மஹ்மூஸத்து* (المهموسة) ஆகிய இரு கலைச்சொற்களுக்கு இன்றைய அறபு மொழியறிஞர்கள் பின்வருமாறு பொருள்விளக்கம் கற்பிக்கின்றனர்.[50]

1. Cantineau (1946),

(المجهورها) *(மஜ்ஹூறா)* – அழுத்தமுடைய தன்மை *(pressed)*

(المهموسة) *(மஹ்மூஸா)* – அழுத்தமில்லாத் தன்மை *(non-pressed)*

2. Fleisch (1949),

(المجهورها) *(மஜ்ஹூறா)* – குரல்நாள அதிர்வுத் தன்மை *(voiced)*

(المهموسة) *(மஹ்மூஸா)* – குரல்நாள அதிர்வில்லாத் தன்மை *(voiceless)*

3. Garbell (1958),

(المجهورها) *(மஜ்ஹூறா)* – உயிர்ப்பில்லாத் தன்மை *(non-breathed)*

(المهموسة) *(மஹ்மூஸா)* – உயிர்ப்புத் தன்மை *(breathed)*

4. Blanc (1967),

(المجهورها) *(மஜ்ஹூறா)* – நிறை ஓசையுடைய / உரத்த குரலுடைய தன்மை *(sonorous)*

(المهموسة) *(மஹ்மூஸா)* – குறை ஓசையுடைய/குரலடங்கிய தன்மை *(muffled)*

மேற்கண்ட அறிஞர்கள் அனைவரின் பொருள்விளக்கமும் இன்றைய மொழியியலில் பயன்படுத்தும் குரல்நாள அதிர்வுத் தன்மை குரல்நாள அதிர்வில்லாத் தன்மை ஆகியவற்றிற்கு இணையானதாகும்.

---

48. M.G.Carter (2004: 126)

49. மேலது.

50. A.A.Al-Nassir (1993: 35)

# 5. இறுக்கமான, இறுக்கமற்ற மெய்யொலிகளும் உயிரொலிகளும்

*அறபு மூலம்:*

05

*தமிழ் ஒலிபெயர்ப்பு:*

ومن الحروف (الشّديدُ)، وهو الذى يَمنع الصوت ان يَجرى فيه. وهو ،الهمزة ،والقاف ،والكاف ،والجيم ،والطاء ،والتاء ،والدال والباء. وذلك أنّك لو قلت الْحَجْ ثم مددتّ صوتك لم يَجر ذلك.

*வமின அல்ஹு2றுவ்ஃபி (அல்ஷ்1ஷ1தீ து) வஹு வ அல்லதீ யம்னஉ அல்ஷ்2ஷ2வ்த அன் யஜ்றிய ஃபிய்ஹி வஹு வ அல்_ஹம்ஃஜது வ அல்_காஃபு வ அல்_காஃபு வ அல்-ஜீ ய்மு வ அல்_ட்டாவு வ அல்_தாவு வ அல்_தா3லு வ அல்_பா3வு வஃதா3லிக அன்னக லவ்கு5ல்த அல்ஹ2ஜ் ஃதும்ம மத3த்3த்த ஷ2வ்தக லம் யஜ்றி ஃத3லிக*

ومنها (الرِّخْوَة) وهى: ،الهاء ،والحاء ،والغين ،والخاء ،والشين ،والصاد ،والضاد ،والزاى ،والسين ،والظاء ،والثاء ،والذال والفاء. وذلك اذا قلت الطَّسْ ،وانْقَضْ وأشباه ذلك أجريتَ فيه الصوت ان شئت.

*வமின்ஹா (அல்_ற்றக்ஹ்வது) வஹிய அல்_ஹாவு வ அல்_ஹா2வு வ அல்_க3ய்னு வ அல்_க்ஹாவு வ அல்-ஷீ1 ய்னு வ அல்_ஷ்2ஷா2து 3 வ அல்_ஃடா3து 3 வ அல்_ஃஜா1யு வ அல்_ஸய்னு வ அல்_ஃஜா2வு வ அல்_ஃத்ஃதாவு வ அல்_ஃத்3ஃதா3லு வ அல்_ஃபாவு வஃத்3லிக இஃதா3 கு5ல்த அல்ட்டஸ் வஇன்க5ஃட்3 வ அஷ்1பா3ஹு ஃத3லிக அஜ்றய்த ஃபீ ஹி அல்ஷ்2ஷ2 வ்த இன் ஷி1ஃத*

وامّا العين فبينَ الرِّخْوَة ،والشديدة تَصل الى الترديد فيها لشَبَهها بالحاء.

*வ அம்மா அல்அய்னு ஃபப3ய்ன அல்_ற்றக்ஹ்வதி வ அல்ஷ்1ஷ1தி 3ய்த3தி தஷி 2லு இல அல்த்தறதீ3 தி 3 ஃபீ ஹா லிஷ 1ப3ஹி ஹா பி 3ல்ஹா2இ*

ومنها (المُنْحَرِف)، وهو حرفٌ شديد جرى فيه الصوتُ لانحراف اللسان مع ،الصوت ولم يَعترض على الصوت كاعتراض الحروف ،الشديدة وهو اللام وان شئت مددتَّ فيها الصوت وليس كالرِّخوة لأنّ طَرَف اللسان لا يَتجافَى عن موضعه وليس يَخرج الصوت من موضع اللام. ولكن من ناحِيَتَيْ مُسْتَدَقِّ اللسان فُوَيْقَ ذلك.

*வமின்ஹ (அல்-முன்ஹ2றிஃபு), வஹு வ ஹ2ற்ஃபு ஷ1தீ3து3ன் ஜறா ஃபீஹி அஷ்2ஷ2வ்து லியின்ஹி2றாஃபி அல்-லிஸானி மஅ அஷ்2ஷ2வ்தி வலம் யஅய்தறிஃடு3 அலா அல்-ஷ்2ஷ2வ்தி காஇதிறாஃடி3 அல்-ஹு2றுவ்ஃபி அல்-ஷ்1ஷ1தீ3த3தி வஹு வ அல்-லாமு வ இன் ஷி1ஃத மத3த்3த ஃபிய்ஹா அல்ஷ்2ஷ2வ்து வலய்ஸ யக்ஹ்றுஜு அல்ஷ்2ஷ2வ்து மின் மவ்ஃடி3இய் அல்அல்லாமி வலகின் மின் னாஹி2ய்தய் முஸ்தத3க்5கி5*

அறபு மூலம் 05 a தமிழ் ஒலிபெயர்ப்பு

ومنها (حرفٌ شديد) يجرى معه الصوتُ لأنّ ذلك الصوت غُنَّةٌ من الانف، فانما تُخرجه من أنفك واللسانُ لازمٌ لموضع الحرف، لأنك لو أمسكت بأنفك لم يَجر معه الصوتُ. وهو النون، كذلك الميم.

வமின்ஹா (ஹ2ற்ஃபுன் ஷ1தீ3துன்) யஜ்றீ மஅஹு அல்ஷ்2ஷ2வ்து லிஅன்ன ஃதா3லிக அல்ஷ்2ஷ2வ்த கு3ன்னதுன் மின் அல்அன்ஃபி ஃபஇன்னமா துக்ஹ்றி ஜுஹு மின் அன்ஃபிக வ அல்-லிஸானு லாஃஜி1முன் லிமவ்ஃடி3இய் அல்ஹ2ற்ஃபி லிஅன்னக லவ் அம்ஸக்த பி3அன்ஃபிக லம் யஜ்றி மஅஹு அல்ஷ்2ஷ2வ்து வஹுவ அல்-னூனு கஃதா1லிக அல்-மீமு.

ومنها (المكرَّرُ) وهو حرف شديد يجرى فيه الصوت لتكريره وانحرافه الى اللام، فتَجافى للصوت كالرِّخوة، ولو لم يكرَّر لم يَجر الصوتُ فيه. وهو الراء.

வமின்ஹா (அல்-முகற்றறு) வஹுவ ஹற்ஃபுன் ஷ1தீ3துன் யிஜ்றீ ஃபீஹி அல்ஷ்2ஷ2வ்து லதக்றீறிஹி வ இன்ஹிஹாபிஹி இலா அல்லாமி ஃபதஜாஃபி லிஷ்2ஷ2வ்தி காற்றக்ஹ்வதி வலவ் லம் யுகற்றற் லம் யஜ்றி அல்ஷ்2ஷ2வ்து ஃபீஹி வஹுவ அல்-றாவு.

ومنها (اللّيِّنَةُ)، وهى الواو والياء، لأنّ مَخرَجهما يتّسع لهواء الصوت أشَدَّ من اتساع غيرهما كقولك: وأىّ والواو. وإن شئت اجريتَ الصوت ومددتَ.

வமின்ஹா (இல்லீனத்து) வஹுவ அல்-வாவு வ அல்-யாவு லிஅன்ன முக்ஹ்றஜஹு மா யத்தஸிஉய் லிஹவாஇ அல்ஷ்2ஷ2வ்தி அஷ1த்3து3 மின் இத்திஸாஇய் க3ய்றிஹிமா கக5வ்லிக வஅயு வ அல்-வாவு வஇன் ஷிஃத்த அஜ்றய்த அல்ஷ்2ஷ2வ்த வ மத3த்3த்த.

ومنها (الهاوى) وهو حرفُ لين اتّسع لهواء الصوت مُخرَجُه أشدَّ من. اتّساع مُخرَجِ الياء والواو، لانك قد تُضم شَفَتَيْك فى الواو وتَرفع فى الياء لسانك قِبَل الحَنَك، وهى الألف.

வ மின்ஹா (அல்ஹாவிய்) வஹுவ ஹ2ற்ஃபுன் லீன் இத்தஸஅ லிஹவாயி அல்ஷ்2ஷ2வ்தி முக்ஹ்றஜுஹு அஷ1த்3த3 மின். இத்திஸாஇய் முக்ஹ்றஜி அல்யாயி வ அல்வாவி லிஅன்னக க5த்3 தஃடு3ம்மு ஷ1ஃபதய்க ஃபில் வாவி வதற்ஃபஉ ஃபில் யாயி லிஸானக கப3ல அல்ஹ2னகி வஹிய அல்-அலிஃபு.

وهذه الثلاثةُ أخْفَى الحروف لاتساع مُخرَجها. وأخفاهنّ وأوسعُهنّ مُخرَجًا: الالفُ، ثم الياء، ثم الواو.

வஹாஃதி3ஹி அல்ஃத்லாஃதத்து அஹ்2ஃபா அல்ஹு2றூப லிஇத்திஸாஇய் முஹ்2றஜஹா வ அஹ்2ஃபாஹுன்ன வ அவ்ஸஉஹுன்ன முஹ்றஜன்: அல்-அலிஃபு தும்ம அல்-யாவு ஃதும்ம அல்-வாவ.

## மொழிபெயர்ப்பும் கருத்து விளக்கமும்

ஒலிப்புமுறையில் இரண்டாவது தொகுதியான இறுக்கமான ஒலிகள் – இறுக்கமற்ற ஒலிகள் பற்றி இப்பகுதியின் தொடக்கத்தில் விவரிக்கின்றார். இவ்விரண்டில் இறுக்கமான தன்மை பற்றி முதலில் குறிப்பிடுகின்றார். இறுக்கமான தன்மை الشَّدِيدُ *(ஷ்1ஷ1திய்து)* என்றால் என்ன என்பதை விளக்கிய பின்பு அவ்வகை ஒலிகளை வரிசைப்படுத்துகின்றார்.

**இறுக்கமான தன்மைக்கு (الشَّدِيدُ(ஷ்[1]ஷ[1]தீய்து)) ஸீபவைஹி தரும் விளக்கம்**

*“(ஒரு) ஒலி தன் ஒலிப்பிடத்தில் மூச்சுக்காற்றை முன்னோக்கித் (முன்னின்று) தடுத்தல்”*

“وهو الذى يمنع الصوتَ أن يجرَى فيه”

*வமின அல்ஹ[12]றுவ்ஃபி(அல்ஷ்[1]ஷ[1]தீய்து) வஹு[1]வ அல்லதிய் யம்னஉய் அல்ஷ்[2]ஷ[2]வ்த அன் யஜ்றிய ஃபீய்ஹி.*

ஸீபவைஹியின் இந்த விளக்கம் இன்றைய மொழியியலில் அடைப்பொலிக்குரிய வரையறையோடு பொருந்துகிறது. *ஷ்[1]ஷ[1]தீய்து* الشَّدِيدُ என்னும் சொல் வல்லோசை *(hard)*, கடினம் *(strong)*, இறுக்கம் *(tight)* என்னும் நேர்பொருள்களில் வரும். அவற்றுள் இறுக்கம் என்னும் பொருளே ஸீபவைஹியின் ஒலிப்புமுறை விளக்கத்திற்குப் பொருத்தமாக இருக்கின்றது.[52] ஒலிப்புமுறையின் அடிப்படையில், ஸீபவைஹி பகுக்கும் இறுக்கமான – ஒலிப்பிடத்தில் நிகழும் மூச்சோட்டத் தடையைக் கூறுகின்றார்.

**இறுக்கமான ஒலிகள் (الشَّدِيدُ (ஷ்[1]ஷ[1]தீய்து))**

*(ஸீபவைஹியின் வரிசைப்படி)*

1. ['] *ஹம்ஃஜ[1]* (ء) hamza
2. [q] *கா[5]ஃபு* (ق) qāf
3. [k] *காஃபு* (ك) kāf
4. [j] *ஜிய்மு* (ج) jīm
5. [ṭ] *ட்டாவு* (ط) ṭā
6. [t] *தாவு* (ت) tā
7. [d] *தா[3]லு* (د) dāl
8. [b] *பா[3]வு* (ب) bā

இறுக்கமற்ற ஒலிகளை விவரிக்கும்போது, முதலில் அவ்வகை ஒலிகளை வரிசைப்படுத்துகின்றார். அதன்பின், இறுக்கமற்ற தன்மை என்பது என்ன என்று விளக்குகின்றார். ‘இவையெல்லாம் இறுக்கமற்ற ஒலிகள்’ ومنها الرِّخْوَة وهى / *வமின்ஹா*

51. A.A.Al-Nassir (1993: 38)
52. A.A.Al-Nassir (1993: 38)

*அல்ற்றிக்ஹ்வஹு* *வஹிய* என்று தொடங்கி அவ்வொலிகளைப் பின்வருமாறு வரிசைப்படுத்துகின்றார்:

**இறுக்கமற்ற ஒலிகள் (الرِّخْوَة)(*ற்றிக்ஹ்வஹு*))**

*(ஸீபவைஹியின் வரிசைப்படி)*

1. [h] *ஹாவு* (ة) hā
2. [ḥ] *ஹா²வு* (ح) ḥā
3. [ġ] *க³ய்னு* (غ) ġayn
4. [ẖ] *க்ஹாவு* (خ) ẖā
5. [š] *ஷ்¹ஷீ¹ய்னு* (ش) šīn
6. [ṣ] *ஷா²து³* (ص) ṣād
7. [ḍ] *ஃட்³ஃடா³து³* (ض) ḍād
8. [z] *ஃஜா²வு* (ظ) zā
9. [s] *ஸ்ஸிய்னு* (س) sīn
10. [ẓ] *ஃஜா¹யு* (ز) ẓāy
11. [ṯ] *ஃதாவு* (ث) ṯā
12. [ḏ] *ஃதா³லு* (د) ḏāl
13. [f] *ஃபாவு* (ف) fā

**இறுக்கமற்ற தன்மைக்கு (الرِّخْوَة)ஸீபவைஹி தரும் விளக்கம்**

'மூச்சோட்டத்தின் இயல்பிலேயே எவ்விதத் தடையும் இல்லாமல் தோன்றும்.'

"وأشباه ذلك أجريتَ فيه الصوت إن شئت"

*வ அஷ்¹பா³ஹு ஃத³லிக அஜ்றய்த ஃபிய்ஹி அல்ஷ்²ஷ²வ்த இன் ஷி¹ன்த*

[ʿ] (ع) ***அய்னு*** என்னும் மெய்யொலியும் [w], [y] ஆகிய இரு அரையுயிர்களும், மேற்கண்ட இரு வகையிலும் (இறுக்கமான, இறுக்கமற்ற தன்மை) வராது என்கின்றார். இறுக்கமற்ற தன்மைக்குப் பொருள் விளக்கம் கூறிய பின், பின்வரும் ஒலிகளைத் தனித்தனி இனஒலிகளாக அடையாளப்படுத்துகிறார்.

அவை:

1. மருங்கொலி [l]
2. மூக்கொலிகள் [n], [m]
3. ஆடொலி [r]

***1. மருங்கொலி*** /*முன்ஹறிஃப்* (المُنْحَرِف)/ lateral [l]:

[l]வை *"அல்–முன்ஹறிஃப்"* (المُنْحَرِف) *என்று அழைக்கின்றார். முன்ஹறிஃப்* (المُنْحَرِف) என்பது, "வேறு வழியில் செலுத்துதல்/திசை மாற்றுதல்"[53], "சாய்ந்தொதுங்குதல்"[54] ஆகிய பொருள்களில் வரும். [l]வின் ஒலிப்புமுறை பற்றிக் குறிப்பிடும்போது,

'நா, ஓசையுடன் ஒரு பக்கமாக சாய்ந்தொதுங்கும்' என்கின்றார்.

ومنها (المُنْحَرِف)، وهو حرفٌ شديد جرى فيه الصوتُ لانحراف اللسان مع الصوت"

*வமின்ஹ (அல்முன்ஹ²றிஃபு), வஹூ வ ஹ²ற்ஃபு ஷ¹தி³ய்து³ ஜறய் ஃபிய்ஹி அல்ஷ்²ஷ²வ்து லியின்ஹி²றாஃபி அல்லிஸானி மஅய் அல்ஷ்²ஷ²வ்தி*

அதாவது, [l]வை உச்சரிக்கும்போது நா சாய்ந்து ஒதுங்குவது நாவின் இருபுறமும் நிகழலாம் என்கிறார் ஸீபவைஹி. அதனால் தான் இதன் ஒலிப்பிடம், நாவில் இரு இடங்களில் (நுனிநாவின் இரு ஓரம்) அமைகின்றது என்கின்றார்.[55] மேலும் [l] வை, இறுக்க மான ஒலியாக الشَّدِيدُ (ஷ்¹ஷ¹திய்து)) வகைப்படுத்துகின்றார்.

***2. மூக்கொலிப்பு***/*கு³ன்னது* (غُنَّة)/ Nasality [n], [m]:

[l]வைத் தொடர்ந்து, [n] னுவ்னு (ن) nūn மற்றும் [m] மிய்மு (م) mīm ஆகிய இரு மூக்கொலிகள் பற்றிக் குறிப்பிடுகின்றார். "இவ்வொலிகள் மூக்கின் வழி வெளியேறும் மூச்சுக்காற்றில் தோன்றும்" என்கின்றார். மேலும் இவற்றை, *கு³ன்னது* (غُنَّة) என்று அழைக்கின்றார். *கு³ன்னது* என்றால் "மூக்கொலிப்பு" என்று பொருள். [n]வின் ஒலிப்புமுறை குறித்துப் பின்வருமாறு குறிப்பிடு கின்றார்.

"இந்த ஒலியை உங்கள் மூக்கிலிருந்து பிறப்பிக்கும்போது நாக்கு சிறிது நேரம் இவ்வொலியின் ஒலிப்பிடத்தைத் தொடும். உங்கள் மூக்கை நீங்கள் மூடிக்கொண்டால் இந்த ஒலி தோன்றாது"[56]

"و منها (حرفٌ شديد) يجرى معه الصوتُ لأنّ
ذلك الصوت غُنّةٌ من الانف، فانما تُخرِجه من
أنفك واللسانُ لازمٌ لموضع الحرف، لأنك لو
أمسكت بأنفك لم يَجرِ معه الصوتُ "

53. A.A.Al-Nassir (1993: 48)

54. Mohmoud Hassan Saaran Attia E. (1951: 239)

55. A.A.Al-Nassir (1993: 48)

56. மேலது, ப.49.

*வமின்ஹா(ஹசுற்ஃபுஷ$^{1}$தி$^{3}$ய்து)யஜ்றிய்மஅய்ஹ¬அல்ஷ்$^{2}$ஷ$^{2}$வ்து லின்ன ஃதே$^{3}$லிக அல்ஷ்$^{2}$ஷ$^{2}$வ்த கு$^{3}$ன்னது மின் அல்அன்ஃபி ஃபஇின்னமா துக்ஹ்றி ஜ¬ஹ¬ மின் அன்ஃபிக வ அல்லஸானு லாஃஜி$^{1}$மு லிமவ்ஃடி$^{3}$இய் அல்ஹ$^{2}$ற்ஃபி லிஅன்னாக லவ் அம்ஸக்த பி$^{3}$அன்ஃபிக லம் யஜ்றி மஅய்ஹ¬ அல்ஷ்$^{2}$ஷ$^{2}$வ்து.*

இதே விளக்கத்தை [m] விற்கும் கொடுக்கின்றார். [n] மற்றும் [m] ஆகிய இரு மூக்கொலிகளையும் இறுக்கமான ஒலிகளாக (الشَّدِيدُ (ஷ$^{1}$திய்து)) வகைப்படுத்துகின்றார்.

### 3. ஆடொலி/*முகற்றறு* (المكرَّرُ) / Trilled [r]:

மூக்கொலிகளைத் தொடர்ந்து [r] றாவு (ر)விற்கு "இவ்வொலி மூச்சோட்டத்தின் இயல்பிலேயே தோன்றும்" என்று தனியாக விளக்கம் கொடுக்கின்றார். [r] என்னும் ஆடொலியைக் குறிக்க "முகற்றறு" (المكرَّرُ) என்னும் சொல்லைக் கையாள்கின்றார். இதன் நேர்பொருள், 'திரும்பத்திரும்ப நிகழ்தல்'[57] என்பதாகும். ஒலிப்புமுறையின் அடிப்படையில் [r]விற்கு இப்பெயரிடுகின்றார். இறுதியில் [r] றாவை "இறுக்கமான ஒலி" என்னும் வகையில் தொகுக்கிறார்.[58]

### உயிரொலிகள்

அறபு மெய்யொலிகளை இறுக்கமான, இறுக்கமில்லாத் தன்மையுடையவை என மேற்கண்டவாறு வகைப்படுத்திய பின்பு, உயிரொலிகள் பற்றி விவரிக்கின்றார். [ā] (ا), [ī] (ى), [ū] (و) ஆகிய மூன்று நெட்டுயிர்களைக் குறிப்பிடுகின்றார். இம்மூன்று நெட்டுயிர்களை இரு வகையாகப் பகுக்கின்றார்.

அவை:

1. மென்மையானவை (*அல்–ல்லைனஹ்* (اللَّيِنَةُ)) / *soft*
2. நீட்டம் உடையவை (*மத்$^{3}$து$^{3}$* (المددُ)) / *prolongation*

### 1. மென்மையானவை *(அல்–ல்லைனஹ்* (اللَّيِنَةُ)) / Soft:

[ī] (ى), [ū] (و) ஆகிய இரு உயிர்களை "மென்மையானவை" என்று அழைக்கின்றார். இவ்விரு உயிர்களையும் அழைக்க *அல்–ல்லைனஹ்* (اللَّيِنَةُ)என்னும் சொல்லைக் கையாள்கிறார். *அல்–ல்லைனஹ்* என்றால், "நெகிழ்வுடையவை" *(pliable)* என்று பொருள்.[59] அதனைத் தொடர்ந்து இவ்வொலிகளின் பிறப்பைக் குறிப்பிடுகிறார்.

---

57. A.A.Al-Nassir (1993: 49)
58. மேலது.
59. M.G.Carter (2004: 127)

'நீங்கள், உங்கள் உதடுகளை வட்டமாகச் சுருக்கும்போது [ū] தோன்றும், நாவை மேல் அண்ணத்தை நோக்கி உயர்த்தும் போது [ī] தோன்றும்'[60]

اتساع مُخْرَج الياء والواو، لأنك لسانك قِبَل الحَنَك
قد تَضم شَفَتَيْك فى الواو وترفع فى الياء

*இதஸாஇய் முக்ஹ்றஜி அல்யாவி வ அல்வாவி லிஅன்னக க[5]த்[3] தஃடு[3]ம்மு ஷ[1]ஃபதய்க ஃபிய் அல்வாவி வதற்ஃபஉய் ஃபிய் அல்யாவி லிஸானக ஃபிப[3]ல அல்ஹ[2]னக.*

[ū]வின் ஒலிப்புமுறையினைக் குறிப்பிடும்போது இதழ்களின் அமைப்பை மட்டும் குறிப்பிடுகிறார், நாவின் நிலை பற்றிக் கூறவில்லை. [ī]யின் ஒலிப்புமுறையை குறிப்பிடும்போது நாவின் நிலை குறித்து விளக்குகிறார், ஆனால் இதழ்களின் அமைப்பு பற்றிக் கூறவில்லை.[61]

**2. நீட்டம் உடையவை** *(மத்[3]து[3]* (المددت)) / prolongation :

[ā] (ا)வை *மத்[3]து[3]* (المددت) என்று அழைக்கிறார் ஸீபவைஹி. *மத்[3]து[3]* என்றால் 'நீட்டம் உடைய ஒலி'/*prolongation* என்று பொருள். ஸீபவைஹி குறிப்பிடும் இந்த 'நீட்டம்' ஒலியின் நெடில் தன்மையைக் குறிக்கும். மேலும் [ā]வின் ஒலிப்பிடத்தைக் காற்றறை யில் சுட்டுகிறார். [ā]வின் ஒலிப்பிடத்தைச் சுட்ட 'அல்–ஹாவீ' (الهاوى) என்னும் சொல்லைக் கையாள்கிறார். 'அல்–ஹாவீ' என்றால் காற்றறை *(aircavity)* ஆகும். [ā]வின் ஒலிப்பிடத்தைப் பின்வருமாறு சுட்டுகிறார்:

"ومنها (الهاوى) وهو حرفٌ اتّسع لهواء الصوتِ مُخْرَجُه أشَدَّ من"

*வ மின்ஹா (அல்ஹாவிய்) வஹு¬ வ ஹ[2]ற்ஃபு லிய்னின் இத்தஸஅய லிஹவாவி அல்ஷ்[2]ஷ[2]வ்தி முக்ஹ்றஜு¬ ஹு¬ அஷ[1]த்[3]த[3] மின்.*

ஸீபவைஹி [ā] வின் ஒலிப்பிடத்தைக் காற்றறையில் சுட்டும் முறையை அல்–க்ஹலீலிடம் இருந்து பின்பற்றுகின்றார். "குற்றுயிர்கள் அனைத்தும் நெட்டுயிரிலிருந்தே தோன்றுகின்றன" என்கின்றார் ஸீபவைஹி (ஹா.ப.தொ.4, ப.335). எனவே குற்றுயிர்களின் ஒலிப்பிடம் பற்றி ஏதும் கூறவில்லை.[62]

---

60. A.A.Al-Nassir (1993: 17)

61. மேலது, ப.33

62.. A.A.Al-Nassir (1993: 31)

# 6. மூடிய நிலையில், திறந்த நிலையில் தோன்றும் ஒலிகள்

**அறபு மூலம்:** **06** **தமிழ் ஒலிபெயர்ப்பு:**

ومنها (المُطبَقة، والمُنفتِحة)، فامّا المُطبَقة فالصاد، والضاد، والطاء، والظاء.

வமின்ஹா அல்-முட்பக$^{5}$து வ அல்-முன்ஃபதிஹ$^{2}$து ஃபஅம்மா அல்-முட்பக$^{5}$து ஃபாஷ$^{2}$ஷா$^{2}$து$^{3}$ வ அல்-ஃட$^{3}$ஃடா$^{3}$து$^{3}$ வ அல்-ட்டாவு வ அல்-ஃஜ்$^{2}$ஃஜாவு.

والمُنفتِحة: كلُّ ما سِوَى ذلك من الحروف، لأنك لا تُطبِقُ لشيء منهنّ لسانك، تَرفعه الى الحَنَك الأعلى.

வ அல்-முன்ஃபதிஹ$^{2}$து: குல்லு மா ஸிவா ஃதா$^{3}$லிக மின் அல்ஹு$^{2}$றுவ்ஃபி, லிஅன்னக லா துத்பி$^{3}$கு லிஷய்யின் மின்ஹு ன்ன லஸானக தற்ஃபஉஹு இல ல்ஹ$^{2}$னகி அல் அகஃலா.

وهذه الحروفُ الأربعة اذا وضعت لسانك فى مواضعهنّ انطبق لسانُك من مواضعهنّ الى ما حاذى الحَنَكَ، الاعلى من اللسان تَرفعه الى الحَنَك فاذا وضعتَ لسانك فالصوتُ مَحصورٌ فيما بين اللسان والحَنَك الى موضع الحروف.

வஹஃதி$^{3}$ஹி அல்ஹு றுவ்ஃபு அல்அற்ப$^{3}$அது இஃதா$^{3}$ வ ஃட$^{3}$ஃத லிஸானக ஃபீ மவாஃடி$^{3}$இயிஹின்ன இன்டப$^{3}$க$^{5}$ லிஸானுக மின் மவாஃடி$^{3}$இயிஹின்ன இலா மா ஹாஃதா$^{3}$ அல்ஹ$^{2}$னக அல்அஃலா மின் அல்-லிஸானி தற்ஃபஉஹு இலா அல்ஹ$^{2}$னகி ஃபஇதா$^{3}$ வஃட$^{3}$ஃத லிஸானக ஃபஷ்$^{2}$ஷ$^{2}$வ்து மக்ஹ்ஷு$^{2}$றுன் ஃபீமா ப$^{3}$ய்ன அல்-லிஸானி வ அல்ஹ$^{2}$னகி இலா மவ்ஃடி$^{3}$இ ல்ஹு$^{2}$றூஃபி.

وامّا الدال والزاى ونحوُهما فانما يَنحصر الصوتُ اذا وضعت لسانك فى مواضعهنّ.

வஅம்மா அத்$^{3}$தா$^{3}$லு வ ஃஜ்$^{1}$ஃஜா$^{1}$யு வ னஹ்$^{2}$வுஹு மா ஃபஇன்னமா யன்ஹ$^{2}$ஷி$^{2}$று அல்-ஷ்$^{2}$ஷ$^{2}$வ்து இஃதா$^{3}$ வஃட$^{3}$ஃத லிஸானக ஃபீ மவாஃடி$^{3}$ இஹின்ன.

فهذه الأربعة لها موضعان من اللسان وقد بُيِّن ذلك بحَصْرِ الصوت ولولا الإطباق لصارت الطاءُ دالا والصادُ سِينًا. والظاء ذالا ولخرجتِ الضادُ من الكلام لأنه ليس شيءٌ من موضعِهَا غيرُها.

ஃபஹஃதி$^{3}$ஹி அல்-அற்அயது லஹா மவ்ஃடி$^{3}$ஆனி மின அல்-லிஸானி வ க$^{5}$த்$^{3}$ பு$^{3}$ய்யின ஃதா$^{3}$லிக பி$^{3}$ஹ$^{2}$ஷ்$^{2}$றி ஷ்$^{2}$ஷ$^{2}$வ்தி வலவ்லல் இட்பா$^{3}$கு$^{5}$ லஷா$^{2}$றத் அல்-ட்டாவு ஃதா$^{3}$லன் வ அல்ஷ்$^{2}$ஷா$^{2}$து$^{3}$ ஸீனன். வ அல்-ஃஜ்$^{2}$ஃஜா$^{2}$வு ஃதா$^{3}$லன் வலக்ஹறஜதி அல்-ஃட்$^{3}$ஃடா$^{3}$து$^{3}$ மின அல்கலாமி லிஅன்னஹு லய்ஸ ஷ$^{1}$ய்வுன் மின் மவ்ஃடி$^{3}$இஹா க$^{5}$ய்றுஹா.

## மொழிபெயர்ப்பும் கருத்து விளக்கமும்

*ஒலிப்புமுறையில் 4–வது தொகுதியாக, அறபு ஒலிகளை மூடிய நிலையில் தோன்றும் ஒலிகள் – திறந்த நிலையில் தோன்றும் ஒலிகள் என இரு வகைகளாகப் பகுத்து இப்பகுதியில் விளக்குகின்றார் ஸீபவைஹி. நாவின் மேல்பகுதி, அண்ணத்தைத் தழுவும் நிலையை அடிப்படையாகக் கொண்டு இவ்வாறு இருவகைகளாகப் பகுக்கின்றார். நாவின் இரு ஓரங்கள் மேல் அண்ணத்தைத் தழுவும் (மூடும்) நிலையை மூடிய நிலை என்றும், அவ்வாறு நிகழாததை திறந்த நிலை என்றும் வகைப்படுத்துகின்றார்.*

*இவ்விரண்டு பண்புகளில் மூடிய நிலையில் தோன்றும் நான்கு ஒலிகளை முதலில் வரிசைப்படுத்துகின்றார். இவ்வொலிகளை, ‘அல்–முட்ப$^{3}$க்$^{5}$’ (المطْبَقَة) மற்றும் ‘அல்–இட்ப$^{3}$க்$^{5}$’ (الإطباق) ஆகிய இரு சொற்களால் அழைக்கின்றார்.*

### ஸீபவைஹி குறிப்பிடும் மூடிய நிலையில் தோன்றும் ஒலிகள்

*(ஸீபவைஹியின் வரிசைப்படி)*

1. [ṣ] *ஷா$^{2}$து$^{3}$* (ص) ṣād
2. [ḍ] *ஃட்$^{3}$ஃடா$^{3}$து$^{3}$* (ض) ḍād
3. [ṭ] *ட்டாவு* (ط) ṭā
4. [z] *ஃஜா$^{2}$வு* (ظ) zā

### மூடிய நிலையில் தோன்றும் ஒலிகளுக்கு ஸீபவைஹி தரும் விளக்கம்

*“இந்த நான்கு ஒலிகளையும் உங்கள் நாவில் அவற்றின் ஒலிப்பிடங்களில் இடும்போது, அவற்றின் மூல ஒலிப்பிடங்களில் இருந்து மெல்லண்ணத்தின் நேர் எதிர் பகுதி (நடு அண்ணம்) வரை, நாவின் (நடுப்பகுதி தாழ்ந்து) இரு ஓரங்கள் மேல் அண்ணத்தை மூடும். இப்பாதையின் வழி நாவில் இவ்வொலிகளை இடும்போது, நாவிற்கும் மெல்லண்ணத்திற்கும் இடையிலிருந்து புறப்படும் மூச்சுக்காற்று முன்பக்கத்தில் அவற்றின் ஒலிப்பிடங்கள் வழியாக வெளியேறும்.”[63]*

وهذه الحروفُ الأربعة إذا وضعت لسانَك فى مواضعهنّ
انطبق لسانُك من مواضعهنّ إلى ما حاذى الحنَك الاعلى
إلى الحنَك، فإذا وضعتَ لسانك فالصوت من ترفعه
مَحصورٌ فيما بين اللسان والحنَك إلى موضع الحروف

---

63. A.A.Al-Nassir (1993: 50)

*வஹம்ஃதி3ஹி அல்ஹ¬ றுவ்ஃபு அல்அறப்3 அயஹ¬ இஃதா3 வ ஃட3அய்த லிஸானக ஃபிய் மவாஃடி3இய்ஹின்ன இன்டப3க5 லிஸானுக மின் மவாஃடி3இய்ஹின்ன இலய் மா ஹாஃதே3ய் அல்ஹ3னக அல்அய்லய மின் அல்லிஸானி தற்ஃபஉய்ஹ¬ இலய அல்ஹ3னகி ஃபாதா3 வஃட3அய்த லிஸானக ஃபாலஷ்2ஷ2வ்து மக்ஹ்ஷ¬2வ்று ஃபிய்மா ப3ய்ன அல்லிஸானி வ அல்ஹ2னகி இலய மவ்ஃடி3இய் அல்ஹ¬2றுவ்ஃபி.*

மூடிய நிலையில் தோன்றும் ஒலிகளின் பண்பை வரையறுக்கும்போது ஒலிப்பிட முறையைக் கையாள்கின்றார். இந்நான்கு ஒலிகளைத் தவிர்த்த பிற அறபு ஒலிகள் அனைத்தும் திறந்த நிலையில் தோன்றும் என்கின்றார் ஸீபவைஹி. திறந்த நிலையில் தோன்றும் ஒலிகளை 'முன்ஃபதிஹ்' (مُنْفَتِحة) என்று அழைக்கிறார். 'முன்ஃபதிஹ்' என்றால் 'திறந்தநிலை' என்று பொருள்படும்.

## 7. இறுதிப்பகுதி (முடிவுரை)

**அறபு மூலம்:** 07

وانما وصفتُ لك حروفَ المُعْجَم بهذه الصفات لتَعرف ما يَحسن فيه الإدْغام وما يجوز ،فيه وما لا يَحسن ،فيه ذلك ولا يجوز فيه وما تُبدله استثقالا كما ،تُدغِم وما تُخفيه وهو بزنة المتحرّك.

**தமிழ் ஒலிபெயர்ப்பு:**

வ இன்னமா வஷ2ஃப்து லக ஹ¬2றுவ்ஃப அல்_மஜமி பி 3ஹஃதி 3ஹி அல்ஷ்2ஷி 2 ஃபாதி லிதஅ ஃறிஃப மா யஹ்ஸ¬னு ஃபீஹில் இத்3கா3மு வமா யஜ¬ ஃஜ¬1 ஃபீ ஹி, வ மா லாயஹ்2 ஸ¬னு ஃபீ ஹி த3லிக வ லா யஜ¬ ஃஜ¬1 ஃபீ ஹி வ மா துப3த்தி 3லஹ¬ இஸ்திஃதகா5லன் கமா துத்3ஹி கி5மு, வ மா துக்ஹ்ஃ பீ ஹி வஹ¬ வ பி 3ஃஜி 1னதி அல்_முதஹ 2ற்றிகி.

## மொழிபெயர்ப்பும் கருத்து விளக்கமும்

அறபு ஒலிகளின் இயல்புகளையும் அவற்றின் தன்மைகளையும் பற்றி விளக்கியிருக்கிறேன். ஒலிகளின் குணாதிசயங்கள் வழி விரிக்கும்போது விளக்குமுறை மேம்படுகிறது. என்று கூறி, பிறப்பியல் விளக்கத்தில் இந்த ஒலிப்பிட வரிசையை ஏன் பின்பற்றுகிறேன்? என்பதற்கும் பின்வரும் காரணம் கூறுகிறார் ஸீபவைஹி: 'ஒலிகளை விளக்க நான் பயன்படுத்துகின்ற ஒலிப்பிட

வரிசையில் ஒலிப்பிடத்தொடர்பு (ஒலிப்பிட இயைபு/உறவு) இருக்கின்றது'.

## அல்-கிதாப்பை தமிழில் மொழிபெயர்க்க உதவிய துணைத்தரவுகள்

- Al-Nassir, A.A. 1993. Sibawayhi the Phonologist:A critical study of the phonetics and phonological theory as presented in his treatise Al-Kitab.

- Aryeh Levin, 2000. "Sībawayhi", History of the language sciences: An International Handbook on the Evolution of the Study of Language from the Beginnings to the Present (Edited by Sylvain Auroux, E. F. K. Koerner, Hans-Josef Niederehe and Kees Versteegh).

- Carter, M.G. 2004. Sibawayhi, Oxford press, New Delhi.

- Etzerd Lutz, 2000. Sibawayhi's Observations on Assimilatory Processes and Re-Syllabification in the Light of Optimality Theory, Journal of Arabic and Islamic Studies,vol.3.

- Karin C. Ryding, 1998. *Early medieval Arabic: Studies on Al-Khalil Ibn Ahmed*,

- Law Vivien, 1990. 'Indian Influence on Early Arab Phonetics - or Coincidence?, *Studies in the History of Arabic Grammar-II*,

- Nasser Saleh Al-Mansour, 2001. "A Brief History of Arabic Linguistics", *Linguistica communicatio (International Journal of General Linguistics)*,vol.11, No.1-2, pp.86-88.

- Rosenhouse, Judith., 2007. "Arabic phonetics in the beginning of the third millenium", Saarbrücken, 6-10, Aug.

- Saaran Attia, Mohmoud Hassan E., 1951, A critical study of the phonetic observations of the Arab grammarians,

- Samarah,Abdullah Y., 2011. "Arabic linguistics and Sibawayhi", International Journal of Academic Research,vol.3, no.2.

- Sara, Solomon I., 1991. "al-Khalil:The first Arabic phonologist", International Journal of Islamic and A rabic Studies,vol.8, pp.37-39.

- _____, 2006. "Sibawayhi", Encyclopeadia of Language and Linguistics,vol.11.

- Talmon, Rafael., 2000. "The first beginnings of Arabic linguistics: The era of the Old Iraqi School", History of the language sciences:An International Handbook on the Evolution of the Study of Language from the Beginnings to the Present (Edited by Sylvain Auroux, E. F. K. Koerner, Hans-Josef Niederehe and Kees Versteegh).

- Troupeau, Gérard.,1958. 'Le commentaire d'al-Sīrāfī sur le chapitre 565 du Kitāb de Sībawayhi', Arabica-5.

- _____,1976. Lexique-Index du Kitab de Sibawayhi,

## பின்னிணைப்பு 4

## தொல்காப்பியரும் ஸீபவைஹியும் கையாளும் ஒலியியல் கலைச்சொற்கள்

### I. தொல்காப்பியர் கையாளும் ஒலியியல் கலைச்சொற்கள்

**அண்பல்** (n): நுனியண்ணமும் பல்லும் சேருமிடம்

**அணரி** (n): அணர்தல்

**அளபு/அளவு** (n): ஒலிப்புக்காலத்தின் ஒரு கூறு

**ஆய்தம் (முப்பாற்புள்ளி)** (n): இளம்பூரணரும் நச்சினார்க்கினியரும், மூன்று புள்ளிகளால் அடுப்புக்கூட்டு போல் அமையும் (ஆய்தத்தின்) வரிவடிவம் என்கின்றனர்.

**இசை** (v): தோன்றுதல்

**இடையெழுத்து** (n): வன்மைக்கும், மென்மைக்கும் இடையினமான ஒலி.

**இயைந்து** (v): இணைந்து/சேர்ந்து

**உந்தி** (n): உந்து சவ்வு

**உயிர்** (n): இச்சொல்லின் நேர்பொருள், மனிதன், விலங்கு, தாவரம் ஆகியவற்றின் எல்லா இயக்கங்களுக்கும் ஆதரமாக இருக்கும் சக்தி அலலது ஜீவன்.

தொல்காப்பியர் ஜீவனை உயிரொலியாக உருவகப்படுத்துகின்றார்.

**உற** (v): பொருந்தி

**எழுத்து** (n): தொல்காப்பியர் இச்சொல்லை, மூல ஒலி, ஒலியன், பேச்சொலி, ஒலியின் வரிவடிவம் (Grapheme) ஆகிய நான்கு பொருளில் பயன்படுத்துகின்றார்.

**ஒற்ற** (v): *ஒற்றுதல்*

**குற்றியலிகரம்** (n): *குறுகிய ஓசையுடைய(அரை மாத்திரை) இகரம்.*

**குற்றியலுகரம்** (n): *குறுகிய ஓசையுடைய(அரை மாத்திரை) உகரம்.*

**குற்றெழுத்து** (n): *மாத்திரை (ஒலிப்புக் காலம்) அளபில் ஓரளபுடைய உயிர்.*

**சார்பெழுத்து** (n): *தனித்து இயங்காது, மூல ஒலிகளுடன் சார்ந்து வரும் ஒலி (எழுத்து).*

**சிவணி** (v): *பொருந்தி*

**நெட்டெழுத்து** (n): *மாத்திரை (ஒலிப்புக் காலம்) அளபில் ஈரளபுடைய உயிர்.*

**பள்ளி** (n): *ஒலிப்பிடம்*

**பிறப்பு** (n): *ஒலித்தோற்றம்*

**மாத்திரை** (n): *ஒலிப்புக் காலம்*

**மெய்** (n): *இச்சொல்லின் நேர்பொருள் உடம்பு. தொல்காப்பியர் உடம்பை மெய்யொலியாக உருவகப்படுத்துகின்றார்.*

**மெல்லெழுத்து** (n): *மெல் (மென்மையான) என்னும் ஓசையுடைய ஒலி/ மூக்கொலி.*

**வருட** (v): *வருடுதல்*

**வல்லெழுத்து** (n): *வல்(வன்மை) என்னும் ஓசையுடைய ஒலி/ அடைப்பொலி.*

**வளி** (n): *மூச்சுக்காற்று*

**வீங்கி** (v): *தடித்து*

## II. **ஸீபவைஹி கையாளும் ஒலியியல் கலைச்சொற்கள்**

*பிறப்பியலில் அறபு ஒலிகளை ஒலிப்பிடத்தின் அடிப்படையிலும் ஒலிப்புமுறையின் அடிப்படையிலும் ஸீபவைஹி விளக்குகின்றார். இவற்றுள், ஒலிப்புமுறையின் அடிப்படையில் ஒலிகளை வகைப்படுத்தும்போது ஒலியியல் சார்ந்த கலைச்சொற்களையே முழுமையாகக் கையாள்கிறார். பொதுச்சொற்கள் எதையும் பயன்படுத்தவில்லை.*[1]

1. M.G.Carter (2004: 121)

**حرف *(ஹ²ற்ஃபே்)*** (n) (sl) / Phone:

பொருள் தரக்கூடிய மிகச்சிறிய ஒலியியல் கூறு. பன்மையில், حُروفٌ *(ஹு²றூஃபு¹)* மற்றும் أحروفٌ *(அஹ்²றூஃபு¹)* என்று வரும். ஸீபவெய்ஹி அல்–கிதாப்பிற்குள் இச்சொல்லை நான்கு பொருள்களில் கையாள்கின்றார். பிறப்பியலில், "பேச்சொலி/எழுத்து" *(phone)* என்ற பொருளிலும் (ஒலிவடிவம், வரிவடிவம் ஆகிய இரண்டிற்கும் பொதுவாகப் பயன்படுத்துகின்றார்) மற்ற இடங்களில், "அசை" *(Syllable)*, "இடைச்சொல்" *(Particle)*, "சொல்" *(Word)* முதலிய பொருள்களிலும் பயன்படுத்துகின்றார். "எழுத்து" என்ற பொருளில் தான் பெரும்பான்மையான இடங்களில் பயன்படுத்துகின்றார்.[2] பேச்சொலி என்றால் என்ன என்பதற்கான விளக்கம் ஏதும் ஸீபவெய்ஹி கொடுக்கவில்லை. குற்ஆனுக்குள் இச்சொல் "கிளைமொழி" என்னும் பொருளில் வருகின்றது.[3] கி.பி. பத்தாம் நூற்றாண்டைச் சார்ந்த அறபு இலக்கணி இபின் ஜின்னி, பேச்சொலியை குறிக்க صوت (ஷ¹வ்த்) என்னும் சொல்லைக் கையாள்கின்றார்.[4] இச்சொற்களுக்கு حرف *(ஹ²ற்ஃபே்)*, صوت (ஷ¹வ்த்) இணையாகத் தமிழில், பேச்சொலி, ஒலி, (தொல்காப்பியம்) எழுத்து என்ற சொற்களும், ஆங்கிலத்தில் *phone, speech sound* ஆகிய சொற்களும் வரும். இச்சொல்லைப் பிறப்பியலுக்குள், ஒருமையில் 10 இடங்களிலும், பன்மையில் 13 இடங்களிலும் பயன்படுத்துகின்றார்.

**خَياشِيم *(க்ஹயாஷி¹ய்மி)*** (n) / Nasal cavity :

வல்லண்ணத்திற்கும்,மெல்லண்ணத்திற்கு மேல் படுக்கையாக உள்ள மூக்கறை.

**رِخْوَة *(ற்றிக்ஹ்வஹு)*** (adj) / 'Slack' consonant:

"மூச்சோட்டத்தின் இயல்பிலேயே எந்த விதத்தடையும் இல்லாமல் தோன்றும்."

**شَّدِيدٌ *(ஸ்¹ஸ¹திய்து)*** (adj) / 'Tight' consonant:

"(ஒரு) ஒலி தன் ஒலிப்பிடத்தில் மூச்சுக்காற்றை முன்னோக்கித் தடுத்தல்." ஒலி எழுப்புகையில் ஒலிப்பிடத்தில் எழும் மூச்சுக்காற்றின் அழுத்தம்.

---

2. A.A.Al-Nassir (1993: 10)
3. மேலது.
4. மேலது.

غُنَّةٌ ***(குன்னது)*** (n) / Nasality:

"இவ்வொலிகள் மூக்கின் வழி வெளியேறும் மூச்சுக்காற்றில் தோன்றும்" மூக்கொலிப்பு / மூக்கொலி.

فُرو ***(ஃபுறூ)*** (n) / Allophone:

ஒரு மொழியில்,ஒரு ஒலியன் பல்வேறு மெய்மைத் தோற்றங்களில் இருத்தல். இம்மாறுபட்ட தன்மையால் அதன் பொருள் வேறுபடாது. ஸீபவெய்ஹி, فُرو (ஃபுறூ)வை "மூல ஒலியிலிருந்து தோன்றிய ஒலி" என்னும் பொருளில் கையாள்கின்றார். மேலும், فُرو (ஃபுறூ) விற்கு ஸீபவெய்ஹி தரும் விளக்கம்: "மிக நுட்பமான ஒலிவேறுபாடுகளுடன் பேசுவதற்கு உதவுகின்றன. குற்ஆனின் மனப்பாட ஒப்புவிப்புப் பகுதியும், அறபுக்கவிதைகளும் இவற்றைச் சிறப்பொலிகளாக ஏற்றுக்கொள்கின்றன."

لَيِّنَةٌ ***(ல்லைனஹ்)*** (adj) / Soft: மென்மையான உயிர் ஒலிகள்.

(مُنْفَتِحَة) ***(முன்ஃபதிஹ²து)*** (adj) / Opened: வாயின் திறந்த நிலை/ அங்காப்பு.

شَفَّتَيْن ***(ஸ்¹ஸ¹ஃபதிய்ன்)*** (adj) / Bilabial: ஈரிதழ் இணைவு.

هاوى ***(ஹாவீ)*** (adj) / air cavity: வாயறை/காற்றறை.

مجهورها ***(மஜ்ஹூறிஹா)*** (adj) / Voiced:

ஒலி எழுப்பும்போது குரள்வளையில் தோன்றும் அதிர்வு. இவ்வதிர்வுடன் பிறக்கும் ஒலிகளை அதிர்வு ஒலிகள் என்பர். அறபியில், ب [b], غ [ġ] போன்ற 17 ஒலிகள் இத்தன்மையுடையன என்று ஸீபவெய்ஹி நிறுவுகின்றார். ஸீபவெய்ஹி இச்சொல்லை (مجهورها), உரத்த குரலாக வெளிப்படுதல் *(shouted out loud)* என்னும் நேர்பொருளில் கையாள்கிறார்.[5] இக்கலைச் சொல்லுக்கு இணையாக தமிழில், குரலி, குரல்நாள அதிர்வு, ஒலிப்புடைய ஆகிய மூன்று சொற்களைப் பயன்படுத்துகின்றனர். ஆங்கிலத்தில், *voiced* என்னும் சொல்லைப் பயன்படுத்துகின்றனர்.

مهموسها ***(மஹ்மூஸிஹா)*** (adj) / Unvoiced:

ஒலி எழுப்பும்போது குரல்வளையில் எந்தவித அதிர்வும் ஏற்படாத நிலை. இச்சொல்லை (مهموسها), சலசலவொலி / குசுகுசுப்பு *(whispered)* என்னும் நேர்பொருளில் ஸீபவெய்ஹி கையாள்கிறார்.[6] இத்தன்மையைத் தமிழில், குரலிலி,

5. M.G.Carter (2004: 126)

6. மேலது.

குரல்நாள அதிர்வில்லாத் தன்மை, ஒலிப்பில்லாத் தன்மை என்றும், ஆங்கிலத்தில் *unvoiced, voiceless* என்றும் அழைப்பர்.

مخْرَج ***(மக்ஹ்றஜ்)*** (n) / place of articulation:

இயங்கா ஒலியுறுப்பின் மீது இயங்கும் ஒலியுறுப்பு பொருந்தும்போது, மூச்சுக்காற்று தடுத்து நிறுத்தப்படும் இடம். ஸீபவெய்ஹி, ஒலிப்பிடத்தைக் குறிக்க ஒலியியல் கலைச்சொல் எதையும் கையாளவில்லை. مخْرَج (மக்ஹ்றஜ்) என்னும் இந்த பொதுச் சொல்லையே பயன்படுத்துகின்றார். இச்சொல்லின் பொருள் "வெளியேறும் வழி" *(outlet)* என்பதாகும். சில இடங்களில் இச்சொல்லுக்கு மாற்றாக, مُخْرَج (முக்ஹ்றஜ¬) என்னும் சொல்லைப் பயன்படுத்துகின்றார். இச்சொல்லின் பொருள் "வெளிப்படுதல்" / *emitted* என்பதாகும். அறபியில் இச்சொல்லை ஒலிப்பிடத்திற்குப் பயன்படுத்தும் முதல்வர் ஸீபவெய்ஹி. அவருக்குப் பின் வந்த அறபுமொழி அறிஞர்களும் ஒலிப்பிடத்தைக் குறிக்க இச்சொல்லை எடுத்தாள்கின்றனர்.[7] ஸீபவெய்ஹியின் ஆசிரியரான அல்–க்ஹலீலும் ஒலிப்பிடத்தைக் குறிக்கும் ஒலியியல் கலைச்சொல் எதையும் பயன்படுத்தவில்லை. அவர், ஒலிப்பிடத்திற்கு مدرج (மத்[3]றஜ¬) "இயங்கும் இடம்" *(Place of movement)*, حيز (ஹ[2]ய்ஃஜ்[1]) "இடப்பரப்பு/ இடஎல்லை" *(Space)* முதலிய பொதுச் சொற்களைப் பயன்படுத்துகின்றார்.[8] இச்சொற்களுக்கு இணையாகத் தமிழில், ஒலிப்பிடம், பிறப்பிடம் முதலிய சொற்களையும், ஆங்கிலத்தில் *Place of articulation, Point of articulation* ஆகிய சொற்களையும் பயன்படுத்துகின்றனர்.

مددت ***(மத்[3]து[3])*** (n)/prolongation: நீட்டம் உடைய ஒலி/நெட்டுயிர்.

مطْبَقَة ***(முட்ப[3]க்[5])*** (adj) / cover:

"இந்த நான்கு ஒலிகளையும்,உங்கள் நாவில் அவற்றின் ஒலிப்பிடங்களில் இடும்போது, அவற்றின் மூல ஒலிப்பிடங்களில் இருந்து மெல்லண்ணத்தின் நேர் எதிர் பகுதி (நடு அண்ணம்) வரை, நாவின் (நடுப்பகுதி தாழ்ந்து) இரு ஓரங்கள் மேல் அண்ணத்தை மூடும் (தழுவும்). இப்பாதையின் வழி நாவில் இவ்வொலிகளை இடும்போது, நாவிற்கும் மெல்லண்ணத்திற்கும் இடையிலிருந்து புறப்படும் மூச்சுக்காற்று, முன்பக்கத்தில் அவற்றின் ஒலிப்பிடங்கள் வழியாக வெளியேறும்."

---

7. A.A.Al-Nassir (1993: 14)

8. மேலது.

مُكَرَّرٌ *(முகற்றறு)* (adj) / Trilled:

இயங்கா ஒலியுறுப்பான முன் அண்ணத்தை, இயங்கும் ஒலியுறுப்பான நா, விரைப்புடன் (அணரி) தடவுதல். "இவ்வொலி மூச்சோட்டத்தின் இயல்பிலேயே தோன்றும்" என்று ஸீபவெய்ஹி கூறுகின்றார். தமிழில் இதனை, அதிர்வொலி / உருட்டொலி என்று அழைப்பர். ஆங்கிலத்தில் Trilled என்பர்.

பின்னிணைப்பு 5

## ஒலியியல் அறிஞர்கள்

I. தமிழ் ஒலியியல் அறிஞர்கள்: பண்டைக்காலம் முதல் இன்றுவரை (கி.மு. 300–கி.பி. 2012)

| | | |
|---|---|---|
| BC. | 300 | தொல்காப்பியர் (Tolkāppiyar) |
| AD. | 1100 | புத்தமித்திரனார் (Puttamittiraṉār) |
| | 1200 | குணவீரபண்டிதர் (Kuṇavīrapaṇṭitar) |
| | 1300 | பவணந்தி முனிவர் (Pavananti muṉivar) |
| | 1700 | வைத்திநாத தேசிகர் (Vaittiyanāta tēcikar) |
| | 1700 | வீரமாமுனிவர் (Vīramāmuṉivar) |
| | 1900 | இராபர்ட் கால்டுவெல் (Robert Caldwell) |

*2000*

**இந்தியா (India)**

குமாரசாமி ராஜா ந. (N. Kumaraswamy Raja)

சங்கரன் சி.ஆர். (C.R. Sankaran)

சித்தேஷ்வர் வர்மா (Siddhswar Varma)

சிவலிங்கனார் ஆ. (A.Sivalinganar)

சுப்பிரமணிய சாஸ்திரி பி.எஸ். (P.S. Subrahmanya Sastri)

சுப்பிரமணியம் எஸ். (S. Subrahmanyan)

சுப்பிரமணியம் சி. (C. Subramoniam)

செ.வை. சண்முகம் (S.V. Shanmugam)

நடனசபாபதி ச. (S. Natanasapabathy)

பாலசுப்பிரமணியம் க. (K. Balasubramanian)

மீனாட்சி கு. (K. Meenakshi)

மீனாட்சி சுந்தரன் தெ.பொ. (T.P. Meenakshi Sundaran)

முருகையன் க. (K. Murugaiyan)

ராஜம் வி.எஸ். (V.S. Rajam)

ராஜாராம் சு. (S. Rajaram)

வசந்தகுமாரி த. (T. Vasanthakumari)

**பிரான்சு (France)**

Jean-Luc Chevillard, Leigh Lisker, Souleymane Faye.

**அமெரிக்கா (USA)**

Emeneau M.B., Firth J.R.A., Kausalya Hart.

**நெதர்லாந்து (Netherland)**

F.B.J.Kuiper

**ஜப்பான் (Japan)**

Ucida Norihiko.

II. அறபு ஒலியியல் அறிஞர்கள்: இடைக்காலம் முதல் இன்றுவரை (கி.பி. 800–2012)[1]

| Date | School/Origin | Researchers working in Phonology/ Phonetics |
|---|---|---|
| AD.700-1900 | Dictionary compilers | Al-Xali:l; Al-Qa:li; Al-Azhari; Al-Sa:ib ibn 'Abba:d; Ibn Si:da |
| | Grammarians | Sibawayh; Al-Mubarrad; Al-Zajja:ji; Ibn Al-Sarra:j; Al-Zamaxšariy: Ibn Ya'i:š; Ibn Jinniy; Al-Radiy; Ibn 'As_fu:r; Al-Ašmu:niy; Al-Suyu:t_iy |
| | Quran reading | Al-Mar'ašiy (Sa:jiqalizade), Al-Qurt_ubiy, Ibn Al-'Ala:' |
| | Philosophers | Al-Fa:ra:biy, Ibn Si:na; 'Ikhwa:n al-S_afa: Ibn Rušd; Al-Bi:ru:niy |
| | Rhetoricians | Ibn Sina:n, Al-Khafa:jiy, Faxr Al-Di:n Al-Ra:ziy, Abu Ya'qu:b Al-Saka:kiy |
| 20th Century | Europe, America: | H. Blanc, G. Bohas, A. Borg, C. Brockelmann E. Broselow, D. Cohen, J. Cantineau, C.A. Ferguson, H. Fleisch, W. Gairdner, J. Heath, C. Holes, B. Ingham, O. Jastrow, T.M. Johnstone, J. McCarthy A. Meillet, T.F. Mitchell, E. Selkirk, S.I. Sara, J.C.E. Watson, M.G.Carter |
| | Arab states: Egypt, Syria, Iraq, Lebanon, Saudi Arabia, Morocco, etc. | S.Al-Ani, G. Q. Al-Hamd I. Ani:s, M. Bakalla, Th. Benkirane, Sh. Dayf, M. Feghali, A. Frayha, M. Lahlou, M. Ma'an, 'A. Matar |

1. Judith Rosenhouse (2007: 134)

## த. சுந்தரராஜின் பிற நூல்

[காலச்சுவடு வெளியீடு]

### அறபும் தமிழும்

(கட்டுரைகள்)

ரூ. 120

தமிழகத்தோடு அரேபியர் கொண்ட உறவை இஸ்லாத்தின் தோற்றத்திற்கு முன், பின் என இருவகைப்படுத்தலாம். அதற்கு முன் வணிக உறவே முதன்மையானதாக இருந்தது. இஸ்லாம் நுழைந்ததும் மதரீதியிலான மொழி அடையாளம் வலுப்பட்டது; அறபியைத் தமிழ் முஸ்லிம்கள் இன்முகத்தோடு வரவேற்றனர். அறபு, தமிழ் முஸ்லிம்களின் அடையாளமாக மாறியது. முஸ்லிம்களின் வழக்கில் செல்வாக்குபெற்ற அம்மொழி, தமிழோடு இணைந்து உருவாக்கிய வடிவம் 'அறபுத்தமிழ்'. அறபுத்தமிழின் எழுத்து உருவாக்கம், அறபுத்தமிழுக்கும் மணிப்பிரவாளத்திற்கும் உள்ள ஒற்றுமை, அறபு எழுத்துக்களை தமிழில் ஒலிபெயர்க்கும் முறை முதலியவற்றை புதிய கோணங்களில் அலசுகிறது இந்நூல்.